COPYRIGHT NOTICE

ISBN/SKU : 979-8-3485-1436-5

Liên lạc tác giả:

Anh Phương Trần Văn Ngà
* 10241 IVY HOLLOW Ln.
Elk Grove, CA. 95624
* 6672 SPOERRIWOOD Ct.
Sacramento, CA. 95828
Điện thoại: 916.519.8961
Email: tranvannga1935@gmail.com

ANH PHƯƠNG Trần Văn Ngà

Bút ký

NHỚ LẠI CHIẾN TRƯỜNG XƯA

GIAI PHẨM CHÍNH VĂN
Trình bày & Xuất bản
2024

MỤC LỤC

NHỚ LẠI CHIẾN TRƯỜNG XƯA

DẪN NHẬP

Trước khi nhận được giấy xuất cảnh diện di dân - cựu tù nhân chính trị (HO), sang định cư tại Hoa Kỳ tháng 3.1993, nhiều đêm, tôi trằn trọc nhớ lại nhiều kỷ niệm và ao ước được thăm lại chiến trường xưa khi có đủ điều kiện tài chánh và còn đủ sức khỏe để trở lại những nơi có nhiều dấu ấn về đời lính và đời tù mà tôi gọi chung là chiến trường xưa.

Đời lính của tôi gần tròn 13 năm (từ năm 1962 đến năm 1975), đời tù cũng xấp xỉ 10 năm (từ năm 1975 đến đầu năm 1985). Tôi định cư tại Mỹ tuổi đã cao, qua tuổi 58.

Đến tuổi 81 và 84, tôi về quê lần đầu đưa tiễn bà chị ruột lớn hơn tôi 3 tuổi qua đời và lần sau có hai cháu ngoại theo giúp tôi thực hiện cải táng mộ mẹ tôi từ Tây Ninh đưa về Nhà Bàng - Châu Đốc. Cả hai lần về quê Châu Đốc mà tôi thường ở Cần Thơ nhà của cháu, gọi Cậu, tôi đều có đến viếng thăm ông Thầy cũ - Trung tá Nguyễn Văn Thanh, tốt nghiệp khoá 2 Đập Đá - Huế, cùng khóa với Trung tướng Nguyễn Văn Mạnh, Thiếu tướng Hồ Văn Tố...Ông là vị chỉ huy đầu đời quân ngũ của tôi.

Lần đầu, tôi thăm viếng, ông Thầy còn khoẻ mạnh nhận ra đứa học trò ruột của ông tại Trung Đoàn 33 Bộ Binh, thật cảm kích vui mừng. Ông kể lại chuyện đời lính khi Trung Đoàn 33 đóng chốt tại căn cứ hoả lực Chà Là (Cà Mau) mà tôi từ Chuẩn Uý mới ra trường và sau ngày đảo chánh 1.11.1963, chỉ một năm cấp bậc, tôi được thăng Thiếu uý. Lúc bấy giờ, tại căn cứ Chà Là, tôi giữ ba chức vụ: Trưởng Ban 5 (Chiến tranh tâm lý, sau này gọi là Phụ tá Chiến Tranh Chính Trị) - Trưởng Ban An Ninh Trung Đoàn lại còn kiêm quản lý câu lạc bộ của Trung đoàn hành quân.

Lần thăm viếng thứ hai sau ba năm, Trung Tá Nguyễn Văn Thanh, từng là cựu Trung Đoàn Trưởng 33 Bộ Binh, cựu Tỉnh Trưởng Vĩnh Bình (Trà Vinh) và cựu Dân Biểu (4 năm), ông không còn dưỡng bịnh mà lại lên bàn thờ (97 tuổi). Tôi thắp nhang câu nguyện ông "nhàn du tiên cảnh" và phù hộ cho tôi bình an viếng lại chiến trường Miền Tây hào hùng năm xưa.

Nguyên nhân tôi có dịp đi thăm lại chiến trường xưa phải hai chuyến về quê mới đi lại gần đủ 16 tỉnh của Miền Tây thân yêu, dù chỉ đi thoáng qua các địa danh năm xưa mà lòng tôi cũng trĩu nặng. Tôi về quê hai lần, kết hợp lo hiếu sự gia đình và thăm lại chiến trường xưa.

Các cháu cảm thông sự khao khát với ước muốn của tôi, trước khi về với cát bụi, tôi không phải nhớ mà trực tiếp được dịp nhìn thấy lại chiến trường xưa Miền Tây - đồng bằng sông Cửu Long, của thời trai trẻ, từ 27 tuổi đến gần 40 tuổi sau khi thi hành lệnh tổng động viên - nhập ngũ Khóa 13 Thủ Đức. Khoá khai giảng chánh thức ngày 15.3.1962 và kết thúc, tốt nghiệp ra trường ngày 28.12.1962 với tên khoá do Tổng Thống Ngô Đình Diệm đặt: ẤP CHIẾN LƯỢC.

Đó là dấu ấn sâu đậm trong đời tôi, từ một giáo chức trung học "trói gà không chặt" không yêu thích đời binh nghiệp, mà khi đã nhập ngũ, hiểu biết về đời lính dám hy sinh mạng sống phục vụ đất nước, tôi rất ngưỡng mộ kính trọng.

Đầu tiên làm quen với đời lính qua những bữa ăn cơm tập thể, gần gũi với súng đạn, qua các cuộc hành quân và hấp thụ sự nồng thắm tình huynh đệ chi binh... Từ đó, tôi có cái nhìn khác về Quân Đội và "mê" đời lính như mê tình nhân.

Người lính thực chất là người hùng dám hy sinh mạng sống, cam chịu nhiều gian khổ, luôn đứng đầu sóng, ngọn gió bảo vệ quê hương mà người lính bất cứ Quân Đội nào trên thế giới cũng đều có quyết tâm, hoài bảo làm người hùng chống giặc...

***Đ**ơn vị mà tôi được phục vụ trong đời binh nghiệp đầu tiên là Trung Đoàn 33 thuộc Sư Đoàn 21 Bộ Binh, Bộ Tư Lệnh Sư Đoàn đặt tại Thị xã Bạc Liêu và vị Tư Lệnh lúc bấy giờ là Đại Tá Bùi Hữu Nhơn (cùng khóa với Đại Tướng Nguyễn Khánh - Đại Tướng Trần Thiện Khiêm... Thiếu Tướng Bùi Hữu Nhơn đã qua đời cách đây khoảng trên bốn năm -2020- ở thành phố gần San Jose). Tư lệnh Phó là Trung Tá Cao Hảo Hớn (đến 1975 đã đeo lon Trung Tướng và đã qua đời ở Mỹ cũng khá lâu, trên mười năm). Sau đảo chánh 1.11.1963, Đại Tá Bùi Hữu Nhơn cũng được vinh thăng Thiếu Tướng và "bị" giải ngũ vì ảnh hưởng của các cuộc chính biến, biểu dương lực lượng sau đảo chánh.*

Trung Đoàn Trưởng 33, Thiếu tá (Trung tá sau ngày 1.11.1963) Nguyễn Văn Thanh và Đại úy Lê Thọ Trung,

Trung đoàn phó (khoá I Thủ Đức, sau lên Đại tá Tham mưu trưởng SĐ 5 BB và biệt phái sang Bộ Tư Lệnh Cảnh Sát Quốc Gia cho đến ngày 30.4.1975 cũng bị tù cải tạo và sang Mỹ định cư diện HO).

Trong chuyến về quê lần đầu, tôi thăm lại chiến trường của năm xưa 1963 - 1964 tại vùng U Minh - Cà Mau và các tỉnh như Long Xuyên - Châu Đốc - Rạch Giá - Hà Tiên - Sóc Trăng - Bạc Liêu.... Khi tôi từng theo các cuộc hành quân của Trung Đoàn 33 BB (lưu động trong vùng Hậu Giang) trong thời gian vừa mới ra trường.

Đến giữa năm 1964, với cấp bậc Thiếu uý, tôi được thuyên chuyển về phục vụ tại Bộ Tư Lệnh Quân Đoàn IV & Vùng IV Chiến Thuật, trú đóng tại Tây Đô Cần Thơ. Với nhiệm vụ phụ trách chương trình phát thanh Tiếng Nói Vùng IV Chiến Thuật, trên đài Phát thanh Ba Xuyên, thay Thiếu uý Nguyễn Triệu Nam (nhà văn, nhà thơ), thuyên chuyển về đài Phát Thanh Quân Đội tại Thủ đô Sài Gòn.

Lúc bấy giờ, chương trình phát thanh thu trước tại Phòng 5 Quân Đoàn IV (Cần Thơ) vào buổi sáng và gởi băng qua xe đò, phát trên đài Phát Thanh Ba Xuyên vào buổi chiều. Cách phát thanh như thế qua nhiều năm.

Sau này, đến thời Trung Tướng Đặng Văn Quang giữ chức Tư Lệnh Quân Đoàn IV & Vùng IV Chiến Thuật kiêm Đại Biểu Chánh Phủ Miền Tây, Trung Tướng thay đổi cách làm việc của Ban Phát Thanh. Ông Tướng có quan niệm, đặt giá trị cao của ngành phát thanh nên ông chỉ thị Ban Phát Thanh của Quân Đoàn IV phải đóng chốt gần đài Phát Thanh Ba Xuyên, giúp đài phổ biến ngay tin sốt dẽo các chiến thắng các cuộc hành quân tại Vùng IV Chiến Thuật...

Trung Tướng Quang chỉ thị Đại tá Huỳnh Thao Lược (ĐT Lược, nay trên 95 tuổi, đang định cư tại Thành phố Oakland - California) Tỉnh Trưởng & Tiểu Khu Trưởng Ba Xuyên tìm chỗ đặt văn phòng, kể cả chỗ ở của Ban Phát Thanh Quân Đoàn IV gồm có Trưởng Ban và phụ tá là

Chuẩn uý Đinh Thành Tiên (Khoá 16 Thủ Đức, nhà thơ nổi tiếng trên văn đàn Việt Nam với bút danh Tô Thuỳ Yên. Sau này anh Tiên cũng được thăng cấp Thiếu tá, Trưởng phòng Văn nghệ-Cục Tâm Lý Chiến. Nhà thơ Tô Thuỳ Yên đã qua đời tại Houston - Texas cách đây vài năm) và Ban Phát Thanh còn được cấp xe làm phương tiện đi lại từ văn phòng ở trong Thị xã Ba Xuyên đến trụ sở của đài trên đường đi Bãi Xào... Các nhân viên của Ban Phát Thanh đều là những người địa phương Sóc Trăng, ở nhà riêng.

***K**hi có bảng cấp số mới (cuối năm 1964), Bộ Tham mưu cấp Quân Đoàn có Ban Thông Tin Báo Chí trực thuộc Khối Chiến Tranh Chính Trị, không còn là một ban của Phòng Tâm Lý Chiến, tôi được bổ nhiệm giữ chức Trưởng Ban Thông Tín Báo Chí Quân Đoàn IV & Vùng IV Chiến Thuật đầu tiên và người đảm nhiệm chức vụ này sau cùng, từ năm 1974 đến ngày mất nước (30.4.1975) là nhà văn nhà thơ Trần Hoài Thư (tên thật là Trần Qui Sách, cấp bập Đại Uý - anh cũng đã thuyên chuyển về Vùng V Chiến Thuật, chừng một năm, ở New Jersey).*

Mỗi lần về Cần Thơ, tôi có đến chào kính vị chỉ huy đầu đời quân ngũ và lần sau cùng, tôi có thắp nén hương trước linh vị của vị Trung Đoàn Trưởng TRĐ 33 - 97 tuổi (qua đời cách đây hơn bảy năm). Vị chỉ huy đầu tiên trong đời quân ngũ mà tôi kính yêu nhứt trong đời binh nghiệp 13 năm của mình - Trung Tá Nguyễn Văn Thanh. Với cấp Trung tá từ năm 1963, đến năm 1975 vẫn còn lon Trung Tá, đã giải ngũ đầu năm 1975. Và ông cũng đi tù cộng sản nhiều năm, bị tịch thu hết tài sản ở Cần Thơ, có nhà phố lầu hai tầng ở cuối đường Pasteur "giao lưu" với đại lộ Nguyễn Trải (gần nhà đèn Cần Thơ). Đứa con trai út của ông may mắn còn tiếp tục sinh sống tại Cần thơ cũng có nhà cửa khang trang, có mở tiệm cơm bình dân rất đông khách và các người con khác của ông Thầy Thanh đều sống ở Mỹ.

Trước linh vị của ông thầy - Papa Nguyễn Văn Thanh - tôi vô cùng xúc động, bao nhiêu kỷ niệm với ông thầy Thanh như cuốn phim chiếu lại trong tâm hồn tôi, trước khi tôi lên đường thăm lại chiến trường xưa bằng xe ô tô.

Tôi may mắn thực hiện được mộng ước thăm lại chiến trường xưa mà tôi đã nếm trải những cuộc hành quân đầu tiên trong đời quân ngũ. Còn các trại tù "cải tạo" lại càng khốc liệt nghiệt ngã hơn, tôi cũng muốn đến nhìn lại, từ miền Nam: Thành Ông Năm ở Hóc Môn - Suối Máu (Trại giam Tù Phiến Cộng) Biên Hòa và chuyển ra các trại tù miền Bắc như Sơn La, Yên Bái, Vĩnh Phú và cuối cùng trở về Nam ở trại giam Z30D Rừng Lá, Hàm Tân.

Trước khi được ra khỏi trại tù cải tạo đầu năm 1985, tôi cũng có mong ước còn sức khỏe, đủ tiền, sẽ cố gắng đi thăm lại chiến trường xưa. Và cả các trại tù đau khổ nghiệt ngã cũng là chiến trường còn tàn bạo dã man hơn chiến trường có súng đạn mà "địch thắng ta thua" trước khi nhắm mắt từ biệt thế gian.

Nay, lực bất tòng tâm, tôi phải đợi, nếu có kiếp sau, mới có thể thực hiện đi thăm lại các trại tù cải tạo cùng khổ, tàn độc ở trên cõi đời ô trọc này.

Trong tập bút ký NHỚ LẠI CHIẾN TRƯỜNG XƯA, tôi thu gom lại các bài viết trước, hiệu đính và viết bổ túc loạt bài thăm lại Chiến Trường Xưa trong đời quân ngũ của tôi trước đây trên dưới 10 năm. Những bài viết này không theo thời gian mà dựa vào thực tại và ký ức ghi lại những cảm xúc của một người lính sau 55 năm (từ năm 1962 đến năm 1975 và 2017) mới có dịp thăm viếng lại nơi mà đời binh nghiệp của mình đã thực sự dấn thân gắn liền vào cuộc chiến quốc cộng đau thương tàn bạo nhứt trong lịch sử Việt Nam cận đại.

Đồng thời, tôi cũng có đề cập đến ngành Nữ Quân Nhân, một binh chủng đặc biệt với công tác phục vụ tại các trại gia binh, các quân y viện và cũng ra tiền tuyến uỷ lạo sau các trận đánh với quân địch.

Tôi cũng có viết thêm về tình chiến hữu cầm bút tại Vùng IV Chiến Thuật.

***K**hởi đầu đời binh nghiệp, từ tỉnh Bạc Liêu "Dưới sông cá chốt, trên bờ Triều Châu", đã ghi dấu những ngày chờ đợi Bộ Tư Lệnh Sư Đoàn 21 Bộ Binh (trong Tỉnh lỵ Bạc Liêu) bổ nhiệm các tân sĩ quan của ba Khoá: 13 Thủ Đức, 16 Đà Lạt và khoá 4 (hay 3) Nha Trang vào các đơn vị của Sư đoàn.*

Kết thúc bút ký cũng là những hồi ức của một đứa con xa quê lưu lạc đến tận xứ Cờ Hoa. Chiến trường Châu Đốc Thất Sơn có nhiều ấn tượng nhứt trong tâm khảm đời binh nghiệp của tôi vì tôi sinh ra và lớn lên ở vùng đất "năm non, bảy núi" này.

Bây giờ, qua tập bút ký NHỚ LẠI CHIẾN TRƯỜNG XƯA như dấu ấn không bao giờ quên và là một nén hương tưởng niệm các chiến sĩ cùng đơn vị Trung Đoàn 33, kể cả Sư Đoàn 21 Bộ Binh, các chiến sĩ từng phục vụ ở Vùng IV Chiến Thuật - Đồng Bằng Sông Cửu Long và tất cả chiến sĩ Quân Lực Việt Nam Cộng Hoà, đã tử trận hay chết già, chết bịnh, chết trong các trại tù cộng sản và chết trên đường vượt biên sau cuộc chiến đẫm máu chấm dứt năm 1975.

Cũng trong tập Bút Ký Chiến Trường này, tôi tham khảo sách báo Mỹ, Pháp viết lại vài trận đánh khốc liệt nhứt - Điện Biên Phủ - của quân Pháp khi còn chiếm đóng ba nước Đông Dương Việt Miên Lào, ba nước thuộc địa của Pháp. Và những trận đánh khốc liệt khác của quân Mỹ nếm trải chiến tranh vừa du kích vừa là trận địa chiến với quân khát máu "sinh Bắc tử Nam" của cộng sản Bắc Việt ở A Shau và "địa ngục trần gian" Khe Sanh và các vùng chiến địa của Vùng II Chiến Thuật.

Đây là tập bút ký chiến trường do một cựu sĩ quan thông tin báo chí của Quân Đoàn IV và Khối Thông Tin Giao Tế Dân Sự - Tổng Cục Chiến Tranh Chính Trị, viết.

Trong phần đầu của tập Bút ký, tôi viết lại các trận đánh ác liệt đẫm máu của quân đội Mỹ với bộ đội chánh quy của cộng sản Bắc Việt, từ năm 1965 đến khi có Hiệp Định Paris 1973.

Cũng dựa vào sách báo nước ngoài và trên Google, tôi viết lại trận đánh ác liệt cũng là trận đánh quyết định cuộc chiến tranh Đông Dương, diễn ra tại cứ điểm chiến lược của Pháp ở lòng chảo Điện Biên Phủ và đã đưa đến Hiệp Định Genève (Thuỵ Sĩ, chia cắt nước Việt ra làm đôi từ ngày 20.7.1954).

Phần kế tiếp, tôi tường thuật lại các vùng chiến địa năm xưa của 16 tỉnh với 92 quận của Miền Tây - Vùng IV Chiến Thuật mà người viết tập Bút Ký Chiến Trường này từng nếm trải các trận đánh khi còn ở Trung Đoàn 33. Và khi là sĩ quan Thông Tin Báo Chí của Quân Đoàn IV, tôi cũng có dịp đi công tác theo vị Tướng Tư Lệnh Quân Đoàn IV trên trực thăng chỉ huy (C&C) thị sát các trận đánh lớn cấp Sư Đoàn và thực hiện các bản tin và các phóng sự các lần khao quân của đơn vị chiến thắng.

Trên cương vị Trưởng Ban Phát Thanh Tiếng Nói Vùng IV Chiến Thuật, tôi cũng từng thực hiện các phóng sự về quốc sách ấp tân sinh (thay quốc sách Ấp Chiến Lược) và các phóng sự về kinh tế, chính trị giúp cho đài Phát Thanh Ba Xuyên (sau này đài PT Ba Xuyên di dời về Cần Thơ, đổi danh thành Đài Phát Thanh Cần Thơ).

Dưới đây, bản đồ Miền Tây do kẻ thắng cuộc vẽ lại có thêm tỉnh Long An.

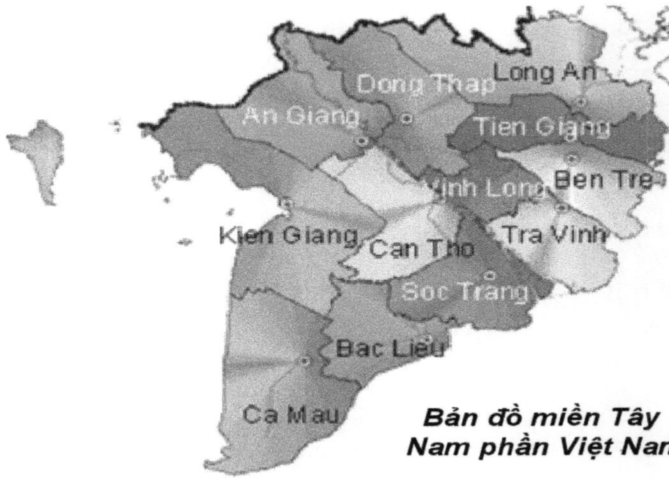

Bản đồ miền Tây Nam phần Việt Nam

GHI CHÚ: *Bản đồ Miền Tây do chế độ cộng sản vẽ lại sau năm 1975 khác với bản đồ cũ của VNCH. Chế độ CS thêm tỉnh Long An mà trước kia Long An thuộc Vùng III Chiến Thuật. Vùng IV Chiến Thuật có 16 tỉnh nên có các tỉnh đã mất tên: Châu Đốc, Chương Thiện, Kiến Phong, Kiến Tường, Sa Đéc, Gò Công. Và đổi lại tên như Định Tường thành Tiền Giang, Kiến Hoà thành Bến Tre, Vĩnh Bình thành Trà Vinh. Ba tỉnh Sa Đéc, Kiến Phong, Kiến Tường tên mới là Đồng Tháp (cắt xén nhỏ lại). Tên tỉnh Phong Dinh đổi tên mới là Thành Phố Cần Thơ và tỉnh Hậu Giang, Ba Xuyên thành Sóc Trăng, An Xuyên thành Cà Mau...*

Phần cuối của tập sách này, tôi viết lại một cách tổng quát các trại tù mà tôi đã trải qua đời người tù thua cuộc sau 30.4.1975 bị đày ải tẩy não vô cùng nghiệt ngã từ ngày đầu trình diện, đóng tiền ăn một tháng trên 13 ngàn, bằng 1/3 tiền lương của tôi, cấp Thiếu tá có bốn con, vợ không có ăn theo vì cũng có đi làm việc.

Từ ngày đầu trình diện tại trung tâm ghi danh tù cải tạo cấp Thiếu tá tại trường Trung học Pétrus Trương Vĩnh Ký, trên đại lộ Cộng Hoà.

Sau một đêm chuyển trại kinh hoàng từ trường Pétrus Ký đến thành ông Năm ở Hóc Môn, trên dưới 8 cây số mà mất hơn 10 tiếng đồng hồ, không được xuống xe tiểu tiện tống cái của nợ ô uế ra và bất khả kháng rơi rớt trong quần. Chúng tôi bị dồn ngồi lên chân nhau chậtních. Cứ 50 tù nhân trong một thùng xe tải Molotova, phủ tấm bạt kín, thiếu không khí để thở và lại có "mùi thơm" dễ sợ bay lòng vòng trong thùng xe.

Thành ông Năm ở Hóc Môn là nơi đặt Bộ chỉ huy Liên Đoàn 5 Công Binh Kiến Tạo do Đại Tá Dương Công Liêm giữ chức Liên Đoàn Trưởng (ĐT Liêm đã qua đời tại San Jose, giữa năm 2024).

Sau một cái Tết Nguyên Đán tại thành ông Năm, tôi và hàng ngàn sĩ quan cấp Thiếu tá, Trung tá được tuyển chọn chuyển qua trại tù mới tại Suối Máu Biên Hoà (trại giam tù phiến cộng của Quân Khu III trước đây). Trại tù này cũng là trại trung chuyển, chúng tôi được xếp "loại tù ác ôn có nhiều nợ máu với nhân dân" nên phải bị đày ra các trại tù ở miền Bắc.

Tại "miền Bắc xã hội hội chủ nghĩa" tất cả các trại tù của xã hội chủ nghĩa vô cùng nghiệt ngã, tàn ác, lao động khổ sai, thiếu thốn đủ mọi thứ trong sinh hoạt đời thường kể cả thuốc trị bịnh, ăn sắn (khoai mì) hay bo bo độn thay cơm quanh năm.

Trại tù Sơn La do bộ đội cộng sản quản lý vì chúng tôi được xếp là tù binh chiến tranh. Từ đây, sau hơn một năm, tù binh trở thành tù hình sự chuyển sang các trại tù do công an tha hồ đày đoạ khốc liệt gấp nhiều lần hơn trại tù do bộ đội trách nhiệm.

Từ Sơn La, trại 6 toàn cấp Thiếu tá, trong đó có tôi "trúng tuyển" đợt đầu chuyển đến trại tù hình sự Hồng Ca - Yên Bái do công an quản lý gắt gao, ác độc hơn. Cũng từ trại tù Hồng Ca, cuộc đời tù tội của chúng tôi từ đây đã chuyển về các trại tù hình sự của công an cho đến ngày ra trại, lại thêm điêu đứng khổ đau, may cho tôi đầu chưa quay về núi.

Các trại tù công an, mỗi đêm mất vài tiếng kiểm điểm, học tập, hình thức "tẩy não" trước khi đi ngủ. Hàng ngày phải lao động vượt chỉ tiêu, cật lực với phương châm: "làm ngày không đủ tranh thủ làm đêm". Từ Hồng Ca chuyển về liên trại tù Tân Lập thuộc tỉnh Vĩnh Phú (có 5 trại gọi là K) mãi đến năm 1983, tôi được chuyển trại về Nam, trại tù Hàm Tân (Z30D - Rừng Lá - chỉ có 2 K).

Sự độc ác của chế độ cộng sản muốn những người tù đau khổ phải chết lần mòn trong lao tù. Khi đau hay bị thương vì lao động khổ sai, chỉ có thuốc bá láp "xuyên tâm liên" trị bá bịnh mà thôi.

Đa số người tù cải tạo ở vùng cao núi rừng bạt ngàn ở Miền Bắc lại càng vất vả khốn cùng, thiếu ăn thiếu mặc, đói rét quanh năm. Thời tiết khí hậu vô cùng khắc nghiệt, lao động khổ sai ít nhứt tám tiếng hàng ngày, thiếu ăn, thiếu mặc, đau không có thuốc điều trị, chỉ chờ chết.

Vì vậy, hầu hết chúng tôi không có mấy ai tin mình còn sống cho tới ngày ra trại và chỉ có phép mầu của Mỹ mới thật sự cứu giúp kẻ trầm luân chờ chết của những chiến sĩ quốc gia thua cuộc. Và hạnh phúc cao quý thay, một số anh em chúng tôi còn sống tại Hoa Kỳ cho tới ngày nay sau trên dưới 30 năm sang Mỹ diện HO (tù nhân chánh trị).

Đến nay, tôi còn sống đến tuổi U100 nên phải viết lại sự thật đau khổ nghiệt ngã do chế độ cộng sản toàn trị đất nước Việt Nam thân yêu chúng ta và cả nước như một nhà tù lớn để lịch sử dân tộc phê phán.

***T**ôi hy vọng các thế hệ kế thừa đọc được tập sách này sẽ giúp hiểu biết thêm về vùng đất phì nhiêu màu mỡ đồng bằng sông Cửu Long do ông cha ta khai phá vừa qua 200 năm. Và các cháu còn biết một thời người Việt quốc gia yêu chuộng tự do dân chủ tại Miền Tây thân yêu đã đánh bại Việt Minh cộng sản qua những chiến thắng vang lừng trước năm*

1975 thuộc Vùng IV Chiến Thuật hay Quân Khu IV, mãi cho đến ngày Việt Nam Cộng Hoà sụp đổ - 30.4.1075.

Một điều quan trọng nữa, các cháu lại còn liên tưởng đến sự tàn bạo khốc liệt của chế độ sắt máu giặc "ngoại xâm" từ miền Bắc vào Nam. Cộng sản Bắc Việt cướp đất, cướp của và đày ải những chiến binh yêu nước thua cuộc vào các trại tù học tập cải tạo vô cùng nghiệt ngã độc ác, đã giết biết bao người quốc gia chân chính yêu nước trong các trại tù cải tạo. Chế độ mới còn đày đoạ nhân dân hiền hoà Miền Nam Việt Nam từ dư ăn dư mặc, sung túc trở thành bần cùng đói rách phải ăn khoai mì, bo bo thay cơm... Và người Việt chân chính đành phải liều chết vượt biên bỏ quê hương ra đi tìm tự do, cuộc sống mới, đã có hàng vạn vạn người chết trên biển cả hoặc bị hải tặc Thái lan giết, cướp của, hãm hiếp cho đến chết không toàn thây.

Hơn nữa, các hậu duệ cũng sẽ còn biết rõ thế nào là trại tập trung học tập cải tạo gian ác tàn bạo giết tù của chế độ cộng sản. Ai mới nghe danh xưng trại tập trung học tập cải tạo, tưởng là trường học hay là nơi giúp cho "trại viên học tập tốt" biến cải con người xấu thành con người tốt. Nhưng, thực chất là nơi giam giữ khắc nghiệt, lao tù khổ sai tàn ác giết lần mòn các tù nhân cải tạo với sự bóc lột sức lao động độc ác khủng khiếp, tẩy não các tù nhân đến kiệt sức, đau ốm không có thuốc chữa trị, đói rách, ăn khoai sắn hay ăn bo bo thay cơm quanh năm và lần lượt tù nhân cải tạo sẽ chết trong các trại tù tập trung cải tạo vì tù cải tạo là thứ tù không có bản án...

Sacramento - Ngày Lễ Tạ Ơn 28.11.2024

CHƯƠNG ĐẦU

(Từ trang 17 đến 44)

CHIẾN TRƯỜNG VIỆT NAM
QUÂN SỐ QLVNCH & TÙ CẢI TẠO
NHỮNG CON SỐ BIẾT NÓI
THẾ GIỚI TỰ DO & CỘNG SẢN QUỐC TẾ

CHIẾN TRƯỜNG VIỆT NAM

QUÂN SỐ QUÂN LỰC VIỆT NAM CỘNG HÒA

Với cái nhìn tổng thể của đa số chúng ta về quân số của Quân Lực Việt Nam Cộng Hoà và hàng mấy trăm ngàn tù cải tạo nhiều năm bị giam cầm khổ sai tại hàng ngàn trại tù lớn nhỏ từ Nam ra Bắc.

Sau ngày 30 tháng 4 năm 1975 , tất cả quân cán chính Việt Nam Cộng Hòa đều trở thành đối tượng của "chế độ tù lao động cải tạo", một chính sách do cộng sản Việt Nam du nhập từ Trung cộng và được tôi luyện từ miền Tây Bá Lợi Á của "thiên đường" Nga sô viết.

Tôi tham khảo tài liệu của Viện Bảo Tàng Việt Nam tại San Jose và có bổ túc, ghi nhận số lượng quân nhân và tù cải tạo dài lâu như sau:

Năm 1975 QLVNCH có 980.000 quân nhân gồm có 1/10 là cấp Tá và cấp Tướng tổng cộng 9.600, cấp úy 80.000, còn lại là hạ sĩ quan và binh sĩ.

Thời cao điểm nhứt, quân số Quân Lực Việt Nam Cộng Hòa lên trên 1 triệu 100 ngàn chiến sĩ, được xếp hạng tư (quân số cộng sản Bắc Việt cũng được xếp hạng như vậy) trên thế giới, chỉ đứng sau Trung Cộng, Liên Xô và Hoa Kỳ.

Quân Lực Việt Nam Cộng Hòa, gồm có chủ lực quân và địa phương quân & nghĩa quân, với: 11 Sư đoàn Bộ Binh

(SĐ: 1 - 2 - 3 - 5 - 7 - 9 - 18 - 21 - 22 - 23 - 25), và đơn vị tổng trừ bị cấp trung ương và cấp Quân Khu hay còn gọi Vùng chiến thuật: 1 Sư đoàn Dù - 1 Sư đoàn Thủy Quân Lục Chiến, nhiều Liên đoàn Biệt Động Quân (quân số trên 2 Sư

Đoàn và những tháng cuối cùng trước ngày chính thể VNCH sụp đổ 30.4.75, Biệt Động Quân đã thành lập xong 2 Sư Đoàn đặt thuộc dụng Biệt Khu Thủ Đô). Một Sư đoàn Bộ Binh (BB) hay lực lượng tổng trừ bị, ước tính có quân số khả dụng trên 10 ngàn chiến binh) - Quân chủng Không Quân và Hải Quân cũng lập thành sư đoàn: 6 Sư Đoàn Không Quân và Hải Quân cũng có 5 Vùng Duyên Hải và 2 Vùng Sông Ngòi (Vùng III và Vùng IV Sông Ngòi) cũng kể tương đương như Sư đoàn Lục Quân, nhưng quân số ít hơn nhiều so với Sư đoàn BB - Dù - TQLC hay BĐQ...

Còn các binh chủng có quân số cũng khá nhiều như Thiết Giáp, Pháo Binh, Công Binh, Quân Y, Quân Cảnh, Truyền Tin, Nữ Quân Nhân và các binh chủng, binh sở, chuyên môn...Tính chung chủ lực quân, cộng lại cũng sẽ đạt được con số 1/3 hay cao hơn 1 chút của 1 triệu 100 ngàn quân - từ 300 đến 400 ngàn chiến sĩ. Tất cả số quân còn lại là Địa Phương Quân và Nghĩa Quân - những chiến sĩ diện địa - chiếm gần 2/3 quân số của toàn thể QLVNCH, một lực lương hứng chịu nhiều thiếu thốn, gian khổ, trực tiếp đối đầu thường trực với cán binh và bộ đội ở địa phương kể cả quân chính quy cộng sản Bắc Việt.

- Cấp Tướng tại ngũ đến 30 tháng 4 năm 75 là 112, bị tù cải tạo: 32 vị, 80 tướng lãnh di tản và còn vài vị tướng không bị bắt giam trong các đợt đi tù cải tạo tập thể.

- Đại tá có 600, bị tù 366.

- Trung tá có 2.500, bị tù 1.700.

- Thiếu tá có 6.500, bị tù 5.500.

- Cấp úy có 80.000, bị tù 72.000. Trong số tù "cải tạo" này chưa kể đến các thành viên đảng phái và các cấp chính quyền, cảnh sát, cán bộ...

- Cấp Đại tá có 22 người, 20 thiếu tá và các thành viên cảnh sát, đảng phái...

Đây là con số ghi nhận được từ phía Hoa Kỳ và Việt Nam Cộng Hòa, không có tài liệu của các trại giam phía cộng sản để đối chiếu; và không có con số chính xác tù cải tạo bị chết trong khi giam cầm, một con số khá lớn.

Ghi chú: *Tất cả danh từ "học tập cải tạo" thực sự đều là tù nhân, người thua cuộc, tù chính trị bị khổ sai, không có bản án.*

TÙ CẢI TẠO

NHỮNG NGƯỜI TÙ KHÔNG ÁN

Không kể thành phần bị bắt trước 1975, nhưng không được trao trả tù binh sau 1973, khi có Hiệp Định Paris, thời gian "tù cải tạo" kéo dài từ 1 năm đến 17 năm, từ 1975 đến 1992.

Năm 1988 gần như là năm cuối cùng, hầu hết tù được trả tự do. Suốt 4 năm tiếp theo - đến năm 1992 - chỉ còn lại 120 tù bị giam tại Z30D gọi là Trại Thủ Đức (Rừng Lá) Hàm Tân. Trong số này có 9 vị tướng lãnh. Đại tá Phạm Duy Khang khóa 6 Võ bị Đà Lạt, làm thư ký Trại còn nhớ tên từng người. 4 Thiếu tướng: Lê Minh Đảo, Đỗ kế Giai, Trần Bá Di, Hoàng Lạc, và 5 Chuẩn Tướng: Lê Văn Thân, Nguyễn Ngọc Sang, Mạch Văn Trường, Trần Quang Khôi, Phạm Duy Tất.

(H: Cảnh 1 trại tù cải tạo ở miền Nam hay miền Trung, miền Bắc, cũng đều rập khuôn như trong hình).

Thiếu tướng Đỗ Kế Giai (TT mất tại Dallas, tháng 3.2016) tả lại quang cảnh khi tất cả mọi người được thả hết chỉ còn mấy ông Tướng. Trại Hàm Tân hoàn toàn vắng lặng. Cộng sản cho xe chở 5 ông tướng về chuyến cuối cùng. Vì đường đi thuận tiện, xe về Saigon, chạy đến nhà các vị Tướng, hết 1 vòng, Thiếu Tướng Đỗ Kế Giai là người về sau cùng. Ông bước xuống xe, tâm trạng thực băn khoăn khó tả, tù vừa tròn 17 năm. Những ông tướng khác về trước ông chừng nửa giờ nên Tướng Giai là người sau cùng, theo ý nghĩa tiêu biểu của lịch sử.

Hỏi chuyện ngục tù, ông Giai nhắc lại câu danh ngôn của người xưa: "Bại binh chi tướng, bất khả ngôn dũng" (Tướng quân thua trận, không thể nói mạnh).

Lại hỏi rằng, suốt thời kỳ 17 năm có thấy các nhà báo cộng sản hay thế giới tự do vào quay phim hay chụp hình để bây giờ có thể đi tìm dấu tích của những năm dài "cải tạo"; vị Chỉ Huy Trưởng binh chủng Biệt Động Quân cho biết, dường như chẳng thấy gì.

NHỮNG NĂM THÁNG KHÔNG QUÊN

1975 : Hàng trăm ngàn quân cán chính Việt Nam Cộng Hòa bị cộng sản tập trung "cải tạo" (bị bắt bỏ tù).

1980 : Sau 5 năm tranh đấu, dư luận Mỹ và thế giới áp lực Hà Nội phải thả hết tù cải tạo.

1982 : Tại Pháp, Phạm văn Đồng, Thủ tướng Hà Nội thách thức sẽ trả tự do nếu Mỹ nhận hết tù cải tạo.

1982 : Ngoại trưởng Mỹ điều trần tại Quốc Hội cho biết sẽ nhận 10.000 tù chính trị Việt Nam (tù cải tạo) và gia đình.

1985 : Lần đầu tiên , cơ quan IRCC, Inc. tại San Jose (của cựu Đại Tá Vũ Văn Lộc) nhận được 1 video tape do phóng viên tự do Hoa Kỳ quay tại Việt Nam. Trong đó có những đoạn hết sức đặc biệt:

1) Phi công Việt Nam Cộng Hòa, vừa được thả tự do

2) Vợ con tù thăm nuôi tại trại Hàm Tân (Z30D)

3) Ban văn nghệ của Trại Hàm Tân

4) Phỏng vấn 1 người tù cụt chân cấp Thiếu tá. *1985 : Hoa Kỳ và Việt Nam gặp nhau tại New York bàn về việc thả tù cải tạo.

*1987 : Lần đầu tiên nhà báo Thụy Điển được vào làm phóng sự tại Trại Nam Hà, tiếp theo Hà Nội bắt đầu chuyển thêm tù cải tạo vào Nam và trả tự do từng đợt .

- Tháng 7 năm 1988 : Phái đoàn Hoa Kỳ, ông Funseth đi Hà nội họp về việc nhận tù cải tạo.

- Tháng 8 năm 1988 : Hà Nội đơn phương loan báo (làm eo, đưa thêm yêu sách) đình chỉ việc thảo luận.

- Tháng 1 năm 1989 : Lần đầu tiên Hồng Thập Tự Hoa Kỳ được phép gửi quà cho tù "cải tạo".

* Một chiến dịch gửi quà rầm rộ được phát động tại hải ngoại .

- Tháng 4 năm 1989 : Phái đoàn Quốc hội Cali về Việt Nam thảo luận về đề tài xã hội và tù "cải tạo". Có các thành phần tỵ nạn Việt Nam cùng đi. Đại diện IRCC trách nhiệm tiểu ban tù chính trị. Phái đoàn yêu cầu trả tự do cho ông Võ Đại Tôn. Phỏng vấn thu thanh nhà văn Quân Đội Phan Nhật Nam vừa được trả tự do, tại Saigon.

- Tháng 6 tháng 1989: Thượng viện Mỹ tuyên bố yêu cầu Hà Nội trả tự do cho tù "cải tạo" và Hoa Kỳ sẽ đón nhận.
- Tháng 7 năm 1989: Phái đoàn Hoa kỳ về Việt Nam ký thỏa ước nhận định cư tù "cải tạo" (với nhiều điều kiện, giới. hạn...)

- Tháng 8 tháng 1989: Báo San Jose Mercury News gửi phóng viên về Saigon làm một loạt bài phỏng vấn "tù cải tạo" sắp ra đi có gia đình chờ đợi tại San Jose.

- Tháng 1 tháng 1990: 15 gia đình H.01 đi chuyến đầu tiên đến phi trường San Francisco, có 4 gia đình về Bắc Cali. 11 gia đình chuyển tiếp đến các tiểu bang khác và Quận Cam.

- Tháng 8 năm1992: Đại tá Phạm Duy Khang, sau 17 năm tù đã trở về đợt sau cùng với 120 người. Ông đến San Jose và dự lễ thượng kỳ ngày 8/8/1993.

Sau đó các đợt HO bổ túc và chương trình đoàn tụ gia đình HO lần lượt tiếp diễn suốt 15 năm từ 1994 đến 2009. Cho đến tháng 4 năm 2009 vẫn còn gia đình thuộc diện "tù cải tạo" đến Hoa Kỳ. *(Bài viết này, tôi sưu tầm của IRCC - cựu Đại Tá Nhà Văn Giao Chỉ Vũ Văn Lộc và tôi có bổ túc thêm).*

CHIẾN TRƯỜNG VIỆT NAM
NHỮNG CON SỐ BIẾT NÓI

Qua cuốn sách The Vietnam War - Day by Day của John S. Bowman do Barnes & Noble xuất bản năm 1989, như là tập nhựt ký hành quân tại các Trung Tâm Hành Quân của QLVNCH năm xưa, ghi chép tỉ mỉ các sự kiện quân sự xảy ra hàng ngày - trong cuộc chiến VietNam War...

Dù cuốn sách này, viết còn thiếu sót hay chưa thật trung thực, người Mỹ tô vẽ quân đội Mỹ luôn ngon lành và luôn chiến thắng, còn Quân đội Việt Nam Cộng Hòa thường "yếu xìu".

(H: Tổng Thống Ngô Đình Diệm)

Nhưng, với các sử liệu được ghi chép trong The Vietnam War - Day by Day cũng nói lên được những sự kiện lịch sử mà chúng ta cần suy ngẫm, nghiên cứu. Đặc biệt là những con số biết nói trong cuộc chiến giữa ta và địch, đồng minh Hoa Kỳ cùng các đồng minh khác có tham chiến ở Việt Nam: quân số tham chiến, thương vong cũng như những chi phí quân sự, những phương tiện chiến tranh tại chiến trường VN mà Hoa Kỳ và Nga Sô & Trung Cộng sử dụng.

The Vietnam War - Day by Day của Bowman, trong phần đầu, trang 29, tác giả đã mô tả hay lý giải cái chết của Tổng Thống Ngô Đình Diệm và bào đệ - Cố Vấn Ngô Đình Nhu, Bowman viết như sau:

*Major Duong Hieu Nghia and General Minh's body guard, captain Nhung, murder Diem and Nhu on their way for staff headquarters, at Minh's orders. President Kennedy is shocked...*Sau này định cư ở Mỹ, Đại Tá Dương Hiếu Nghĩa cực lực cái chính, ông làm sao dám giết? Hiện nay, năm 2017, với tuổi hàng U100, ông Nghĩa đã quy y cửa Thiền nhiều năm.

Tác giả Bowman đã nói rõ ai (người VN) ra lệnh giết Tổng Thống Ngô Đình Diệm và ông Cố Vấn Ngô Đình Nhu. Nhưng, cao hơn nữa, ai "cho phép ra lệnh" giết Tổng Thống Ngô Đình Diệm, là một bí mật. Chúng ta có thể lý giải, hơn một năm sau Tổng Thống Diệm bị sát hại dã man, quân Mỹ tự do đổ quân vào chiến trường Việt Nam từ ngày 8.3.1965 mà không còn bị ngăn trở như thời điểm Tổng Thống Diệm còn sanh tiền...

Sáng ngày 2.11.1963, khi đoàn xe, dưới sự chỉ huy của Thiếu Tướng Mai Hữu Xuân, đến đón hai anh em Tổng Thống từ nhà thờ Cha Tam ở Chợ Lớn đưa về Bộ Tổng Tham Mưu - nơi làm việc (Staff headquarters) của các tướng lãnh đảo chánh ngày 1.11.1963. Hai anh em Tổng Thống Ngô Đình Diệm & Ngô Đình Nhu đã bị đại úy Nguyễn Văn Nhung giết chết dã man sáng sớm ngày 2.11.1963 ngay trong thiết vận xa M113 trước khi về đến Bộ Tổng Tham Mưu.

Bowman còn nói rõ, khi hay tin Tổng Thống Ngô Đình Diệm bị phe đảo chánh giết chết, Tổng Thống Mỹ Kennedy bị sốc.

Không sốc sao được, trước đó 6 năm, cả thế giới đều biết rõ, ngày 8.5.1957, chính Tổng Thống siêu cường quốc Hoa Kỳ Eisenhower - một vị anh hùng của Đệ Nhị Thế Chiến - long trọng đón tiếp Tổng Thống Việt Nam Cộng Hòa với lễ nghi cao quý nhứt của Hoa Kỳ. Trải thảm đỏ đón tiếp Tổng Thống Ngô Đình Diệm tại cầu thang máy bay và đích thân Tổng Thống Eisenhower tiếp đón (tương tự Tổng Thống Barack Obama đón tiếp Đức Giáo Hoàng Francis tháng 9.2015).

(H: Ông Cố Vấn Ngô Đình Nhu)

Trong cuộc công du Hoa Kỳ 11 ngày, từ ngày 8.5 đến 19.5.1957, khi Tổng Thống Hoa Kỳ Eisenhower đọc diễn văn chào mừng Tổng Thống Việt Nam Cộng Hòa Ngô Đình Diệm, gọi Tổng Thống Ngô Đình Diệm là một vị lãnh đạo lịch sử - siêu việt - kỳ diệu *(A miracle man of Asia and (US) reaffirms support for his regime)* của Việt Nam và của châu Á. Tổng Thống Hoa kỳ còn tái khẳng định cam kết hỗ trợ (hay viện trợ) cho chế độ của Tổng Thống Ngô Đình Diệm (trang 18 - The Vietnam War - Day by Day).

Trong phần cuối cuốn sách, Bowman còn công bố một số tài liệu bằng những con số về lực lượng Mỹ và đồng minh tham chiến ở chiến trường Việt Nam cũng như số thương vong của cả các phía và chi phí cho cả cuộc chiến quốc cộng...mà tác giả gọi là cái giá phải trả - The Price of War.

Đây là những con số kinh khủng cho 1 cuộc chiến đáng lý không xảy ra, nếu cộng sản Bắc Việt (CSBV) không mê muội, ngu xuẩn theo quan thầy Liên xô, Trung cộng nhập cảng cái lý thuyết công sản phi nhân, chuyên chính sắt máu và ác độc giết hại đồng bào ruột thịt Việt Nam.

Về phía lực lượng Hoa Kỳ tham chiến ở Việt Nam, có đến 8,744,000 lượt chiến sĩ trong 4 quân chủng Hải Lục Không Quân, Thủy Quân Lục Chiến (và Lực Lượng Đặc Biệt) đến chiến trường Việt Nam. Tất cả các chiến sĩ Mỹ tham chiến ở ViệtNam với 1 nhiệm kỳ là 1 năm, nhưng có rất nhiều chiến binh xin phục vụ thêm 1 hay nhiều năm nữa.

Thời cao điểm, chiến binh Hoa Kỳ chiến đấu trên chiến trường Việt Nam, từ năm 1965 đến năm 1970, có lúc lên gần 600 ngàn quân (536 ngàn quân Mỹ và các đồng minh khác trên dưới 80,000 quân).

Quân bộ chiến Mỹ đã ồ ạt đổ bộ lên bờ biển Đà Nẵng từ năm 1965 mà chẳng có một thỏa thuận cam kết quan trọng gì hết bằng văn bản giữa 2 chánh phủ Việt Mỹ.

Đơn vị Mỹ đầu tiên đổ bộ lên bờ biển Đà Nẵng vào ngày 8 tháng 3 năm 1965, trong đó có 2 tiểu đoàn Thủy Quân Lục Chiến thuộc Sư Đoàn 3 TQLC *(the first U.S. ground combat troops landing in Vietnam (March 8, 1965), when two battalions from the 3rd Marine Division arrive at Da Nang - Vietnam magazine - Vol.28 No.4 - December 2015.*

Nghĩa là nhân cơ hội nội tình Việt Nam lúc bấy giờ (1965) chưa ổn định sau cuộc chính biến - đảo chánh sát hại Tổng Thống Ngô Đình Diệm ngày 2.11.1963. Các phe nhóm tướng lãnh, tôn giáo, đảng phái tranh dành quyền lực, hết đảo chánh đến chỉnh lý, rồi đổi sang biểu dương lực lượng, lên đường xuống đường chống đối lẫn nhau đủ thứ đủ kiểu hết.

Thời điểm này, là cơ hội thuận lợi bằng vàng CSBV ồ ạt đưa thêm quân chính quy và chiến cụ tối tân xâm nhập vào Miền Nam VN. Vì vậy, cũng là cái lý cớ mà Mỹ tự do đưa

các đại đơn vị bộ chiến đến Việt Nam tham chiến để đánh cộng sản "thay thế" thay vì trợ giúp VNCH với quân viện dồi dào như đòi hỏi trước đây của Tổng Thống Ngô Đình Diệm.

Trước đây, dưới thời Tổng Thống Việt Nam Cộng Hòa Ngô Đình Diệm, Tổng Thống Diệm không muốn hay cực lực chống đối Hoa Kỳ đưa đại quân Mỹ vào chiến trường Việt Nam.

TT Diệm quan niệm CSBV phát động cuộc chiến tranh xâm lược miền Nam Việt Nam phải để QLVNCH chủ động trực diện chiến đấu tự vệ mới có đầy đủ chính nghĩa và chủ quyền quốc gia. Mỹ chỉ đứng đàng sau chánh phủ VNCH yểm trợ phương tiện chiến tranh, viện trợ tài chánh, huấn luyện quân sự, giúp đỡ chính quyền VNCH thêm vững mạnh để tự vệ đánh trả lại quân CSBV. Nhưng, chánh sách Mỹ lúc bấy giờ, có lẽ bị thúc ép bởi giới tài phiệt nhằm tiêu thụ vũ khí, hay Mỹ muốn thử nghiệm chánh sách mới nên phải đưa quân Mỹ trực tiếp tham chiến tại chiến trường Việt Nam?

Đến thời điểm, "sứ mệnh" hoàn thành khi Mỹ "đi đêm" bắt tay được với Trung cộng thì Mỹ tự ý rút quân và cắt viện trợ VNCH cho sớm chết, một hình thức biếu tặng cộng sản Tàu, cộng sản Việt...món quà Miền Nam Việt Nam sụp đổ, ngày 30.4.1975.

Quân Mỹ tham chiến ồ ạt ở Việt Nam cũng là lúc quân số Mỹ lên cao, tính từ tháng 8.1964 đến tháng 1.1973, trong 9 năm. Trước đó, từ năm 1955 và sau tháng 1.1973, quân Mỹ vẫn còn hiện diện giúp VNCH với một số quân nhỏ không trực tiếp chiến đấu.

Năm 1968 là năm có cuộc tổng công kích - tổng nổi dậy của tập đoàn cộng sản Bắc Việt trong dịp Tết Mậu Thân và tiếp theo các tháng sau đó, quân xâm lược cộng sản hoàn toàn thảm bại. Chúng nướng hàng trăm ngàn bộ đội, cán bộ và tất cả cơ sở "nằm vùng" bí mật ở miền Nam đã bị lộ diện phơi bày. Cái đau đớn nhứt của kế sách xâm lăng Miền Nam qua chiến dịch Tết Mậu Thân của Bộ Chánh Trị đảng cộng sản Việt Nam là không có nơi nào trên toàn quốc VNCH dân chúng nổi dậy tiếp tay với CSBV chống phá giựt sập chế độ VNCH. Như CSBV đã tổ chức học tập và các "đỉnh cao trí tuệ" cộng sản tiên đoán chuyện tất thắng phải xảy ra như vậy...

Hoa Kỳ và đồng minh đưa quân vào chiến trường Việt Nam càng nhiều thì số thương vong cũng càng lên cao.

LỰC LƯỢNG THAM CHIẾN CỦA VNCH & ĐỒNG MINH VÀ CỘNG SẢN

Dựa vào tài liệu trong Wikileaks mà cái mốc thời gian là năm 1968, được coi xem như là đỉnh cao của cuộc chiến Việt Nam với quân số của QLVNCH, Hoa Kỳ và các đồng minh lên đến con số chóng mặt 1,830,000 người, phân chia như sau:

Lực lượng tham chiến của Quân Lực Việt Nam Cộng Hoà (QLVNCH) **& Đồng minh**

- QLVNCH: 850,000 (có lúc lên trên 1,1 triệu)

- Mỹ: 536,000

Ngoài Mỹ còn có quân đồng minh khác trên dưới 80,000, gồm có:

- Đại Hàn 50,000

- Thái Lan 11,570

- Úc 7,672

- Phi Luật Tân 2,020

- Tân Tây Lan 552

Lực lượng cộng sản tham chiến - không kể đến các đại đơn vị và các đơn vị địa phương của cộng sản tại miền Nam (đều do CSBV chỉ huy), được gọi cái tên khá mỹ miều là Mặt Trận Giải Phóng Miền Nam (MTGPMN gồm những cán bịnh CS tập kết ra Bắc năm 1954, xâm nhập vào Miền Nam và những cán binh VC được cài đặt lại gọi là nằm vùng).

Tài liệu Wikileaks không có con số thống kê những thành phần to lớn này, chỉ có các con số các đơn vị chính quy xâm nhập từ Miền Bắc VN cùng với các "đồng chí" cộng sản quốc tế khác trực tiếp tham chiến. Tổng cộng là 461,000:

- Cộng sản Bắc Việt 287,465 (quân chính huy CSBV tương đương với quân số chính quy trực tiếp tác chiến của QLVNCH).

- Trung cộng 170,000 (từ năm 1965 đến năm 1969)

- Liên xô 3,000

- Bắc Hàn từ 300 đến 600

SỐ THƯƠNG VONG CỦA TA VÀ ĐỊCH

(Hai phía: CỘNG SẢN & QUỐC GIA - Bốn bên: QUÂN LỰC VIỆT NAM CỘNG HOÀ, HOA KỲ, CỘNG SẢN BẮC VIỆT & cái gọi là MẶT TRẬN GIẢI PHÓNG MIỀN NAM (MTGPMN)

Số chiến sĩ QLVNCH & Đồng Minh tử trận và bị thương:

- QLVNCH từ 220,357 đến 313,000 tử trận & 1,170,000 bị thương

Số thương vong của của Quân đội Mỹ và đồng minh:

- Mỹ 58,307 chết & 303,644 bị thương, trong đó có 153,300 bị thương nặng.

- Đại Hàn 5,099 chết - 10,962 bị thương & 4 mất tích

- Úc 500 chết & 3,129 bị thương

- Thái Lan 351 chết & 1,358 bị thương

- Tân Tây Lan 37 chết & 187 bị thương

- Phi Luật Tân 9 chết.

Số thương vong của phe cộng sản:

- Cộng sản BV và VC chết từ 444,000 đến 1,100,000 (hay cao hơn nhiều mà CSBV còn

che giấu) & hơn 600,000 bị thương

- Trung cộng 1,100 chết & 4,200 bị thương

- Liên sô 16 chết

Tổng cộng khối cộng sản:

* - CSBV & VC và các "đồng chí" Trung cộng & Liên sô chết từ 455,462 đến 1,170,462 và bị thương 608,000.

Đây là con số phỏng đoán của bên phiá Mỹ, cộng sản Bắc Việt hoàn toàn bưng bít giấu kín, có thể số thương vong của phía công sản tăng lên cao gấp đôi, ba...

***Chú Ý**: Số bộ đội cs bị thương cao gấp nhiều lần hơn quân VNCH và đồng minh vì cộng quân hứng chịu nhiều trận mưa phi pháo kinh hoàng. Nhưng, chúng chỉ còn có khoảng 608,000 thương binh còn phe đồng minh bị thương lên đến con số 1,490,000 chiến binh.*

Lý do chính do cán binh VC hồi chánh cho biết, những thương binh cộng sản thường bị cấp chỉ huy bắn bỏ ngay mặt trận khi đơn vị rút chạy khỏi chiến trường vì thương binh sẽ làm vướng chân, chúng đang "chém vè" chạy trốn nhanh và không còn phải nuôi dưỡng, chửa trị...

Số thường dân Việt Nam chết vì chiến tranh từ 627,000 đến trên 2 triệu người cả hai miền Nam Bắc. Nếu tính luôn số người chết của cả Đông Dương Việt Miên Lào, thường dân chết từ 847,000 đến hơn 2,500,000 người. Chưa kể, Khmer rouge (Khơ Me đỏ) của cộng sản Miên giết dã man dân của họ lên mấy triệu người sau năm 1975.

Tổn thất nhân mạng tính chung cho cả cuộc chiến Việt Nam, chết cả quân lẫn dân trên 3 triệu rưỡi người (có tài liệu nói 5 triệu rưỡi người) cũng chỉ vì CSBV xâm lăng và du nhập cái gọi là chủ thuyết cộng sản phi nhân vào miền Nam tự do chỉ giết nhiều người dân Việt vô tội và làm băng hoại đất nước.

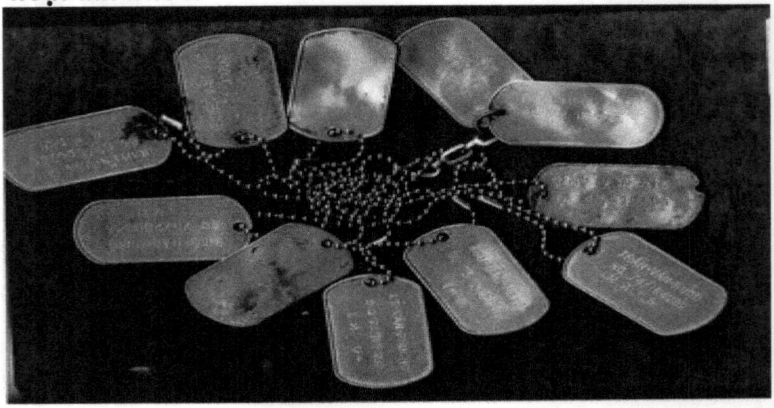

CHI PHÍ CHO CUỘC CHIẾN VIỆT NAM

Theo tài liệu thống kê của Mỹ, suốt cuộc chiến tranh Việt Nam gần 10 năm chính thức và tính thêm 12 năm "bán chánh thức" (từ năm 1955 đến năm 1965 và từ năm 1973 đến 30.4.1975), Hoa Kỳ đã chi phí và viện trợ VNCH trên 2 lãnh vực quân sự và cả kinh tế, lên đến con số 150 tỷ đô la. Trong khi đó Liên sô và Trung cộng chỉ tính riêng chi phí quân sự lên đến 2 tỷ đô la của Trung cộng và Nga sô $1 tỷ (con số này chưa chắc trung thực???).

Về phi cơ, quân Mỹ và QLVNCH bị thiệt hại 4,865 chiếc trực thăng, mỗi chiếc giá trên dưới $250,000, có 3,720 máy bay khác bị tiêu hủy. Một chiếc máy bay cánh quạt lớn hay các phản lực chiến đấu với giá thành cao hơn nhiều so với giá trực thăng.

Trên cả ba chiến trường Đông Dương Việt Miên Lào, quân Mỹ sử dụng bom trên 8 triệu tấn, cao hơn gấp 4 lần số lượng (2,236,000 tấn) sử dụng trong Đệ Nhị Thế Chiến (1939 - 1945).

Chi phí về bom đạn của 1 phi vụ B52 trên $30,000 chưa

kể xăng dầu và các thứ tổn phí khác. Về đạn đại bác các loại, tính trung bình 1 quả đạn thành tiền trên $100 mà quân Mỹ và QLVNCH sử dụng trung bình 1 ngày bắn 10 ngàn quả, trị giá trên $1 triệu...

Trên đây là những con số biết nói về một cuộc chiến phi lý, đáng lẽ không xảy ra nếu cộng sản quốc tế và CSVN không có ý đồ thôn tính cả nước Việt Nam.

Hơn nữa, cuộc chiến tranh dai dẳng tại Việt Nam giữa 2 đối cực quốc cộng cũng minh chứng rõ ràng thế giới dân chủ tự do và tập đoàn cộng sản quốc tế phải trả một cái giá quá đắt. Với sự đau thương mất mát to lớn về số người thương vong của 2 miền Nam Bắc Việt Nam (trên dưới 5 triệu), hơn 58 ngàn chiến sĩ Mỹ đã hy sinh cùng với nhiều ngàn chiến sĩ đồng minh khác của VNCH cũng đã chết trận. Và với chiến phí kinh hoàng hàng mấy trăm tỷ đô la thật là điên rồ, vô lý cũng vì đế quốc cộng sản quyết chiến chiếm cho bằng được Miền Nam Việt Nam để cào bằng với "xã hội chủ nghĩa" của Miền Bắc VN đang nghèo khổ cùng cực. Phi lý và phi lý - than ôi!!!

THẾ GIỚI TỰ DO & CỘNG SẢN QUỐC TẾ

Đất nước Việt Nam hay cả Đông Dương - Việt Miên Lào, nằm ở vị trí chiến lược - vô cùng quan yếu, làm cái đê, cái bờ ngăn chặn kế sách của cộng sản quốc tế tấn công xâm chiếm. Cộng sản quyết đưa làn sóng đỏ từ lục địa Trung Quốc lan tràn qua các nước, bước đầu nhuộm cả Việt Nam và Đông Dương, rồi đến vùng Đông Nam Á, từ thập niên 50. Kế tiếp, cộng sản Tàu âm mưu với tham vọng sẽ nhuộm đỏ cả Á Châu và liên minh với Liên Sô nhuộm đỏ cả thế giới.

Để ôn cố tri tân: Sau khi cộng sản chiến thắng ở đại lục Tàu - năm 1959 đánh bại Trung Hoa Dân Quốc - đạo quân khổng lồ của Thống Chế Tưởng Giới Thạch. Vì quân của họ Tưởng đang ngủ quên trên chiến thắng chung của phe đồng minh thời Đệ Nhị Thế Chiến (1939 - 1945) nên bị đạo quân "bần cố nông ngu dốt" cộng sản của họ Mao đánh bại. Đạo quân khổng lồ của "Tưởng xính xáng", phải tìm sinh lộ thoát thân để tồn tại, họ từ bỏ đất liền Trung Hoa trốn chạy ra hải đảo Đài Loan tử thủ. Với cái dù che của "đế quốc vĩ đại" Hoa Kỳ đã cứu giúp Trung Hoa Dân Quốc thoát khỏi nanh vuốt Trung cộng, tồn tại và giàu mạnh cho đến ngày nay.

Nếu làn sóng đỏ không kịp be bờ ngăn chặn ở Việt Nam, trước tiên cả 3 nước Đông Dương nằm trong quỹ đạo của cộng sản quốc tế, sau ngày 30.4.75 đã chứng minh rõ ràng. Theo chánh sách tằm ăn dâu hay chiến thuật domino, theo bài bản vết dầu loang, cộng sản quốc tế, sau Đông Dương, sẽ lần lượt thôn tính toàn cõi Đông Nam Á và tiến tới nhuộm đỏ cả Á Châu và thế giới "đại đồng".

Đảng tính không bằng trời tính. Nước Việt Nam chẳng may phải gánh chịu làm "sân chơi", chiến trường của cả hai thế lực: thế giới tự do và cộng sản quốc tế múa may quay cuồng suốt 20 năm chiến tranh khổ lụy giết chết trên dưới 5 triệu rưỡi người của cả hai miền Nam Bắc Việt Nam - từ năm 1955 đến năm 1975. Chúng ta chưa tính tới số thương vong người Việt trong chiến tranh kháng Pháp từ sau Đệ Nhị Thế Chiến (kết thúc năm 1945) cho đến năm 1954, có Hiệp Định Đình Chiến Genève ký ngày 20.7.1954.

Chủ nghĩa cộng sản thắng thế giới tự do hay tà thuyết thắng chánh nghĩa từ ngày 30.4.1975 tại sân chơi - chiến trường Việt Nam, đã đưa đất nước Việt Nam đến cảnh lụi tàn, suy vong. Dù VN cộng sản có đổi mới mấy thập kỷ qua, VNCS vẫn còn đứng tụt hậu, kém phát triển, lạc hậu về nhiều mặt, khốn khó như hiện nay.

Thêm vào đó, nước Việt Nam có nguy cơ bị chủ nghĩa xâm lược bá quyền nước lớn Trung cộng nuốt trọn một ngày không xa *(Theo văn bản của Hội nghị Thành Đô năm 1987 giữa CS Tàu và cộng sản Việt đã ký kết thỏa thuận đến ngày 5.7.2020 sẽ thành hiện thực - may chưa xảy ra mà Việt Nam cũng là một nước tự trị mà là chư hầu nằm trong sự thống lãnh bá quyền của Trung Cộng như Tây Tạng, Tân Cương, Nội Mông, Quảng Tây...).*

Theo kế sách của Tàu cộng, năm 2020 là giai đoạn I - Việt Nam là quốc gia tự trị. Hai mươi năm sau, giai đoạn II, đến ngày 5.7.2040 Việt Nam là quốc gia thuộc trị. Giai đoạn cuối cùng, cũng 20 năm, đến ngày 5.7.2060 nước Việt Nam trở thành một tỉnh của nước Tàu với tên mới của nước Việt Nam là Âu Lạc - tỉnh Âu Lạc *(dựa theo tài liệu Wikileaks vừa tiết lộ).* Nếu toàn dân Việt Nam dưới sự cai trị độc tôn ngu muội của chế độ toàn trị CSVN không nhất tề đứng lên lật đổ bạo quyền cộng sản để thoát khỏi sự kềm kẹp của đế chế cộng sản lưu manh thì Việt Nam sẽ bị Trung cộng đô hộ trở thành một tỉnh của Tàu, khó tránh khỏi.

Trong chiến tranh Việt Nam, đặc biệt, thời điểm khốc liệt nhứt, 1965 - 1975, 10 năm đọ sức giữa hai thế lực của thế giới dân chủ tự do và chủ nghĩa cộng sản quốc tế. Cái mạnh và thế yếu của quân đồng minh trong cuộc chiến tự vệ tại Miền Nam Việt Nam đã phơi bày để chúng ta rút kinh nghiệm.

1 - THẾ GIỚI DÂN CHỦ TỰ DO

Dân tộc Việt Nam là một dân tộc kiên cường bất khuất có truyền thống lâu đời được truyền thừa từ các triều đại thời 18 đời Vua Hùng lập quốc cho đến các triều đại đế quyền: Đinh, Lê, Lý, Trần, Lê, Nguyễn...

Cuộc chiến tranh quốc cộng do cộng sản quốc tế điều hợp chỉ huy, ủy nhiệm cho tên xung kích cộng sản Bắc Việt tiến chiếm xâm lược Miền Nam Việt Nam để nhuộm đỏ toàn thể nước Việt.

Miền Nam VN - một chánh thể cộng hòa tự do dân chủ như Hiệp Đình Đình Chiến Genève quy định, lấy vĩ tuyến 17 - sông Bến Hải - chia đôi Việt Nam thành hai thể chế chính trị khác biệt, quốc gia và cộng sản.

Vì vậy, thế giới tự do đã gởi quân hay hiệp sức, tham chiến khi cộng sản Bắc Việt (CSBV) xua quân xâm lược Miền Nam Việt Nam, cao điểm từ năm 1965 đến 30.4.1975. Ngoài Quân Lực Việt Nam Cộng Hòa, còn có các quân lực đồng minh:

- Hoa Kỳ - Đại Hàn (Nam Hàn) - Vương Quốc Thái Lan - Úc Đại Lợi - Tân Tây Lan - Cộng Hòa Cao Miên - Vương

Quốc Lào và các quốc gia hậu thuẫn, ủng hộ chính thể Việt Nam Cộng Hòa trên chính trường và các diễn đàn quốc tế:

- Phi Luật Tân - Trung Hoa Dân Quốc (Đài Loan) - Gia Nã Đại - Tây Đức - Anh Quốc - Nước Hồi Giáo Iran - Tây Ban Nha...

(H: Chiến trường sông nước Miền Tây).

Đặc biệt, Phi Luật Tân cũng có gởi quân, dù số nhỏ chỉ tiếp giúp công tác dân sự vụ, y tế...phục vụ dân thường ở vùng lửa đạn chiến tranh. Đoàn quân của Trung Hoa Dân Quốc (Đài Loan) cũng gởi quân không nhiều, không trực tiếp chiến đấu tại mặt trận và chỉ nhằm cố vấn, giúp QLVNCH xây dựng tổ chức ngành chiến tranh chính trị thêm vững mạnh. Tổng Cục Chiến Tranh Chính Trị của QLVNCH ra đời chính thức từ thời có Nội Các Chiến Tranh, năm 1965.

Với kinh nghiệm xương máu, Trung Hoa Dân Quốc cũng muốn VNCH học cùng bài học với quân đội của họ Tưởng, ngành chiến tranh chính trị phải thật vững mạnh như tổ chức chính trị trong quân đội của cộng sản Tàu. Vì đây là cuộc chiến tranh tổng lực của toàn dân giữa hai thế lực quốc gia dân chủ và chủ nghĩa cộng sản. Ngành chính trị phải đứng trên, lãnh đạo ngành chuyên quân sự - vũ lực như Trung Hoa Dân Quốc đang thực hiện, bảo vệ hữu hiệu đảo quốc Đài Loan.

Dù QLVNCH thực hiện theo kế sách cố vấn của quân đội Trung Hoa Dân Quốc cũng có Tổng Cục Chiến Tranh Chính Trị (như CSBV cũng có Tổng Cục CTCT và lãnh đạo toàn quân). Ngành chính trị trong QLVNCH lại luôn là thứ yếu, trong đơn vị chỉ đứng hàng phó nên có Tham Mưu Phó Chiến Tranh Chính Trị trong nhiều cấp đơn vị. Từ cấp Đại Đội tác chiến đến cấp Tiểu Đoàn, Trung Đoàn... cũng có cấp Phó CTCT hay là Phụ Tá CTCT... Điều này gây nhiều suy nghĩ không vui cho các sĩ quan hiện dịch CTCT với học trình đại học 2 năm tại Trường Đại Học CTCT (Đà Lạt), tốt nghiệp với cấp bậc thiếu úy thực thụ, trong khi đó sĩ quan tốt nghiệp Thủ Đức ra trường với cấp bậc Chuẩn Úy, học ở quân trường (8-10 tháng), hơn 1 năm sau lên Thiếu Úy có thể giữ chức Đại Đội Trưởng.

Khi có Thiếu Úy Chiến Tranh Chánh Trị (CTCT) về đơn vị, chỉ làm phó, không bao giờ được làm trưởng dù có thời gian thụ huấn lâu hơn, cấp bậc thâm niên hơn... Có nhiều sĩ quan tốt nghiệp CTCT muốn làm trưởng (như Đại Đội Trưởng tác chiến) phải làm đơn ra khỏi ngành để được làm trưởng ở đơn vị thấp hoặc đơn vị cao khi lên cấp bậc... Vì vậy, ***ngành chiến tranh chính trị QLVNCH "yếu xìu",*** có phải đây là một trong nhiều yếu tố quan trọng khác đưa đến ngày 30.4.1975 tủi nhục.?

2 - CỘNG SẢN QUỐC TẾ

Cộng sản Bắc Việt được thế giới cộng sản ủng hộ, yểm trợ tối đa mọi phương tiện chiến tranh kết thành một liên minh quân sự đoàn kết thống nhất:

- Trung Cộng - Liên sô - Cu Ba - Cộng sản Bắc Việt - Việt Cộng (CSBV trá hình) - Khmer Rouge - Pathet Lào, Bắc Hàn...

Cộng sản quốc tế luôn hậu thuẫn vững chắc cho cộng sản Bắc Việt trên chính trường và các diễn đàn quốc tế, ngay cả tại cơ quan Liên Hiệp Quốc như:

- Bắc Hàn - Cuba - Tiệp Khắc - Bảo Gia Lợi - Đông Đức - Ba Lan...

Nếu so sánh dân số các nước của 2 khối, chúng ta sẽ thấy, khối cộng sản quốc tế có dân số, tính theo thời điểm năm 1965, có khoảng trên 1 tỷ rưỡi người. Trong khi đó, thế giới tự do, chỉ có Mỹ với dân số trên 250 ngàn người và các nước của khối thế giới tự do trực tiếp ủng hộ chính thể VNCH của Miền Nam VN vào khoảng xấp xỉ 200 triệu người nữa. Nếu tính chung dân số của thế giới tự do, chỉ bằng chưa tới 1/3 dân số của khối cộng sản quốc tế ủng hộ cộng sản Bắc Việt (CSBV).

Theo tài liệu qua Wikipedia, các nhà phân tích thời sự chỉ ra hai miền Nam Bắc Việt Nam có những lãnh tụ đứng mũi chịu sào (Commanders & Leaders) tiến hành chỉ huy cuộc chiến tranh Việt Nam (Vietnam War).

CÁC NHÀ LÃNH ĐẠO CHỈ HUY VIỆT NAM CỘNG HÒA:

- Tổng Thống Đệ Nhất Cộng Hòa Ngô Đình Diệm

- Tổng Thống Đệ Nhị Cộng Hòa Nguyễn Văn Thiệu (+Trần Văn Hương) - Thủ Tướng (Phó Tổng Thống VNCH) Nguyễn Cao Kỳ

- Đại Tướng Tổng Tham Mưu Trưởng Cao Văn Viên

- Trung Tướng Ngô Quang Trưởng (Tư Lệnh QĐ4 & QĐ1) (tài liệu này không đề cập các vị tướng khác...)

CÁC NHÀ LÃNH ĐẠO CHỈ HUY HOA KỲ:

- Tổng Thống Kennedy - Tổng Thống Johnson - Tổng Thống Nixon

- Bộ Trưởng Quốc Phòng Mc Namara

- Đại Tướng Westmoreland - Đại Tướng Abrams - Đại Tướng Weyand.

Qua tài liệu này, chúng ta thấy rằng cuộc chiến Việt Nam, phía quốc gia, QLVNCH tiến hành cuộc chiến có tính cách phòng thủ, tự vệ chống lại sự xâm lược của CSBV và chịu "lép vế" đối với quân đội Mỹ về sự chỉ huy lãnh đạo chiến lược. Mỹ đã trải qua 3 Tổng Thống - 3 Đại Tướng Tổng Tư Lệnh chiến trường VN và một ông Bộ Trưởng Quốc Phòng. Và tài liệu không đề cập đến vai trò lãnh đạo chính trị ngoại giao của con cáo già bán đứng VNCH cho cộng sản quốc tế: Ngoại Trưởng & Cố Vấn Chính Trị của Tổng Thống Mỹ là tiến sĩ Henry Kissinger. Trong khi đó cuộc chiến Việt Nam chỉ có 2 Tổng Thống, 1 Phó Tổng Thống, 1 Đại Tướng, 1 Trung Tướng được người Mỹ xếp hạng cũng là cấp lãnh đạo chỉ huy của cuộc chiến Việt Nam (hiểu ngầm là đứng sau Hoa Kỳ).

Một trớ trêu, chính phủ VNCH và cố vấn Hoa Kỳ cùng đứng chung chiến tuyến chống cộng nhưng thường có ý kiến trái chiều, được gọi là "đồng sàng dị mộng". Từ thời Tổng Thống Ngô Đình Diệm có chủ trương và phương cách chống cộng khác biệt với Hoa Kỳ nên Tổng Thống Diệm bị sát hại. Qua thời Đệ Nhị Cộng Hòa, Tổng Thống Nguyễn Văn Thiệu đã kịch liệt chống đối cách hành xử của Mỹ, muốn có Hiệp Đình Ba Lê năm 1973 với bất cứ giá nào dù Hoa Kỳ phải bỏ rơi, hy sinh Miền Nam cho cộng sản Bắc Việt...

CÁC NHÀ LÃNH ĐẠO CHỈ HUY CỘNG SẢN BẮC VIỆT:

Tài liệu cũng chỉ cho thấy, các cấp lãnh đạo chỉ huy của cộng sản Bắc Việt hoàn toàn do các lãnh tụ cộng sản VN lãnh đạo chỉ huy không có cấp lãnh đạo chỉ huy công khai là người ngoại quốc (Trung Cộng - Nga Sô) và cộng sản Miền Nam (do CSBV trực tiếp chỉ huy) được gọi là Việt Cộng cũng là cộng sản Bắc Việt trá hình, đội lớp (lốt) từ nón cối (CSBV) sang nón tai bèo (VC):

- Chủ Tịch Đảng CSVN Hồ Chí Minh - Tổng Bí Thư Lê Duẫn - Đại Tướng Võ Nguyên Giáp - Đại Tướng Văn Tiến Dũng - Đại Tướng Lê Trọng Tấn - Thủ Tướng Phạm Văn Đồng.

CÁC NHÀ LÃNH ĐẠO CHỈ HUY VIỆT CỘNG - MẶT TRẬN GIẢI PHÓNG MIỀN NAM

Nhiều người Mỹ có quan niệm, suy nghĩ sai lầm, có lợi cho thế giới cộng sản tham chiến tại Việt Nam. Cũng là cán bộ cộng sản BV khi xâm nhập thành công vào lãnh thổ Miền Nam, được đổi màu đỏ thành màu hồng cũng là cộng sản, được gọi là Việt cộng, như là hai thực thể cộng sản Bắc và cộng sản Nam khác nhau. Nhưng, đó chỉ là một thứ cùng loại cộng sản cũng đỏ lòm không nên phân biệt màu đỏ của miền Bắc và màu hồng của miền Nam.

Vì vậy, Hội đàm Ba Lê có 2 phía mà 4 bên cùng tham gia hội nghị: VNCH - Mỹ và CSBV - VC. Nếu Mỹ muốn tăng trọng lượng thể diện cho chính thể VNCH thì Mỹ không nên có trong phái đoàn hòa đàm cũng như Việt cộng cũng sẽ không có trong cuộc hoà đàm này.

Như thế, cuộc hòa đàm có thể sẽ không đi đến kết quả

(H: MTGPMN giải phóng dân thường).

có Hiệp Định Ba Lê năm 1973, gọi là tái lập hòa bình cho nước Việt Nam mà kỳ thực VNCH bị Mỹ bán đứng cho CSBV để đổi lấy tù binh Mỹ và rút quân về nước trong "danh dự" như Mỹ rêu rao.

Tài liệu này còn ghi rõ phía Việt Cộng "có công" trong cuộc chiến xâm lược VNCH:

- Đại Tướng Hoàng Văn Thái (từng là Tổng TMT/QĐ CSBV) - Thượng Tướng Trần Văn Trà và Tổng Bí Thư (đảng CSVN - những năm 1980) Nguyễn Văn Linh (ngụy danh trong tổ chức VC - MTGPMN là Mười Cúc) - Chủ Tịch MTGPMN - Luật sư Nguyễn Hữu Thọ.

Nhìn qua sân chơi chiến trường Việt Nam, Mỹ chủ động chỉ huy lãnh đạo phía thế giới tự do, thay vì chính thể VNCH phải là người đứng đầu mới có đầy đủ chính nghĩa như dưới thời Đệ Nhất Cộng Hòa của Tổng Thống Ngô Đình Diệm.

Sau cuộc đảo chánh - chính biến sát hại Tổng Thống VNCH Ngô Đình Diệm ngày 2.11.1963, Mỹ dành quyền chủ động trong cuộc chiến Việt Nam cho nên khi có hòa đàm Ba Lê, Mỹ coi xem là thành phần trụ cột của thế giới tự do, bí mật, đi đêm với CSBV và gạt VNCH qua một bên được coi xem là thứ yếu, ngang hàng với VC - MTGPMN (VC là cánh tay nối dài của CSBV). Tuy nói có hai thực thể CSBV & VC nhưng chúng cùng chung một lập trường, một kế sách. Còn phía dân chủ tự do, VNCH và Hoa Kỳ cũng là hai thực thể, nhưng hai thực thể đồng sàng dị mộng, khác biệt lập trường, chính kiến. Mỹ muốn làm vừa lòng CSBV để lấy tù binh và rút quân - một hình thức bỏ của chạy lấy người, mặc cho VNCH bị bức tử sụp đổ như ngày 30.4.1975.

Người Việt quốc gia, không chấp nhận chế độc tài toàn trị của chủ nghĩa cộng sản, rút ra được một bài học cay đắng thành người vong quốc như hiện nay, chúng ta ôn cố tri tân vậy.

CHƯƠNG HAI
(45 – 91)

TRỞ LẠI CHIẾN TRƯỜNG MIỀN TÂY LẦN ĐẦU
CÀ MAU - BẠC LIÊU - SÓC TRĂNG - CẦN THƠ
HẬU QUẢ CỦA CHIẾN DỊCH TỔNG TẤN CÔNG &
NỔI DẬY TẾT MẬU THÂN 1968 CỦA CỘNG SẢN
BẮC VIỆT
VÙNG IV CHIẾN THUẬT KIÊU HÙNG

TRỞ LẠI
CHIẾN TRƯỜNG MIỀN TÂY

Nhân một chuyến về quê thăm gia đình, tôi có dịp đi thăm bà con ở nhiều tỉnh Miền Tây - Đồng bằng sông Cửu Long, "những kỷ niệm xưa còn gợi ta chi?!" (một câu thơ của một nhà thơ) như là những mũi kim đâm vào da thịt, làm cho tôi nhớ lại chiến trường xưa ở Miền Tây đã nuốt trọn những năm tháng trai trẻ tươi đẹp nhứt cúa tôi - từ năm 1963 đến năm 1970.

Thời oanh liệt, nay còn đâu?! Sau hơn 62 năm (1962), bây giờ đã cận kệ tuổi U100, kỷ niệm chiến trường xưa lại dồn dập quay về trong ký ức.

Những biến cố về quân sự, những trận chiến ác liệt khác khắp các Vùng Chiến Thuật cũng trở lại trong tâm thức, những con số tử vong giữa ta và địch (VC), đồng minh. Những con số biết nói về những năm tháng nghiệt ngã trong các trại tù khổ sai "cải tạo" của cộng sản VN đối với những người ngã ngựa, chỉ vì tội yêu nước, yêu dân chủ tự do mà phải trả một cái giá quá đắt cho một kiếp người bị thua cuộc.

Tôi miên man suy nghĩ, nhớ nhiều, vội ghi lại để chúng ta những chiến sĩ già về tuổi tác mà sự nhận xét và suy nghĩ vẫn còn tinh anh và trung thực, ôn cố tri tân.

Trong loạt bài này, tôi viết về các chiến trường đẫm máu mà quân đội Đồng Minh - Mỹ trách nhiệm tại các vùng chiến thuật, chiến lược - địa đầu giới tuyến hay nơi đèo heo hút gió Cao nguyên, biên giới Việt Miên Lào...

Một điều dễ hiểu, các cây bút Việt Nam thường chăm chú các trận đánh lớn của QLVNCH, tôi muốn bổ túc cho thêm phong phú về các chiến trường xưa, các trận đánh lớn nhớ đời của cuộc chiến tranh Việt Nam từ sau Hiệp Định Genève 20.7.1954 đến ngày 30.4.1975.

Trước khi viết lại những chiến trường xưa do Quân Đội Mỹ trách nhiệm, tôi viết tổng lược những sự kiện lịch sử qua những con số biết nói.

Tôi còn nhớ một câu nói của một nhà văn Pháp: *Tout passe, tout casse, tout lasse, le souvenir seul est vivace* (Mọi sự đều qua đi, đều gãy đổ, đều mệt chán, chỉ có kỷ niệm là sống mãi). Người chiến sĩ thứ thiệt lại còn chịu chơi, trong mọi hoàn cảnh “hoạn nạn tương cứu, sanh tử bất ly” nên thường nhớ thời quá khứ xa xưa.

Dấu ấn thời gian một thuở tung hoành, nay tuổi già xế bóng, ngoảnh mặt lại, chỉ còn trông thấy một màu xanh xanh đang nhô lên, ló dạng ở chân trời hay ống khói cao ngất vẫy gọi...

Nhân ngày Cựu Chiến Binh (Veterans Day 2014) 11 – 11, Mitch Stacy viết một bài, trong mục Remembering WW II veterans, hảng thông tấn Associated Press (AP) phổ biến, với tựa đề: ***U.S. is losing its WWII heroes*** và với phụ đề bên dưới: *Nearly 1,000 vets die each day nationwide; within 15 years the "greatest generation" may be nearly gone.* Những chiến sĩ tham dự Đại Chiến Thế Giới II, những năm 40 "thế hệ vĩ đại nhất" của Hoa Kỳ (và nhiều nước khác) đang lụi tàn và sẽ mất hút trong vòng 15 năm nữa (từ năm 2014).

Hiện nay, mỗi ngày có khoảng 1,000 người cựu chiến binh thời Đệ Nhị Thế Chiến (39 – 45), chỉ riêng ở Hoa Kỳ, đã ra đi về cát bụi.

Hoa Kỳ đã tham chiến ở hải ngoại gọi là Foreign Wars, rất nhiều lần, từ đệ nhất, đệ nhị thế chiến, chiến tranh Hàn Quốc, Việt Nam và gần đây chiến tranh vùng Vịnh, Kuwait, Afghanistan, Iraq...

Chỉ có cuộc chiến tranh VN có thể nói theo cách nói của các nhà ngoại giao Mỹ "không thắng không thua". Nhưng, chúng ta biết, Mỹ chỉ có ôm đầu máu "bỏ của chạy lấy người" và nướng miền Nam Việt Nam vào lò thiêu của tập đoàn CS quốc tế. Còn những cuộc tham chiến khác, Hoa Kỳ đều chiến thắng và vẻ vang nhất là trận chiến thế giới lần thứ hai nên người Mỹ gọi thế hệ tham chiến này là **Greatest Generation - thế hệ vĩ đại nhất**.

Những chiến binh đệ nhất thế chiến (1914 – 1918), nay (2014) nếu còn sống cũng trên trăm tuổi, chẳng còn mấy người. Những chiến binh thời đệ nhị thế chiến, trẻ nhất,18 tuổi vào năm 1945, đến năm 2014, gần trọn 70 năm sau, đến nay cũng đã lên trăm tuổi - bách tuế. Chiến tranh Hàn Quốc (50 – 53) và cuộc chiến Việt Nam mà Mỹ trực tiếp tham chiến (65 – 73). Nói đúng hơn, HK đã bắt đầu tham chiến ở Việt Nam từ năm 1955, nay các cựu chiến binh Mỹ cũng già nua, tàn tạ, xếp hàng chờ lệnh "lên đường" sang qua thế giới khác.

Các thế hệ chiến binh trong các cuộc chiến gần đây, chừng một hai thập niên nữa cũng đến thời điểm giã từ vũ khí, về với cát bụi.

Nghĩ cho cùng, kẻ chiến thắng, người thua cuộc, trước sau gì cũng đến ngày đi về "Cõi Vô Cùng" (tên một cuốn truyện của nhà văn nữ, đang ở Houston - Texas, Nguyên Nhung).

Nhiều vì sao đã lần lượt rơi rụng dần của 2 miền Nam Bắc VN, những vị tướng trẻ nhất trong QLVNCH gần như không còn mấy vị còn sống hiện nay. Tướng trẻ nhất là Chuẩn Tướng Mạch Văn Trưởng (cựu Tư Lệnh Sư Đoàn 21 Bộ Binh - đang sinh sống tại Houston - Texas cũng đã qua đời), Thiếu Tướng Lê Minh Đảo (cựu Tư Lệnh Sư Đoàn 18 Bộ Binh - định cư ở Connecticut), người của cuộc chiến anh hùng An Lộc cũng về với cát bụi, cách đây vài năm. Trung Tướng Nguyễn Vĩnh Nghi nguyên Tư Lệnh Sư Đoàn 21 BB, Tư Lệnh Quân Đoàn IV & Quân Khu IV, Chỉ Huy Trưởng Trường Bộ Binh Long Thành (Thủ Đức cũ) và chức vụ cuối cùng là Tư Lệnh tiền phương của Quân Đoàn III đặt tại căn cứ Không Quân Phan Rang. Mặt trận Phan Rang bị vỡ, cộng quân tràn ngập. Trên đường rút quân, Trung tướng Nguyễn Vĩnh Nghi và cả bộ tham mưu của Bộ Tư Lệnh tiền phương Quân Khu III bị cộng sản phục kích bao vây bắt làm tù binh. Cùng bị bắt với Trung Tướng có Chuẩn tướng Tư Lệnh Sư Đoàn Không quân (Nguyễn Ngọc Sang?) trú đóng tại phi trường Phan Rang và nhiều sĩ quan cấp tá, uý... Trong đó có Thiếu tá Phan Kỳ Nhơn (sinh năm 1936 - cháu gọi cố Quốc Trưởng Phan Khắc Sửu bằng bác ruột. Thiếu tá Nhơn là bạn thân với người viết từ Trung đoàn 33 BB và mãi cho đến bây giờ). Anh chỉ huy Quân cảnh theo bảo vệ Trung Tướng Nghi và Bộ chỉ huy hành quân. Chuẩn Tướng Không quân (Sang) đã mất khá lâu nay đến Trung tướng Nguyễn Vĩnh Nghi cũng đã giã từ vũ khí vào thượng tuần tháng 11.2024 tại tiểu bang Arkansas.

Thế hệ thanh niên trong cuộc chiến ý thức hệ quốc cộng - hay còn gọi là cuộc nội chiến huynh đệ tương tàn đẫm máu nhất trong lịch sử Việt Nam rồi cũng tan biến vào cõi hư vô và lúc ấy chế độ cộng sản cũng đã đi vào cõi hư không, đất nước Việt Nam sẽ hồi sanh, an bình ấm no thạnh phúc, không còn hận thù và chắc chắn dân giàu nước mạnh sẽ đến với dân tộc Việt Nam - người viết cầu mong như thế!

Miền Tây còn có tên gọi về lãnh vực quân sự là Vùng IV Chiến Thuật hay sau năm 1970 gọi là Quân Khu IV. Về địa lý có 16 tỉnh với 92 quận, tiếp giáp với Vùng III Chiến Thuật từ tỉnh Long An, có ven biển dài dọc theo bờ Biển Đông, từ tỉnh Gò Công đến tỉnh Kiên Giang (Hà Tiên) và đường biên giới Việt Miên rất dài, từ Hà Tiên (Kiên Giang) qua các tỉnh Châu Đốc, Kiến Phong, Kiến Tường.

Miền Tây đồng nghĩa với vùng đồng bằng sông Cửu Long, một vùng đất vô cùng phì nhiêu, màu mỡ nhờ đất phù sa bồi đắp hàng năm của hai con sông chính cũng là hai phụ lưu của con sông mẹ Cửu Long (Mékong): Hậu Giang và Tiền Giang.

Về mặt quân sự, Miền Tây hay là Vùng IV Chiến Thuật (Quân Khu IV) có 3 Sư đoàn bộ binh chủ lực (SĐ 7 - 9 - 21). Bộ Tư Lệnh Sư Đoàn 7 Bộ Binh trú đóng tại Định Tường (Thị xã Mỹ Tho). Bộ Tư Lệnh Sư Đoàn 9 Bộ Binh trú đóng tại Thị xã Sa Đéc. Bộ Tư Lệnh Sư Đoàn 21 Bộ Binh trú đóng trong Thị xã Bạc liêu. Ngoài ba sư đoàn chủ lực còn có trên dưới 300 ngàn Địa phương quân và Nghĩa quân trấn đóng khắp nơi trên lãnh thổ diện địa xã ấp vùng biên giới, vùng biển và nông thôn. Quân chánh quy của cộng sản Bắc Việt thường xâm nhập vào lãnh địa Miền Tây bằng hai hướng: đường biển và đường biên giới Việt Miên.

Về Hải quân có Bộ Chỉ Huy (hay Bộ Tư Lệnh) Vùng IV Sông Ngòi, trú đóng tại Cần Thơ và nhiều Giang đoàn của Hải quân hiện diện gần như khắp các tỉnh Miền Tây vì miền Tây là vùng sông nước, sông rạch chằn chịch như màn nhện. Ngoài ra tại Mũi Cà Mau còn có Bộ Tư Lệnh Vùng V Duyên Hải trực thuộc Bộ Tư Lệnh Hải Quân trung ương, không trực thuộc chỉ huy của Bộ Tư Lệnh Vùng IV Chiến Thuật.

Về Không Quân có Sư Đoàn IV Không Quân trú đóng tại sân bay lớn nhất Miền Tây - phi trường Trà Nóc (trong thành phố Cần Thơ). Một phi trường quân sự tại Ba Xuyên (Sóc Trăng) dành riêng cho phi cơ trực thăng vừa huấn luyện phi công và vừa tham chiến hành quân trực thăng vận của ba sư đoàn bộ binh và Biệt Động Quân....
Hải Lục không quân kể cả thiết giáp, pháo binh, công binh chiến đấu và công binh kiến tạo và Biệt Động Quân... đều hiện diện tại Vùng IV Chiến Thuật trong một lực lượng quân sự tổng hợp tất cả các binh chủng, quân chủng trong Quân Lực Việt Nam Cộng Hoà.

Mỗi lần nhắc đến Miền Tây hay Vùng IV Chiến Thuật cả một bầu trời kỷ niệm thân thương của đời binh nghiệp của tôi. Qua bảy năm p0hu5c vụ ở Miền Tây, chủ yếu là ở Tây Đô và hơn một năm, phục vụ tại Trung đoàn 33 Bô Binh là đơn vị lưu động xung kích của Sư Đoàn 21 Bộ Binh.

Tôi từng theo đơn vị hành quân của Trung đoàn tham dự các cuộc hành quân lùng diệt địch tại Châu Đốc, Kiên Giang (vùng sản xuất xi măng Kiên Lương và quận Hà Tiên), Cà Mau...

Tôi cũng từng nếm trải các lần bị phục kích đường bộ, đường sông, vùng Nhà Bàng (Thất Sơn) suýt lên bàn thờ, được "thuyên chuyển về Vùng V Chiến Thuật"

HẬU QUẢ CỦA CHIẾN DỊCH TỔNG TẤN CÔNG & NỔI DẬY TẾT MẬU THÂN 1968 CỦA CỘNG SẢN BẮC VIỆT

Chiến tranh Việt Nam kéo dài đến năm 1968, sau 3 năm trực tiếp chiến đấu, quân Mỹ đã tiêu tốn nhiều tỷ đô la, có hàng chục ngàn lính Mỹ tử trận mà cuộc chiến tranh VN chưa biết bao giờ kết thúc.

Vào dịp Tết Mậu Thân - năm 1968, VNCH và CSBV thỏa thuận ngừng chiến để 2 bên quốc cộng hưu chiến đón mừng năm mới, ăn Tết Mậu Thân - năm 1968. CSBV cùng với cái gọi là Việt Cộng (Mặt Trận Giải Phóng Miền Nam -

MTGPMN, CSBV trá hình) lợi dụng cuộc hưu chiến này, chúng tung ra chiến dịch Tổng Tấn Công và Tổng Nổi Dậy Tết Mậu Thân - năm 1968 khắp lãnh thổ miền Nam, đã gây ra chết chốc đau thương cho biết bao thường dân vô tội VN. Đặc biệt với thành Phố Huế có hơn 7 ngàn người già trẻ bị CS thảm sát, thủ tiêu và chôn sống...

Trong bối cảnh này, phong trào phản chiến Mỹ đã đồng loạt nở rộ khắp mọi nơi trên đất nước Hoa Kỳ, đặc biệt là tại các trường đại học của Mỹ với biết bao cuộc xuống đường rầm rộ thường xuyên chống Mỹ tham chiến ở Việt Nam. Có nhiều vụ bạo động, xô xát giữa cảnh sát chống dẹp biểu tình với các sinh viên Mỹ, có nhiều người bị thương vong. Và các cuộc chống đối, phản chiến ở Mỹ lây lan sang các nước phương tây và thế giới. **(H: CSBV chiến thắng "vẻ vang" tại Huế - Tết Mậu Thân, 1968)**

Trước đây, chiến trường VN chỉ quanh quẩn ở các căn cứ địa, mật khu rừng núi, địa thế hiểm trở hay các làng mạc xa xôi, heo hút. Đến năm 1968, CSBV đưa chiến trường vào thành phố, thị xã, tỉnh lỵ ngay cả Toà Đại Sứ Mỹ - một nơi gọi là bất khả xâm phạm, Thủ đô Sàigòn của VNCH, Thành phố cổ Huế và hàng chục tỉnh lỵ, thị xã... Khắp 4 vùng chiến thuật bị cộng quân đồng loạt tấn công, dù VNCH bị bất ngờ lúc ban đầu, sau đó CSBV & VC bị quân Việt Mỹ và đồng minh đánh trả mãnh liệt gây tổn thất vô cùng lớn lao cho chúng và cộng quân phải "chèm vè" trốn chạy vô sâu vùng rừng núi hiểm trở, các căn cứ địa - mật khu.

Về mặt chánh trị, CSBV đã giáng một đòn chí tử vào chính thể VNCH và Chính phủ Mỹ, CSBV đã chiến thắng vẻ vang về mặt tuyên truyền ngoại giao, chính trị, kích động tinh thần chống chiến tranh Việt Nam lên cao điểm qua các diễn đàn quốc tế và quan trọng nhứt là tại chính quốc Hoa Kỳ. Sự kiện này đã thúc đẩy mạnh mẽ, đưa phong trào phản chiến Mỹ lên cao tột đỉnh, kích động lòng dân Mỹ chống lại chiến tranh ở VN bằng mọi giá.

Cuộc chiến VN đã thật sự sa lầy, Mỹ vì quyền lợi, bị ràng buộc, phải tương nhượng với 2 siêu cường cộng sản Tàu và Liên Sô, cho nên Mỹ bị cột tay, không thể tốc chiến tốc thắng CSBV như dự kiến ban đầu của các nhà hoạch định chính sách của Mỹ (từ 1 đến 3 năm). Nay, người dân Mỹ phải hy sinh xương máu càng ngày càng lên cao và tổn phí ngân sách quốc phòng càng ngày càng chồng chất...

Cái gì đến tất phải đến, cuộc chiến VN kết thúc bi thảm cho Miền Nam VN - chính thể VNCH bị sụp đổ toàn diện và đồng bào miền Nam đi vào con đường xã hội chủ nghĩa bần cùng tủi nhục từ ngày 30.4.1975 cho đến nay.

Ngày nay, dưới con mắt của những người viết sử hay những ai từng trải chiến đấu, có tầm nhìn chiến thuật, chiến lược - những thức giả am hiểu tình thế về cuộc chiến ý thức hệ quốc cộng 30 năm ở VN (1945 - 1975), thấy rõ. Nếu Mỹ chỉ để QLVNCH đối chọi với đạo quân đông đảo của CSBV mà QLVNCH vẫn chiến thắng. Mỹ và quân đồng minh khác đứng ngoài vòng chiến, chỉ yểm trợ tối đa phương tiện chiến tranh: súng tốt, đạn nhiều, phi pháo dồi dào, đời sống gia đình người lính được bảo đảm, CSBV không tài nào mà chiếm được Miền Nam VN.

Chúng ta biết, một người lính Mỹ với tốn phí cao gấp từ 10 đến 20 lần so với 1 chiến sĩ QLVNCH. Tốn phí ngân sách quốc phòng Mỹ quá cao, lính Mỹ chết càng lúc càng nhiều, dân chúng Mỹ không còn đủ kiên nhẫn, chịu đựng, hy sinh cho nên phong trào phản chiến tại Mỹ càng ngày càng dâng cao. Còn quân CSBV nghèo khổ lại không quý trọng sinh mạng, được Tàu cộng và Liên Sô hà hơi tiếp sức, chỉ có giúp nhiều phương tiện chiến tranh, cho nên cộng quân có chết nhiều không sao cả miễn chiếm được miền Nam.

Nếu Quân Lực Việt Nam Cộng Hoà trang bị đầy đủ và được trui rèn huấn luyện tốt như một quân đội chính quy hiện đại của các nước tiên tiến trên thế giới. Hơn nữa, với đầy đủ cơ giới, máy bay, tàu chiến các loại mà cộng quân không có, pháo binh, súng đạn được tiếp tế nhanh chóng dồi dào, lại có chánh nghĩa với cuộc chiến đấu tự vệ, nên ở vào thế thượng phong, VNCH sẽ tất thắng và CSBV phải thảm bại.

Ai cũng thấy, thời Đệ Nhất Cộng Hòa, sau năm 1956, Cố vấn Mỹ chỉ có 800 người mà QLVNCH luôn làm chủ chiến trường, chiến thắng và chiến thắng liên tục. Hơn nữa, QLVNCH đã chận đứng được nguồn tiếp vận về người và vũ khí từ miền Bắc tuồn vào chiến trường Miền Nam qua đường bộ hay đường biển. Với Quốc Sách Ấp Chiến Lược, cán binh cộng sản đã bị vô hiệu hóa sự xâm nhập vào chung sống với dân chúng để nhận tiếp tế, che chở. Đến cuối năm 1964, Cố Vấn Mỹ tăng lên 23 ngàn người, chiến tranh đã khởi động leo thang. Từ năm 1965 đến năm 1968, có Cố Vấn Mỹ ở các đơn vị từ cấp Tiểu đoàn trở lên và nhiều đại đơn vị Mỹ đến VN, tính chung lên 485 ngàn quân. Đến năm 1968, con số này vượt trên 550 ngàn quân Mỹ, nếu tính cả các đơn vị đồng minh khác, quân "ngoại nhập" - không phải QLVNCH lên gần 600 ngàn người. Chưa kể, sau vụ CSBV mở chiến dịch với cái gọi là tổng công kích tổng nổi dậy Tết Mâu Thân - 1968, Chính Phủ VNCH có lệnh tổng động viên mới, đưa quân số QLVNCH lên trên 1 triệu 100 ngàn quân - quân số VNCH đông đứng hàng thứ 4 trên thế giới.

Chiến trường VN thật sự sôi động khi 2 quân đội chính quy Mỹ và CSBV đổ quân ồ ạt vào chiến trường VN với các loại vũ khí hiện tại tối tân của Mỹ và của khối CS quốc Tế Nga Tàu. Trong khi đó, QLVNCH vẫn còn sử dụng những loại vũ khí cũ của thời Đệ Nhị Thế Chiến và Chiến tranh Hàn Quốc. Trận chiến Tết Mậu Thân - 1968 xảy đến, chính phủ Mỹ mới viện trợ nhỏ giọt súng mới M16 cho các đơn vị thuộc lực lượng tổng trừ bị QLVNCH để đánh trả, đương đầu với súng AK 47 hiện đại của cộng sản quốc tế. Sau đó, mới đến các đơn vị Sư Đoàn Bộ Binh, thay thế súng Garant M1, Carbine M1 lỗi thời, Đại liên 30 được thay thế đại liên 50...Trực thăng cũ kỹ già nua nặng nề H21 thường rớt, gây tai nạn được thay thế HU1(A - B...) mới hơn. Kể cả chiến đấu cơ cánh quạt chậm chạp cũng được tăng cường thêm chiến đấu cơ phản lực F5, tàu chiến cũng vậy, toàn là loại tàu cũ, phế thải tân trang lại.

Tóm lại, Mỹ viện trợ những vũ khí, phương tiện chiến tranh loại cũ mèm, phế thải được tân trang đôi chút. Nếu chính sách viện trợ của Mỹ thật lòng giúp QLVNCH làm nổ lực chính để chiến đấu chống CSBV như cung cấp các phương tiện, vũ khí tối tân như các đơn vị Mỹ ngay từ đầu, chắc chắn không có ngày Quốc Hận 30.4.1975 nhục nhã và đau buồn.!!!

TRANG QUÂN SỬ CŨ
Vùng 4 Chiến Thuật Kiêu Hùng

Hình tác giả chụp năm 1999

Trước năm 1975 hay sau này ra hải ngoại có mấy ai còn nhớ Trung Tướng Đặng Văn Quang là một vị tướng hùng, lập nhiều chiến công nhất ở miền Tây Nam Bộ – Vùng Đồng Bằng Sông Cửu Long, ông bị hàm oan tội tham nhũng gộc của nền Đệ Nhị Cộng Hòa. Hầu hết quân nhân và dân chính hay những ai thường theo dõi báo chí thời bấy giờ đều tin như đinh đóng cột, Trung Tướng Đặng Văn Quang cựu Tư Lệnh Quân Đoàn 4 & Vùng 4 Chiến Thuật kiêm Đại Biểu Chính Phủ Miền Tây là một tướng lãnh tham nhũng gộc mà chính báo giới (hình như tuần báo Diều Hâu, một tờ báo do một nhà báo Quân Đội chủ trương) xếp loại 4 tướng lãnh thanh liêm nhất: nhất Thắng nhì Chinh tam Thanh tứ Trưởng và 4 tướng tham nhũng nhất: nhất Trí nhì Quang tam Lan tứ Quảng (nếu tôi có nhớ sai xin qúy vị tướng lãnh và gia đình niệm tình tha thứ). Riêng về Trung Tướng Đặng Văn Quang, tương đối tôi có biết, nỗi oan khiên của ông dưới thời Tổng Thống Nguyễn Văn Thiệu dù Trung Tướng Đặng Văn Quang với 10 năm cấp bậc Trung Tướng (1965 – 1975), có lúc đảm nhận những chức vụ quan trọng: Phụ Tá Tổng Thống (Cố Vấn) đặc trách về Quân Sự, An Ninh Tình Báo

Quốc Gia và Tổng Thư Ký Hội Đồng An Ninh Quốc Gia. Nhưng tiếc thay, Tổng Thống Nguyễn Văn Thiệu hay phát ngôn viên chính phủ không có một lời đính chính người cộng tác gần gũi với Tổng Thống. Chính Trung Tướng Đặng Văn Quang cũng không có một lời cải chính công khai. Cựu Trung Tướng Đặng Văn Quang âm thầm gánh chịu nỗi oan khiên đó từ ngày còn ở trong nước cho đến ngày di tản ra nước ngoài ở Hoa Kỳ và Canada.

Nay, tác giả bài viết chỉ là một nhân viên cấp rất nhỏ dưới quyền thời xa xưa (trách nhiệm Trưởng Ban Thông Tin Báo Chí QĐ4 & V4CT) Trung Tướng Đặng Văn Quang giữ chức vụ Tư Lệnh, từ năm 1964 đến năm 1966. Tác giả biết sao nói vậy và nghĩ sao viết vậy, đúng với bản tính bộc trực của một người dân miền Tây – Nam Bộ chân chất.

ĐẠI CƯƠNG

Trước ngày 30 tháng 4 năm 1975, từ Bến Hải, vĩ tuyến 17, miền bắc của lãnh thổ Việt Nam Cộng Hòa, xuôi nam, đến miền cuối Việt, mũi Cà Mau, được phân định thành 4 Vùng Chiến Thuật và sau này đổi thành 4 Quân Khu về mặt quân sự cũng như phương diện hành chánh, trực thuộc chánh quyền trung ương.

Mỗi Vùng Chiến Thuật hay Quân Khu chỉ huy về mặt quân sự, bên cạnh có Tòa Đại Biểu Chánh Phủ quản trị về mặt hành chánh, đặt các tỉnh trong vùng vào trách nhiệm của Vùng Chiến Thuật (Quân Khu) gọi là Tiểu khu. Vị Tư Lệnh Quân Khu hay Vùng Chiến Thuật kiêm nhiệm chức trách Đại Biểu Chánh Phủ vì là trong thời chiến. Các vị Tiểu Khu Trưởng cũng kiêm nhiệm chức vụ Tỉnh Trưởng và cấp quận - Chi khu cũng có Chi Khu Trưởng kiêm nhiệm Quận Trưởng. Ở cấp xã cũng có Phân Chi Khu Trưởng, nhưng Xã Trưởng lại do dân bầu.

ĐỊA LÝ - THỔ NHƯỠNG

Bản đồ miền Tây dưới đây do CSBV vẽ lại - Trước năm 1975, Long An thuộc Quân Khu 3 - Miền Đông và Miền Tây có 16 tỉnh, 92 quận, không phải chỉ có 12 tỉnh và một thành phố như hiện nay.

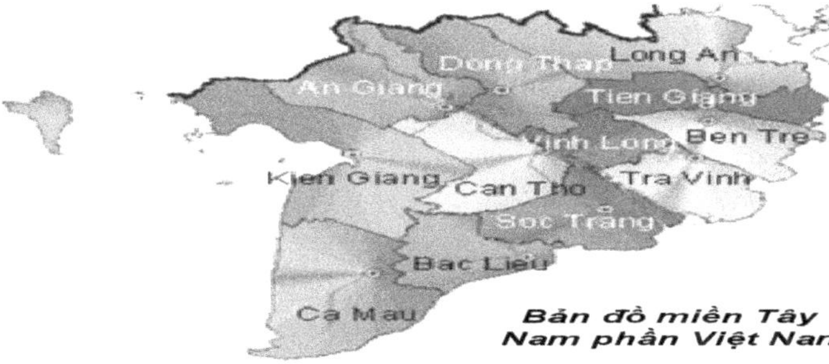

Bản đồ miền Tây Nam phần Việt Nam

<u>CHÚ Ý</u>: Bản đồ về địa lý Miền Tây năm xưa, trước năm 1975, không có tỉnh Long An mà đã có 16 tỉnh với 92 quận.

Chế độ mới, Miền Tây có thêm diện tích tỉnh Long An mà chỉ còn có tên 12 tỉnh như trong bản đồ.

Tôi chỉ xin đề cập đến các tỉnh Miền Tây, vùng đồng bằng sông Cửu Long còn gọi là Vùng 4 Chiến Thuật hay Quân Khu 4, một thời vang danh kiêu hùng.

Thị Xã Cần Thơ được mệnh danh là Thủ Đô của miền Tây – Nam Bộ nên có tên gọi là Tây Đô. Sở dĩ có tên gọi thân thương này vì ở đây có bản doanh Bộ Tư Lệnh Quân Đoàn 4 & Vùng 4 Chiến Thuật và Tòa Đại Biểu Chánh Phủ Miền Tây với các Nha Sở trực thuộc, có đài truyền hình, đài phát thanh và có cả nhựt báo của tư nhân. Miền Tây là vùng đất có nhiều phù sa, trù phú nhất, trung tâm điểm của nền kinh tế nông nghiệp phát triển và nghề nuôi cá nước ngọt cho đến ngày nay và tương lai.

Phía Bắc của Vùng 4 Chiến Thuật giáp với địa giới Vùng 3 Chiến Thuật. Phía Đông, kể từ bờ biển của tỉnh Gò Công, chạy dài qua nhiều tinh Định Tường, Kiến Hòa, Vĩnh Bình, Ba Xuyên, Bạc Liêu, An Xuyên (mũi Cà Mau), bờ biển tiếp tục chạy về hướng Tây Nam qua Kiên Giang đến Hà Tiên. Một bờ biển rất dài làm giàu cho ngành nuôi bắt hải sản ở biển và các loài thuỷ tộc ở vùng nước lợ. Từ phía Tây, Tây Nam, Tây Bắc giáp với nước láng giềng Kampuchia.

Tóm lại, Vùng 4 Chiến Thuật - đồng bằng sông Cửu Long là vùng đất mới, màu mỡ, phì nhiêu nhất Việt Nam, thế mạnh về nông nghiệp và nuôi bắt thủy sản với nước mặn, nước lợ và nước ngọt quanh năm có thể đủ cung ứng cái ăn cho cả nước.

Sự hình thành vùng đất màu mỡ của miền đồng bằng Nam Bộ, nhờ con sông Cửu Long từ Biển Hồ (Tonlé Sap) của xứ Chùa Tháp chảy qua biên giới Việt Nam ở tỉnh địa đầu Châu Đốc với 2 nhánh gọi là sông Tiền và sông Hậu. còn gọi là Tiền Giang và Hậu Giang. Hai con sông chánh Tiền Giang và Hậu Giang, nước chảy ra biển Đông (Nam Hải) với 9 cửa nên gọi là Cửu Long Giang: cửa Đại, Tiểu, Ba Lai, Hàm Luông, Cổ Chiên, Cung Hậu, Định An, Bassac, Tranh Đề (tôi moi trong trí nhớ khi còn học tiểu học cách nay hơn 70 năm). Chính sông Tiền và sông Hậu tiếp đưa đất phù sa từ thượng nguồn sông Mékong (Cửu Long), theo dòng nước chảy đổ xuống từ tháng 5 đến tháng 10 âm lịch (cũng là mùa mưa và lũ lụt gọi là mùa nước nổi) xuôi về đồng bằng miền Tây Nam Bộ tạo thành một thổ nhưỡng màu mỡ phì nhiêu tuyệt vời do thiên nhiên ưu đải ban tặng. Mỗi năm mũi Cà Mau được trường dài thêm ra biển.

Khi vào địa giới tỉnh Châu Đốc, sông Tiền chảy qua quận Tân Châu để xuôi ra biển qua các tỉnh Kiến Phong (Cao Lãnh), Sa Đéc, Vĩnh Long, Vĩnh Bình (Trà Vinh), Kiến Hòa (Bến Tre)... Sông Hậu chảy ngang qua tỉnh lỵ Châu Đốc từ 2 quận An Phú và Châu Phú, xuôi dòng về tỉnh An Giang (Long Xuyên), Phong Dinh (Cần Thơ), Vĩnh Long, Ba Xuyên (Sóc Trăng), Vĩnh Bình... Hai con sông Tiền và Hậu, tạo ra hàng chục phụ lưu lớn và nối liền hàng trăm phụ lưu nhỏ cũng như những kinh đào kết thành một mạng lưới đường thủy chằn chịt, sông nước hữu tình của khắp miền Tây Nam Bộ với 16 tỉnh và 92 quận...

VỀ MẶT QUÂN SỰ

Đồng bằng sông Cửu Long tức là Vùng 4 Chiến Thuật, chia thành 3 khu chiến có 3 Sư Đoàn Bộ Binh chính quy QLVNCH trách nhiệm. Khu Chiến Thuật Tiền Giang từ ranh giới của tỉnh Long An (V3CT) chạy xuống các tỉnh Định Tường (Mỹ Tho), Gò Công, Kiến Hòa (Bến Tre), Kiến Tường do Sư Đoàn 7 Bộ Binh trách nhiệm về an ninh lãnh thổ. Bộ Tư Lệnh SĐ 7 đặt tại Thị xã Mỹ Tho, sau chuyển qua Căn cứ Đồng Tâm, do SĐ 9 BB Mỹ bàn giao lại cho QLVNCH. Đây là các tỉnh tả ngạn của sông Tiền từ Biển Hồ (Tonlé Sap) ở xứ Chùa Tháp chảy xuống. Hữu ngạn sông Tiền có các tỉnh: Kiến Phong (Cao Lãnh), Sa Đéc, Vĩnh Long, Vĩnh Bình (Trà Vinh). Bắc Mỹ Thuận còn gọi Bến phà Mỹ Thuận (nay thành cầu Mỹ Thuận) nằm trên thủy lộ sông Tiền, bến phà bên trái (nghĩa là từ Thủ Đô Sài Gòn đi xuống) thuộc tỉnh Định Tường, bên phải thuộc tỉnh Sa Đéc và Vĩnh Long. Các tỉnh ở hữu ngạn sông Tiền tức là các tiểu khu về mặt quân sự thuộc Khu 41 Chiến Thuật, đặt thuộc quyền trách nhiệm của Sư Đoàn 9 BB, bản doanh tại Thị xã Sa Đéc.

Các tỉnh bị ảnh hưởng trực tiếp của con sông Hậu mà người Cần Thơ thường gọi theo người Pháp là sông Bassac. Khu 42 Chiến Thuật của vùng sông Hậu này, gồm các Tiểu khu Phong Dinh, Ba Xuyên, Chương Thiện, Kiên Giang (Rạch Giá), Bạc Liêu và An Xuyên (Cà Mau). Hai tỉnh Châu Đốc và AnGiang có lúc thuộc Khu 42 Chiến Thuật, có lúc thuộc Biệt Khu 44 hay Khu 41 Chiến Thuật.

Hồi thời còn là Vùng Chiến Thuật, V4CT có thêm Biệt Khu 44 (tương đương với Khu chiến thuật – Sư đoàn), bản doanh đặt tại Cao Lãnh (tỉnh Kiến Phong) bao gồm các tỉnh Kiến Phong, Kiến Tường, Châu Đốc (các tỉnh có biên giới với nước láng giềng Kampuchia nên có rất nhiều trại Lực Lượng Đặc Biệt - Trại Biệt Kích, thiết đặt tại các vùng biên cương này). Mỗi trại Biệt Kích gọi là A, nhiều trại A trong một khu vực trực thuộc B và cấp cao hơn B, chỉ huy tổng quát ở cấp Vùng, gọi là C nên Vùng 4 Chiến Thuật có C4 - LLĐB, bản doanh đặt ở sân bay cũ Cần Thơ.

Biệt Khu 44 có 5 vị Tư Lệnh tạo dấu ấn khó quên đối với những chiến sĩ phục vụ ở khu vực trọng yếu này, có cùng biên giới với xứ Chùa Tháp – Kampuchia. Vị Tư Lệnh thứ nhứt là Đại Tá Nguyễn Hữu Hạnh có đến 16 đứa con được Tòa Thánh Vatican vinh danh (Tham Mưu Trưởng QĐ4). Khi làm Tư Lệnh Biệt Khu 44 được vinh thăng Chuẩn Tướng và sau ngày 30.4.75, Chuẩn Tướng Hạnh lộ nguyên hình là Việt gian cộng sản nằm vùng. Giờ thứ 25 của ngày 30.4.75, Chuẩn Tướng Nguyễn Hữu Hạnh được cử làm quyền Tổng Tham Mưu Trưởng Bộ Tổng Tham Mưu khi Trung Tướng Vĩnh Lộc, vị Tổng Tham Mưu Trưởng cuối cùng của QLVNCH lên tàu Hải Quân đi tỵ nạn. Vị Tư Lệnh thứ hai là Đại Tá Phạm Văn Phú được vinh thăng Chuẩn Tướng. Khi thuyên chuyển về Vùng I Chiến Thuật, Chuẩn Tướng Phú làm Tư Lệnh Sư Đoàn 1 Bộ Binh. Sau lên Thiếu Tướng được bổ nhiệm chức vụ Tư Lệnh Quân Đoàn 2 & Vùng 2 Chiến Thuật cho đến ngày V2CT "di tản chiến thuật" bi thảm và Thiếu Tướng Phạm Văn Phú tuẫn tiết chết vào ngày đen tối của chính thể VNCH 30.4.75. Vị Đại Tá Tư Lệnh thứ ba là Đại Tá Võ Hữu Hạnh (thời gian cầm quyền rất ngắn nên không được đeo sao như 2 vị tiền nhiệm). Vị Tư Lệnh thứ tư, Đại Tá Trần Văn Hai, nguyên Tư Lệnh Cảnh Sát Quốc Gia, vinh thăng Chuẩn Tướng và đơn vị cuối cùng, Tư Lệnh Sư Đoàn 7 BB và tuẫn tiết chết vì sự đầu hàng của Đại Tướng Dương Văn Minh, ngày 30.4.1975. Người Tư Lệnh thứ năm, cũng là vị Tư Lệnh cuối cùng của BK44, nổi tiếng là mê đào hát BT, bị vợ ghen tưng bừng hoa lá làm hư bột hư đường nên không bắt được 1 sao như 3 vị Tư Lệnh tiền nhiệm. Tiếc thay! Cái khổ của người sĩ quan mê đào hát làm tắt nghẽn con đường hoạn lộ đang mở rộng thênh thang ở phía trước vì ông Đại Tá Tư Lệnh này thuộc gia đình qúy phái "hoàng tộc" đang "trị vì thiên hạ".

Tại Cần Thơ, có Bộ Tư Lệnh Quân Đoàn 4 và Vùng 4 Chiến Thuật cũng như Toà Đại Biểu Chánh Phủ Miền Tây đặt bản doanh ở đây.

Tôi từng làm sĩ quan Thông tin Báo chí của đại đơn vị này từ năm 64 đến đầu năm 1970, trải qua thời 7 vị tướng làm Tư Lệnh, trong đó có Trung Tướng Nguyễn Văn Thiệu, sau là Tổng Thống Việt Nam Cộng Hòa với 2 nhiệm kỳ.

NHỮNG NĂM THÁNG VANG DANH VÙNG 4 CHIẾN THUẬT

Sau cuộc lật đổ nền Đệ nhất Cộng hòa 1.11.1963, Đại tá Bùi Hữu Nhơn, Tư Lệnh Sư Đoàn 21 BB vinh thăng Thiếu Tướng, về đảm trách Tư Lệnh Quân Khu 5 (Quân đoàn 4 &V4CT sau này) thay thế Thiếu tướng Huỳnh Văn Cao?) Ở chức vụ này, Thiếu Tướng Bùi Hữu Nhơn đảm nhận rất ngắn, chừng một vài tháng và Thiếu Tướng Nhơn được điều về Trung ương – Sàigòn. Trong vòng 1 năm sau, Thiếu Tướng Bùi Hữu Nhơn bị giải ngũ vì không cùng phe cánh với các vị tướng khác đang nắm quyền lãnh đạo đất nước lúc bấy giờ (mặc dù cùng khoá với Đại tướng Nguyễn Khánh và Trần Thiện Khiêm). Hiện cựu Thiếu Tướng Bùi Hữu Nhơn đang cư ngụ tại California (đã qua đời thời cao điểm COVID 19). Trung Tá Cao Hảo Hớn Tư Lệnh Phó Sư đoàn 21 BB vinh thăng Đại tá giữ chức Tư Lệnh SĐ. 21BB (thay Thiếu Tướng Bùi Hữu Nhơn). Giai đoạn này, tôi đang phục vụ tại BCH Trung đoàn 33 BB, Bộ Chi Huy Hành Quân của Trung đoàn đóng tại Chà Là (Giá Ngựa) thuộc vùng gần U Minh Hạ, tỉnh An Xuyên (Cà Mau).

Đây là thời điểm. lên lon thăng chức và thay đổi cấp chỉ huy đơn vị xoành xạch vì có nhiều cuộc "chỉnh lý, biểu dương lực lượng - xuống đường - biểu tình", thay đổi cấp lãnh đạo, chỉ huy…như ăn cơm bữa tại trung ương Sài Gòn và tại các đại đơn vị.

TRUNG TƯỚNG NGUYỄN HỮU CÓ

Trước ngày đảo chánh 1.11.63, Đại Tá Nguyễn Hữu Có hình như giữ chức vụ Tư Lệnh Phó Quân Đoàn 3 do Thiếu Tướng Tôn Thất Đính làm Tư Lệnh và ông là một trong 2 vị Đại Tá (Đại Tá Nguyễn Văn Thiệu Tư Lệnh Sư Đoàn 5 Bộ Binh) nòng cốt cùng với các vị tướng lãnh khác trong cuộc lật đổ nền Đệ Nhất Cộng Hòa.

Sau cuộc đảo chánh, Đại Tá Có, Đại Tá Thiệu được thăng lên Thiếu Tướng 2 sao và giữ những chức vụ cao cấp trong Hội Đồng Tướng Lãnh tại trung ương. Thiếu Tướng Có được phân công về nắm chức Tư Lệnh Quân Đoàn 4 (Quân Khu 5 ở Cần Thơ mà Đại Tá Trần Thiện Khiêm từng làm Tư Lệnh đem quân về cứu nguy Tổng Thống Ngô Đình Diệm trong cuộc đảo chánh hụt ngày 11.11.60 do phe Đại

Tá Nguyễn Chánh Thi cầm đầu nên Đại Tá Khiêm được vinh thăng Thiếu Tướng trong chiến công này). Tướng Khiêm được đổi về trung ương đảm nhận chức vụ cao hơn, Tham Mưu Trưởng Bộ Tổng Tham Mưu và cũng là cái họa sau này cho Tổng Thống Ngô Đình Diệm, Tướng Khiêm, một người chủ xướng quan trọng trong cuộc đảo chánh thành công 1.11.63. Trung Tướng Có về Cần Thơ sau Thiếu Tướng Bùi Hữu Nhơn, cũng một thời gian ngắn và được thuyên chuyển về trung ương, giữ chức vụ cao hơn. Có thời quyền lực cao nhất của chánh thể VNCH với 3 nhân vật gọi là "chóp bu" mà CSBV thường rêu rao là Thiệu-Kỳ-Có. Tôi ở dưới quyền của vị Tư Lệnh Nguyễn Hữu Có một thời gian rất ngắn, chừng hơn 1 tuần.

Được biết Trung Tướng Nguyễn Hữu Có tốt nghiệp Khóa 1 Đập Đá tức Khóa Phan Bội Châu thời Quốc Trưởng Bảo Đại năm 1948 - 1949 tại Huế. Thiếu Úy Nguyễn Hữu Có đỗ Thủ khoa khóa này, ông nguyên là thiếu sinh quân được tuyển đi học. Sau những tháng thụ huấn tại đây, 10 sĩ quan đỗ đầu được Quân đội Pháp đưa sang Pháp học tiếp 1 năm tại trường École d'Application d'Infanterie Coetquidan ở tỉnh Bretagne. Mười sĩ quan được tuyển chọn theo học khóa đặc biệt đó gồm có các Thiếu Úy: Nguyễn Hữu Có, Nguyễn Văn Thiệu, Đặng Văn Quang, Nguyễn Văn Chuân...Trong khóa 1 Đập Đá, Thiếu Úy trẻ tuổi nhất là Đặng Văn Quang vì ông sinh năm 1929, khi tốt nghiệp Thiếu Úy tại Huế năm 1948 - 1949 vừa tròn 19 tuổi. Các vị tốt nghiệp các khóa sĩ quan dưới triều đại Quốc Trưởng Bảo Đại đầu tiên hầu hết đều nắm giữ những chức vụ quan trong trong guồng máy lãnh đạo quân sự quốc gia nền Đệ Nhị Cộng Hòa.

TRUNG TƯỚNG DƯƠNG VĂN ĐỨC

Tiếp theo vị Tư Lệnh tiền nhiệm là Trung Tướng Dương Văn Đức. Đây là một sĩ quan cấp tướng làm việc nhiều hơn nói, gương mặt vị tướng này lầm lì, uy nghiêm, thuộc cấp kính sợ…với cái liếc mắt nhìn thuộc cấp rất "có thần" của một cấp chỉ huy.

Trong suốt thời gian tôi làm sĩ quan Thông Tin & Báo Chí QĐ4 & V4CT (lúc đó Ban TTBC chưa có quy chế tổ chức rõ ràng, trực thuộc Phòng 5 – CTTL, sau này trực thuộc Khối CTCT) thường làm việc trực tiếp với quý vị Tư Lệnh hoặc qua trung gian của vị Tham Mưu Trưởng hoặc Tham Mưu Phó Chiến Tranh Chính Trị. Nhưng, tôi thường tháp tùng cùng ngồi trên chiếc trực thăng chỉ huy của vị Tư Lệnh QĐ4 & V4CT làm nhiệm vụ của sĩ quan thông tin báo chí ghi nhận, phổ biến tin tức và hình ảnh.

Trong thời gian gần 7 năm với chức vụ nóng hổi này vì gần "Mặt Trời", tôi chưa gặp một ông tướng thứ hai có cái uy như Trung Tướng Dương Văn Đức. Tôi cũng chưa hề thấy ông tướng Đức có một nụ cười với ai dù là khi đang dự một bữa tiệc tiếp tân của tỉnh hay đơn vị quân sự nào đó. Tướng Đức miệt mài làm việc, không kể thời gian, ít tiếp xúc với thuộc cấp khi không có chuyện thật cần thiết.

Chính thời điểm làm Tư Lệnh Quân Đoàn 4 & Vùng 4 Chiến Thuật, Trung Tướng Dương Văn Đức là người đầu tiên có kế hoạch "thu phục nhân tâm", thành lập các Đại đội, Tiểu đoàn địa phương quy tụ các cựu chiến sĩ của giáo phái Hòa Hảo ở các tỉnh Phong Dinh, Vĩnh Long, Sa Đéc. Châu Đốc, An Giang, Kiến Phong, Kiến Tường…và các cựu chiến sĩ đạo Cao Đài ở An Xuyên, Bạc Liêu, Kiên Giang …có tinh thần chống cộng cao độ.

Với tư cách là sĩ quan thông tin báo chí, tôi thường cùng với sĩ quan tùy viên của vị Tư Lệnh đi đây đí đó với "Mặt Trời" nên tôi cũng hiểu ít nhiều cá tánh của mỗi vị.

Thời Trung Tướng Dương Văn Đức làm Tư Lệnh Quân Đoàn 4 & Vùng 4 Chiến Thuật, bỗng dưng ông tướng "nổi hứng" hay ai thúc đẩy làm cuộc biểu dương lực lượng, đưa quân về Thủ Đô Sài Gòn (sau cuộc chỉnh lý của Trung Tướng - Đại Tướng Nguyễn Khánh). Đại quân của QĐ4 tiến tới gần Phú Lâm thì dừng lại, theo lẽ, thế mạnh của QĐ4 lúc bấy giờ và trong Thủ Đô đã có đơn vị nội ứng sẽ làm chủ tình hình một cách dễ dàng và hạ bệ những vị tướng đang nắm quyền trong tầm tay. Nhưng, Trung Tướng Đức không có cơ duyên làm nên chuyện lớn (tốt hay xấu hơn cho đất nước?), vì có sứ giả ở Sài Gòn bay xuống (hình như là Tướng Nguyễn Cao Kỳ) thảo luận, điều đình với điều kiện gì đó, ông Tướng Đức ra lệnh cho các đơn vị cơ hữu của QĐ4 lui binh về vị trí cũ, nghĩa là rút lui về Vùng 4 Chiến Thuật. Có lẽ, thâm tâm của Tướng Đức tin rằng qua cuộc điều đình thỏa thuận ở Phú Lâm, ông sẽ trở về Cần Thơ làm việc lại một cách bằng an, nghĩa là chức vụ Tư Lệnh QĐ4 & V4CT không vuột khỏi tầm tay ông. Nhưng bé cái lầm tai hại, ông Tướng rất đáng thương của chúng ta vì luôn có tinh thần kỷ luật của một quân nhân gương mẫu và đúng là ông Tướng võ biền (xin lỗi thiếu mưu trí đối với vài trướng lãnh khác) được "mời" về

Sài Gòn và ông ngoan ngoãn tuân lệnh thượng cấp. Sau đó, ông bị bắt tạm giam và đưa ra tòa án quân sự xét xử chi bị giải ngũ (không nhớ rõ có bị lột lon và bao nhiêu ngày trọng cấm như đàn em của Tướng Đức?). Có lẽ vì uất hận, thua trí người khác, vốn đàn em của ông, làm ông Tướng Dương Văn Đức trở thành một người mất trí sau này. Đến khi CSBV cưỡng chiếm miền Nam, thật bất hạnh cho vị Tướng mà tôi kính mến nhất, Trung Tướng Dương Văn Đức cũng bị bắt đi tù cải tạo và khi được thả ra, không bao lâu sau, ông chết tại quê nhà trong âm thầm lặng lẽ (có tin đồn do VC giết?).

Cuộc đời của Trung Tướng Dương Văn Đức có thể tóm gọn, một cấp huy có tài nhưng bất phùng thời. Dưới thời Đệ Nhất Cộng Hòa, ông thăng quan tiến chức rất nhanh và vì tính bộc trực và thiếu chánh trị nên ông bị Thủ Tướng (Tổng Thống) Ngô Đình Diệm không cho Thiếu Tướng Dương Văn Đức nắm binh quyền nữa mà được "cất nhắc" qua ngành ngoại giao với chức vụ Đại Sứ ở Nam Triều Tiên? Vào ngành ngoại giao, làm việc ở ngoại quốc nên ông Tướng có vợ là người Đức. Khi cuộc đảo chánh 1.11.1963 thành công, Thiếu Tướng Dương Văn Đức cũng được vinh thăng 1 cấp lên Trung Tướng và cuộc đời binh nghiệp của ông chấm dứt bi đát với chức vụ cuối cùng Tư Lệnh Quân Đoàn 4 &Vùng 4 Chiến Thuật.

TRUNG TƯỚNG NGUYỄN VĂN THIỆU

Khi Trung Tướng Nguyễn Văn Thiệu về Vùng 4 Chiến Thuật thay thế Trung Tướng Dương Văn Đức bị tước hết binh quyền và giải ngũ, lúc đó ông còn mang lon Thiếu Tướng 2 sao và Trung Tướng Nguyễn Khánh gắn thêm 1 sao nữa. Lúc bấy giờ quyền bính điều hành, lãnh đạo quốc gia do Trung Tướng Nguyễn Khánh nắm hết.

Trung Tướng Nguyễn Văn Thiệu về giữ chức vụ Tư

Lệnh Quân Đoàn 4 & Vùng 4 Chiến Thuật kiêm Đại Biểu Chánh Phủ Miền Tây. Tại 3 khu chiến thuật với 3 vị Đại Tá sau này đều được vinh thăng Trung Tương, có một thời gian làm Tư Lệnh Vùng Chiến Thuật. Khu Chiến Thuật Tiền Giang với Sư Đoàn 7 BB trách nhiệm, Đại Tá Nguyễn Bảo Trị - Tư Lệnh, sau lên Trung Tướng Tư Lệnh Quân Đoàn 3 & V3CT. Khu 41 Chiến Thuật, Đại Tá Vĩnh Lộc Tư Lệnh Sư Đoàn 9 Bộ Binh và khi lên Trung Tướng giữ chức vụ Tư Lệnh Quân Đoàn 2 & V2CT. Thời gian nắm chức Tư Lệnh SĐ9 BB,

Chuẩn Tướng Vĩnh Lộc "dính" mối tình với ca sĩ MH, kéo dài cho đến ngày ông mất với 7 mặt con, qua đời ở Houston - Texas với tuổi 83. Khu 42 Chiến Thuật, Đại Tá Đặng Văn Quang đang giữ chức Trưởng Phòng 4 Bộ Tổng Tham Mưu (quyền hành như vị Tổng Cục Trưởng Tiếp Vận sau này) được bổ nhiệm về làm Tư Lệnh Sư Đoàn 21 Bộ Binh thay thế Đại Tá Cao Hảo Hớn về trung ương nhận nhiệm vụ mới. Đại Tá Đặng Văn Quang khi được thăng lên Chuẩn Tướng, sau lên Thiếu Tướng về đảm nhận chức vụ Tư Lệnh QĐ4 & V4CT tiếp nối Trung Tướng Nguyễn Văn Thiệu và sau đó, ông được vinh thăng Trung Tướng năm 1965.

Xin mở dấu ngoặt ở đây. Chính Trung Tướng Nguyễn Khánh có sáng kiến tạo thêm cấp tướng 1 sao gọi là Chuẩn Tướng. Lần đầu tiên, 3 vị Đại Tá Tư Lệnh 3 sư đoàn thuộc QĐ4 là Đại Tá Đặng Văn Quang, Đại Tá Vĩnh Lộc, Đại Tá Nguyễn Bảo Trị cùng với một số Đại Tá khác được gắn 1 sao tại bạch dinh ở Vũng Tàu năm 1964. Đây có thể nói dấu ấn quan trọng của Quân Đội có cấp tướng mới 1 sao và các vị Đại Tá nói trên là những cấp chỉ huy cấp sư đoàn hay tương đương như đồng loạt được phong lên hàng Chuẩn tướng đầu tiên. Cũng thời Trung Tướng - Đại Tướng Nguyễn Khánh quy chế quân nhân hiện dịch và trừ bị được ban hành và Tư Lệnh Sư Đoàn có công trạng sẽ được gắn 2 sao, Quân Đoàn 3 sao, Lữ Đoàn Trưởng 1 sao, Trung Đoàn Trưởng 3 mai bạc, Tiểu Đoàn Trương 2 mai bạc… (Đại Tướng Nguyễn Khánh cư ngụ khá lâu tại Sacramento và qua đời ở San Jose).

Tôi nhớ mãi, ngạch quân nhân trừ bị khi tốt nghiệp (sau 1955 - từ khóa 6…) ra trường sĩ quan Thủ Đức mang lon Chuẩn Úy. Những sĩ quan ngành Bảo An, sau này gọi là Địa Phương Quân cũng học tại trường sĩ quan Thủ Đức như chủ lục quân được đeo lon Thiếu Úy dù không có bằng Trung học ĐNC, chỉ có chứng chỉ tam nhị cũng tình nguyện dự thi tuyển vào được. Trong khi đó từ Khóa 13 Thủ Đức (1962) trở về sau sinh viên sĩ quan chủ lực quân phải có văn băng tối thiểu Tú Tài 1 và tương đương. Những Chuẩn Úy từ khóa 6 và các khóa sau, có người mang lon Chuẩn Úy 5-6 năm mà vẫn chưa "tự đông" lên Thiếu Úy. Với quy chế mới thời Tướng Khánh, cấp Chuẩn Úy ra trường đúng 1 năm không vi phạm kỷ luật quan trọng đương nhiên lên Thiếu Úy mà là Thiếu Úy tạm thời (nhiệm chức) và 1 năm sau mới lên Thiếu

Úy thực thụ. Như vậy, từ Chuẩn Úy mới ra trường, đúng 2 năm sau lên Thiếu Úy thực thụ và 2 năm sau nữa được thăng Trung úy như bên ngạch hiện dịch. Tất cả sĩ quan cấp Chuẩn Úy của Khóa 13 Thủ Đức đương nhiên được đặc ân hưởng trọn vẹn quy chế mới mẻ này. Khóa 13 Thủ Đức ra trường ngày 28.12.62 đến cuối năm 63 (sau cuộc đảo chánh 1.11.63) được 1 năm vài ngày, đương nhiên đeo 1 mai vàng và các khóa Thủ Đức trước cũng đều lên lon Thiếu Úy và được hồi tố hưởng thâm niên cấp bậc.

Khi Trung Tướng Nguyễn Văn Thiệu về Vùng 4 Chiến Thuật gần cuối năm 1964, chiến trường vùng đồng bằng sông Cửu Long bắt đầu sôi động. Sôi động nhất và cũng là lúc QLVNCH thu gặt nhiều chiến thắng vẻ vang nhất, đó là thời Trung Tướng Đặng Văn Quang làm Tư Lệnh nối tiếp Trung Tướng Nguyễn Văn Thiệu về trung ương nhận nhiệm vụ mới.

TRUNG TƯỚNG ĐẶNG VĂN QUANG

Những ai từng phục vụ trong các đơn vị thuộc Vùng 4 Chiến Thuật thời gian 1964 – 65 - 66… có thể biết khá rõ về tài lãnh đạo chỉ huy của một vị tướng tài trong thời chiến - Trung Tướng Đặng Văn Quang, giữ chức vụ Tư Lệnh Quân Đoàn 4 & Vùng 4 Chiến Thuật kiêm Đại Biểu Chánh Phủ Miền Tây rất "mát tay", là thời điểm kiêu hùng nhất của quân dân miền Tây, chiến thắng nối tiếp chiến thắng, an ninh lãnh thổ được vững chắc nhất.

Với 3 sư đoàn bộ binh tinh nhuệ cùng các đơn vị Biệt Động Quân biệt lập, các trại Lực Lượng Đặc Biệt biên phòng ở dọc theo biên giới từ Hà Tiên qua Châu Đốc, Kiến Phong và Kiến Tường, trên 200 cây số làm rào cản sự xâm nhập vũ khí, tiếp liệu và bộ đội chính quy CSBV xâm nhập qua từ bên xứ Chùa Tháp – Kampuchia. Cũng thời Trung Tướng Đặng Văn Quang, 3 sư đoàn cơ hữu của QĐ4: Sư Đoàn 7, 9, 21 Bộ Binh - bộ binh là hoàng hậu của chiến trường như một vị tướng của quân đội Pháp đã nói. Các đơn vị này đều tạo nhiều chiến thắng vẻ vang liên tục, đặt tên riêng các cuộc hành quân cấp sư đoàn. Khu Chiến Tiền Giang với SĐ7BB, tên cuộc hành quân là Tiền Giang (Tiền Giang 1,2,3…). Khu 41 Chiến Thuật với tên cuộc hành quân của SĐ9BB là Cửu Long và SĐ21BB – Khu 42 Chiến Thuật với tên gọi là Dân Chí.

Riêng Sư Đoàn 21 Bộ Binh, từ lúc Đại Tá Đặng Văn Quang về làm Tư Lệnh, ông đã đặt tên Dân Chí cho các cuộc hành quân sư đoàn. Các cuộc hành quân nhỏ cấp Tiểu khu và Trung đoàn cơ hữu của Khu 42 Chiến Thuật cũng dùng tên Dân Chi và kèm theo TK là cấp tiểu khu và TRĐ ở cấp trung đoàn…Vì vậy, khi Tướng Quang về Cần Thơ, ông đã ra lệnh 3 SĐ thuộc quyền cũng đều có tên như nêu trên. Thời điểm này, Ban Thông Tin Báo Chí của chúng tôi được cưng chìu nhất và đích thân Trung Tướng Quang cho thêm nhiều phương tiện, thiết lập được 1 nhà in để in bán nguyệt san Chiến Sĩ Miền Tây mà tôi là Tổng Thư Ký Tòa Soạn. Ban Thông Tin Báo Chí được tăng cường thêm nhiều người có khả năng như nhà văn Nguyên Vũ - Vũ Ngự Chiêu, nhà thơ Tô Thùy Yên - Đinh Thành Tiên, giáo sư triết: Lê Văn Tấn - Nguyễn Văn Oánh (họ và chữ lót có thể sai), giáo sư Pháp văn Phan Thông Hảo, kỷ sư Canh nông Nguyễn văn Hoàng, luật sư Võ Tứ Cầu, Mai Hòa - một phóng viên chiến trường nổi tiếng, cơ hữu của Ban TTBC/QĐ4…và có vài sĩ quan vừa ra trường được ông tướng xin hoặc thuyển chuyển về đây. Ban Thông Tin Báo Chí lúc này lên cao điểm và mở rộng về thông tin, viết phóng sự chiến trường cung cấp cho phát thanh và cả báo chi trung ương. Nhà in riêng của QĐ4 (in truyền đơn, báo bán nguyệt san Chiến Sĩ Miền Tây, in 2 tập sách cái nhìn mới mẻ về xây dựng nông thôn, chính Trung Tướng Quang gọi anh Tấn và anh Oánh lên văn phòng, ông chỉ thị 2 anh viết về đề tài này do sự chỉ đạo của ông Tướng và đích thân ông sửa chửa, hiệu đính hoàn chỉnh mới xuất bản). Ngoài ra chúng tôi có chương trình phát thanh trên hệ thống Đài Phát Thanh Ba Xuyên gọi là Tiếng Nói Vùng 4 Chiến Thuật (Đài PT Ba Xuyên ở trên đường từ Thị xã Khánh Hưng – Sóc Trăng đi Bãi Xàu - quận lỵ Châu Thành hay Mỹ Xuyên, nơi bán đuông chà là sống và món nhậu tại chỗ, nhiều nhất ở miền Tây).

Tóm lại, thời Trung Tướng Đặng Văn Quang "trị vì" miền Tây là thời cực thịnh của Ban Thông Tin Báo Chí do tôi làm Trưởng Ban, bên cạnh có 1 Thiếu Tá và 2 Đại Úy Mỹ làm cố vấn cùng với nhân viên 8 người, quân số ngang bằng với Ban TTBC của QĐ4. Chúng tôi làm việc rất dễ dàng, khi nghe có tin chiến thắng hay những cuộc hành quân lớn cấp sư đoàn với tên Tiền Giang, Cửu Long, Dân Chí chúng tôi biết thuộc khu chiến thuật nào, xin trực thăng đưa ký giả VN hoặc ngoại quốc đang ở Sài Gòn đến ngay mặt trận. Nếu phía VN chưa có phương tiện thì cố vấn Mỹ xin cho chúng tôi ngay. Thí dụ cuộc hành quân Tiền Giang, chiến thắng vẻ vang, ông Tướng Vùng ra lệnh Ban Thông Tin Báo Chí mời ký giả từ Sài Gòn xuống quay phim, chụp hình, thực hiện phóng sự. Chúng tôi liên lạc với SĐ7 đưa xe về Sài Gòn đón ký giả xuống Mỹ Tho và đến BTL/SĐ7 ở

Mỹ Tho để có thể giúp phương tiện trực thăng đưa đến chiến địa. Khi Sư Đoàn 21 BB có cuộc hành quân Dân Chí ở rừng U Minh - Cà Mau và chiến thắng lớn, muốn mời ký giả xuống thì chúng tôi phải vận động, xin cấp 1 hay 2 chiếc trực thăng từ Sài Gòn (sau này, thường thông qua Khối Thông Tin Giao Tế Dân Sự của Tổng Cục Chính Trị mời giúp và xin phương tiện với Tổng Cục Tiếp Vận).

Nếu tôi nhớ không lầm, tên các cuộc hành quân của các Sư đoàn không thay đổi khi Thiếu Tướng Nguyễn Văn Mạnh về thay thế Trung Tướng Đặng Văn Quang. Trung Tướng Nguyễn Đức Thắng về thay thế Thiếu Tướng Nguyễn Văn Mạnh sau vụ Tết Mậu Thân 68, Trung Tướng Thắng có thay tên các cuộc hành quân, tên một vị tướng anh hùng đã chống quân ngoại xâm Pháp tại chiến trường miền Tây: Trương Công Định.

Năm 1966, Trung Tướng Đặng Văn Quang được Thiếu Tướng Chủ Tịch Ủy Ban Hành Pháp Trung Ương Nguyễn Cao Kỳ "mời" về giữ chức vụ nghe thì lớn lắm, Tổng Ủy Viên Kế Hoạch trong Nội Các Chiến Tranh. Đây là chức vụ "ngồi chơi xơi nước", Trung Tướng Quang là một vị tướng trẻ (35-36 tuổi đã đeo 3 sao) và đã hoàn thành chức trách tuyệt vời ở miền Tây tạo nhiều chiến thắng vẻ vang và được lòng dân chúng, nhất là lực lượng giáo phái Phật Giáo Hòa Hảo tin tưởng và kính trọng. Có thể nói Tướng Quang là Tướng Vùng Chiến Thuật có nhiều uy tín nhất lúc bấy giờ. Ông lại có công rất lớn trong việc vận động đặt nền móng thành lập Viện Đại Học Cần Thơ, chính Trung Tướng Quang là vị tướng Vùng đã xây dựng một nghĩa trang Quân Đội rộng lớn khang trang tại Cần Thơ chỉ thua tầm vóc Nghĩa Trang Quân Đội (Biên Hòa). Trung Tướng Đặng Văn Quang đã hỗ trợ hết mình nhà văn nhà báo An Khê Nguyễn Bính Thinh xuất bản tờ nhựt báo Miền Tây, tòa soạn đặt gần bến Ninh Kiều mà tôi là "con thoi" (lo giúp đỡ tờ báo) giữa Trung Tướng Đặng Văn Quang và nhà văn An Khê (sau này thời Thiếu Tướng Nguyễn Văn Mạnh tờ báo sống ngoắc ngoải, đến Trung Tướng Nguyễn Đức Thắng về thì nhựt báo Miền Tây "tắt thở"). Tờ nhựt báo Miền Tây là tờ báo đầu tiên trong lịch sự báo chí VN xuất bản tại miền Tây. Hiện nay, Ban Biên Tập của nhựt báo Miền Tây do nhà văn An Khê làm chủ nhiệm (cựu Thiếu Tá Tiểu Đoàn Trưởng bị thương nặng thành phế binh và anh An Khê đã chết ở Pháp chừng hơn 10 năm) có một người hiện đang hoạt động báo chí, văn học tại thung lũng hoa vàng San Jose: nhà báo nhà văn Nguyễn Thiếu Nhẫn tức Lão Móc có thể biết sự kiện lịch sử này.

Chính xác hơn, Vùng 4 Chiến Thuật kiêu hùng nhất là thời điểm 64 – 65 - 66 hơn hẳn các ông Tướng từng chỉ huy ở vùng này trước đó (và có thể nói sau này, cho đến ngày 30.4.75).

Trung Tướng Đặng Văn Quang là tướng lãnh gần gũi nhất với Trung Tướng Nguyễn Văn Thiệu (cùng Khóa 1 Đập Đá ở Huế tức là Khóa Phan Bội Châu, tiền thân của Trường Võ Bị Quốc Gia Việt Nam – Đà Lạt) và là cấp chỉ huy đại đơn vị tài giói được Trung Tướng Nguyễn Văn Thiệu tin cậy và đề bạt thay thế ông ở đồng bằng sông Cửu Long. Ông là người thân cận với Tổng Thống Nguyễn Văn Thiệu trong những chức vụ cao cấp nhất như Phụ Tá (Cố Vấn) Tổng Thống Nguyễn Văn Thiệu về Quân Sự, An Ninh & Tình Báo Quốc Gia, Tổng Thơ Ký Hội Đồng An Ninh Quốc Gia… cho đến ngày Tổng Thống Nguyễn Văn Thiệu từ chức ngày 21 tháng 4 năm 1975, trao quyền lại Phó Tổng Thống Trần Văn Hương… Trung Tướng Đặng Văn Quang với 3 sao từ năm 1965 và cho đến 30.4.75.

Tôi xin mở dấu ngoặc ở đây, tại sao Trung Tướng Đặng Văn Quang, người hùng của miền Tây bị Tướng Kỳ "chơi" bằng nhiều cách phao tin ông Tướng vốn sinh đẻ tại xã Khánh Hưng - Thị xã Sóc Trăng, sống và lớn lên ở Sóc Trăng (cùng quê với Trung Tướng Dương Văn Đức) là kỳ thị Nam Bắc và "xào nấu", thổi phồng lên là tướng lãnh tham nhũng gộc.

Nhân cơ hội có sự thêu dệt của phe nhóm tướng Kỳ nhằm hạ uy tín tướng tài của miền đồng bằng Nam Bộ Đặng Văn Quang, đám chóp bu CSBV muốn Tướng Quang phải thân bại danh liệt, mất uy tín của cấp chỉ huy tài giỏi nên chúng tiếp sức khuấy động phao tin xấu như buôn bán bạch phiến, thuốc tây lậu, tham nhũng, tiền gời ngân hàng Thụy Sĩ nhiều triệu dollars…Mục đích chính trị của CSBV là hạ đo ván Tướng Quang nhằm trả thù, cách điều quân tài tình của ông, đánh tan tành các đơn vị chính quy của CSBV xâm nhập bằng đường biển và đường biên giới Kampuchia.

Tướng Quang là cánh tay đắc lực của Tổng Thống Nguyễn Văn Thiệu sau này. Kế đến, ông Tướng cùng với giới trí thức, dân miền Tây, Giáo Hội Phật Giáo Hòa Hảo xin thiết lập Viện Đại Học Cần Thơ. Không biết vì lý do gì, thời uy quyền Tướng Kỳ nắm hết trong tay (Nội Các Chiến Tranh) cương quyết không đồng ý. Tướng Quang theo phe miền Tây xin cho bằng được thành lập Viện Đại Học Cần Thơ nên làm phật ý Tướng Kỳ. Khi Trung Tướng Nguyễn Văn Thiệu lập liên danh ra ứng cử Tổng Thống năm 1967, Thiếu Tướng Nguyễn Cao Kỳ cũng có liên danh tranh cử. Cả 2 ông Tướng cùng ra tranh cử 2 liên danh khác nhau, sẽ chia phiếu quân nhân, có thể cả 2 liên danh đều thất cử và liên danh dân sự như liên danh Trương Đình Dzu (luật sư, thiên tả - thân cộng) hay liên danh dân sự nào khác sẽ đắc cử. Vì vậy Hội Đồng Tướng Lãnh mới có cuộc họp quyết định sáp nhập 2 liên danh của Trung Tướng Thiệu và Thiếu Tướng Kỳ làm một. Tôi nghe kể lại buổi họp đó rất gây cấn, các ông Tướng vốn xuất thân từ khóa 1 Nam Định (cùng khóa với Tướng Kỳ) đều nhiệt liệt ủng hộ Thiếu Tướng Nguyễn Cao Kỳ. Đối nghịch lại, Trung Tướng Đặng Văn Quang hết lòng ủng hộ Trung Tướng Nguyễn Văn Thiệu và nhiều tướng lãnh khác gốc miền Trung, miền Nam cũng ủng hộ, nên có thể là cái lý do Tướng Kỳ “ghét” Tướng Quang thậm tệ nên chuyện phao tin, thêu dệt Tướng Quang tham nhũng gộc được phe Tướng Kỳ khuấy động thêm dữ dội thời điểm đó. Ngoài ra, còn có sự tiếp sức của các ký giả phản chiến thiên tả Mỹ thêm thắt để có cớ "dứt sữa" chính thể Việt Nam Cộng Hoà. Chuyện này còn kéo dài đến trại tập trung người tỵ nạn CS ở Arkansas năm 1975, cũng có người muốn hành hung, nói ông Tướng Quang "đầu nậu" tham nhũng nên mất nước...

Ngoài ra, còn một yếu tố quan trọng khác, thời Trung Tướng Đặng Văn Quang làm Tư Lệnh V4CT, cố vấn Mỹ đề nghị đưa vài đơn vị lớn của Mỹ về V4CT kể cả Đại Tướng Mỹ Westmoreland Tổng Tư Lệnh Quân Mỹ tham chiến tại Việt Nam, cũng có ý kiến đó nữa. Trung Tướng Đặng Văn Quang viện nhiều lý do là QLVNCH được sự tích cực ủng hộ của dân chúng và các đơn vị giáo phái tân tuyển có tinh thần chiến đấu tuyệt vời; các đơn vị chủ lực và địa phương của các tiểu khu đủ sức ngăn chặn sự xâm nhập của bộ đội CSBV và luôn chiến thắng nên không cần có các đơn vị lớn của Hoa Kỳ và xin Hoa Kỳ tăng cường giúp các Vùng Chiến Thuật khác. Nghĩa là Tướng Quang mạnh dạn từ chối Hoa Kỳ đổ quân xuống miền Tây. Có một lần Tướng Quang tâm sự với chúng tôi cùng ngồi trên trực thăng chỉ huy C & C, nếu quân Mỹ ồ ạt đổ vào miền Tây thi chúng ta mất phần nào chánh nghĩa chống quân CSBV mà chúng ta dư sức, ăn thua đủ với quân chánh quy CSBV.

Một vụ khác CIA, cố vấn Mỹ muốn Tướng Quang phải triệt hạ Đại Úy LLĐB Dan Marvin cùng với 5 nhân viên Mỹ khác luôn cả trại biệt kích hoặc bắt Đại Úy Dan Marvin giải giao về Sài Gòn. Lý do, Đại Uý Dan Marvin không thi hành lịnh ám sát Quốc Trưởng Sihanouk ở Kampuchia (nhằm bịt miệng vụ tai tiếng này). Điều cần lưu ý toán LLĐB này đang làm cố vấn cho Trại Biệt Kích biên phòng Dân Nam thuộc quận An Phú – Châu Đốc rất được sự mến mộ của dân chúng địa phương và Giáo Hội Phật Giáo Hòa Hảo. Trại Biệt Kích biên phòng Dân Nam do các cựu chiến sĩ Hòa Hảo dưới quyền chỉ huy của Thiếu Tá Lê Văn Phồi (Trung Tá Phồi đang định cư ở Hoa Kỳ) điều hành chỉ huy. Nếu sử dụng đơn vị chính quy QLVNCH tiêu diệt trại này thì sẽ có hàng trăm chiến sĩ chống cộng nhiệt thành cũng bị chết lây. Vì vậy, Tướng Quang cũng chống và ông tự giải quyết tốt đẹp nên cũng không được lòng Hoa Kỳ, không ngoan ngoản làm theo bất cứ cái gì cố vấn Hoa Kỳ muốn. Thời gian sau khi Tướng Quang về Trung ương thì Mỹ đã đưa cả Sư Đoàn 9 BB đặt bản doanh tại căn cứ Đồng Tâm - Mỹ Tho, đơn vị này cũng chẳng tạo được thành tích chiến thắng vẻ vang nào như QLVNCH.

Vì vậy, có thể vài phóng viên của Hoa Kỳ mượn cớ bên phía VNCH, CSBV tung tin Tướng Quang tham nhũng số 1 của chế độ và các cơ quan truyền thông bị nhiễm nộc độc

(H: Trung Tướng Đặng Văn Quang chủ toạ buổi họp tại vùng hành quân của SĐ 9 BB - Ch.Tướng Tư Lệnh SĐ 9 Lâm Quang Thi (mang kiếng đen) ngồi cạnh Trung Tướng Quang)

của Tướng Kỳ lại phóng đại lần nữa nên giới truyền thông Mỹ lại nêu đích danh Tướng Quang tham nhũng gộc…nên có nhiều người Việt tỵ nạn CS tin mới làm phiền ông Tướng đáng thương.

Chuyện tình báo CSBV phao tin Tướng Quang buôn bán bạch phiến và thuốc Tây lậu khi ông làm Tư Lệnh V4CT (và sau này khi Tướng Quang làm Phụ Tá Tổng Thống Nguyễn Văn Thiệu). Chuyện 1 ông Tướng ở miền Tây mà buôn bán ma tuý và thuốc Tây lậu thì quả thật là chuyện của cõi trên mà cũng có người tin cho tới ngày nay mới là lạ. Hiện nay, ông và bà Tướng cùng đang nằm trong Nursing Home ở Sacramento do hai vợ chồng đệ tử, làm dưới quyền ông năm xưa ở QĐ4 hết lòng chăm sóc, thăm viếng vì tất cả 7 đứa con của ông bà Tướng Quang đều ở xa như Pháp, Úc, Canada và 2 người ở Maryland và Indiana. Cuộc sống của 2 ông bà hiện nay chỉ tính bằng tháng thôi vì lớn tuổi vào hàng 8, ông bị bệnh Alzheimer, Parkinson, bà bị bệnh tim và tiểu đường…

Xin mời các chiến hữu và độc giả tìm đọc bài báo (đính kèm) viết về cuộc đời của Tướng Quang với những thử thách bi thảm từ Sài Gòn đến Sacramento, với cái tít: ***The Trial of General Dang – From Saigon to Sacramento, a South Vietnamese General's Journey Proves Old Soldiers Don't Fade Away, They Stick Together của nhà báo R.V. Scheide*** (email: rvscheide@newsrewiew.com) đăng trên tờ tuần báo Sacramento News & Review (SN & R), phát hành tại Sacramento và có ấn bản ở nhiều thành phố khác ở miền Bắc Cali. Bài báo có kèm theo nhiều tấm hình hồi còn oai quyền của Trung Tướng Quang mà cựu Trung Tá LLĐB Dan Marvin có được và ông đã viết thành sách với tựa đề "Expendable Elite – One Soldier's Journey into Covert Warfare" xuất bản năm 2003 nói về cuộc đời của ông Dan, 1 sĩ quan LLĐB Mỹ tham chiến tại VN và có lòng câu chuyện Tướng Quang cứu mạng tác giả...

Bài báo này có trong số Volume 20, Issue 27 ngày thứ năm 4.12.08. Địa chỉ tòa soạn 1015 20th Street – Sacramento, CA. 95811, tel: 916.498.1234 và Editorial Fax: 916.498.7920 hoặc lên Web site: www. newsreview.com trong mục Local Stories. Bài báo có trích dẫn lời của ông

Tom Polgar, trùm tình báo CIA ở Sài Gòn lên tiếng chánh thức, Tướng Quang không tham nhũng, không có tiền gởi ngân hàng Thụy Sĩ và những chuyện ly kỳ khác mà người ta áp đặt tham nhũng cho một ông Tướng trẻ và thực tài của QLVNCH trong hơn 40 năm qua. Nhờ có sự xác minh của trùm CIA, Thượng Nghị sĩ, Dân Biểu Liên Bang và có đơn thỉnh nguyện của Trung tá Dan Marvin gởi lên Tổng Thống Bush (Bush cha), Bộ Ngoại Giao Mỹ cho Tướng Quang nhập cảnh và định cư ở Hoa Kỳ cuối thập niên 90. Trước đó Bộ Ngoại Giao Mỹ từ chối cấp Visa cho Tướng Quang với 2 lý do vì ông bỏ trại tỵ nạn ở Mỹ hơn 1 tháng như quy định và quan trọng ông bị ghép tội tham nhũng nên không được vào nước Mỹ…

Có một lần, khi cựu Trung Tướng Đặng Văn Quang còn ở Atlanta - Georgia, tôi, từ Sacramento có bay sang thăm "thầy cũ" và đem câu hỏi ông bị tố tham nhũng gộc của chế đô VNCH mà CSBV, phe ta Quốc gia và cơ quan truyền thông Mỹ cùng "bề hội đồng" mà nay ông Tướng lại nghèo xơ xác. Trung Tướng Quang nói rằng:

- Thiên hạ kể cả người Việt quốc gia, CSBV và vài nhà báo Mỹ thêu dệt đủ điều nào tôi buôn bán bạch phiến, đầu cơ tích trữ thuốc tây nhập vào để chuyển lên Sài Gòn bán, có tiền đến nhiều triệu dollars Mỹ gởi ngân hàng Thụy Sĩ…Tôi (đại ý lời TT Quang) như cái thùng rác họ liệng vô những gì dơ bẩn của chế độ, tôi không lên tiếng vì tôi tin có Chúa biết là đủ, ngoài ra còn có Tổng Thống Thiệu biết và lương tâm tôi biết, còn người đời nói gì mặc kệ họ.

Vì những lời nói chân tình đó của một người thầy cũ mà vợ chồng tôi hết lòng kính mến mời ông bà Tướng về định cư tại Sacramento, và chúng tôi tự nguyện lo cho hai ông bà Tướng đến ngày được Chúa bổ nhậm lần cuối về Vùng 5 Chiến Thuật.

THIẾU TƯỚNG NGUYỄN VĂN MẠNH

Trung Tướng Đặng Văn Quang khi được Thiếu Tướng Nguyễn Cao Kỳ "cất nhắc" về trung ương làm Tổng Ủy Viên Kế Hoạch, Thiếu Tướng Nguyễn Văn Mạnh được điều về

(1921 - 1994)

thay thế. Tướng Mạnh gặp trận tổng công kích tổng nổi dậy của cộng sản, vụ Tết Mậu Thân năm 1968. Cờ tướng của ông treo tại Bộ Tư Lệnh QĐ4 ở đại lộ Hòa Bình Cần Thơ, bị VC pháo kích vào làm rớt cờ tướng vào sáng Mồng Một Tết (hay mồng hai?). Trong khi đó, VC đã xâm nhập vào khu trường Tiểu Học gần vòng rào BTL/QĐ4, khu nhà Xã Đài, Viện Đại Học Cần Thơ, Thánh Thất Chiếu Minh (?) của đạo Cao Đài, đối diện gần đài phát thanh Cần Thơ. Các nơi này ở ngay lỗ mũi của vị tướng Vùng 4 Chiến Thuật. Chiến trận ác liệt xảy ra đồng loạt tại các khu chiến thuật. Cờ tướng bị bay là điềm gỡ, ông Tướng Mạnh bị thay ngay bởi Trung Tướng Nguyễn Đức Thắng từ trung ương về.

Trung Tướng Nguyễn Văn Mạnh vốn xuất thân từ khóa 2 Đập Đá cùng khóa với Thiếu Tướng Hồ Văn Tố (Thủ

Khoa) chết vì "cỡi ngựa gió' khi ông đang nắm chức Chỉ Huy Trưởng Liên Trường Võ Khoa Thủ Đức mà khóa 13 Ấp Chiến Lược chúng tôi đang học, năm 1962, Đại Tá Lam Sơn Phan Đình Thứ về thay thế.

Trong các vị Tướng trấn nhậm Vùng 4 Chiến Thuật, Trung Tướng Mạnh là vị tướng đeo kính cận, trông rất thư sinh thiếu cái oai phong như các vị tướng Tư Lệnh tiền nhiệm. Ông Tướng quá hiền lành nên các ông tướng cấp sư đoàn không nể vì như thời Trung Tướng Đặng Văn Quang. Trong số đó có Chuẩn Tướng Lâm Quang Thi, Tư Lệnh SĐ9 BB mà tôi chứng kiến khi hai vị tướng trao đổi lệnh lạc…Với tác phong của Thiếu Tướng Nguyễn Văn Mạnh là tướng tham mưu, đúng chỉ số nên sau này, Trung Tướng Nguyễn Văn Mạnh giữ chức vụ Tham Mưu Trưởng Bộ Tổng Tham Mưu lâu dài nhứt hơn các vị tướng tiền nhiệm.

TRUNG TƯỚNG NGUYỄN ĐỨC THẮNG

Trung Tướng Nguyễn Đức Thắng có thể nói là cánh tay phải của Thiếu Tướng Nguyễn Cao Kỳ, Chủ Tịch Ủy Ban Hành Pháp Trung Ương, từ chức Tổng Ủy Viên Xây Dựng Nông Thôn, Tướng Thắng về thay thế Tướng Mạnh trong hoàn cảnh dầu sôi lửa bỏng tại vùng đồng bằng sông Cửu Long.

Chính Trung Tướng Thắng là vị tướng bình định an ninh lãnh thổ nhanh và các đơn vị thuộc quyền kính sợ nhất. Ông là vị tướng Tư Lệnh có tác phong võ biền tại tiền tuyến, tạo ấn tượng nhất đối với thuộc cấp, xe jeep 3 sao lúc nào cũng mui trần đi thanh sát các đơn vị đồn trú chung quanh Cần Thơ bất cứ ngày đêm. Toán cận vệ của ông Tướng là những người lính chịu đựng khổ nhọc nhất, không được quyền rời khỏi xe hay địa điểm xe đậu vì ông Tướng chợt đến chợt đi, toán cận vệ trở tay không kịp và thuộc cấp thường bị phạt hơn là được tưởng thưởng.

Tôi nhớ mãi, vài lần tôi được lệnh theo ông Tướng cùng đi quan sát chiến trường hoặc đến tỉnh nghe thuyết trình về kế hoạch xây dựng nông thôn… Ông Tỉnh Trưởng thường tổ chúc ăn uống tươm tất sau khi làm việc xong, có nhiều vị tai mắt của tỉnh kể cả các vị dân cử đến tham dự đông đủ. Gần chấm dứt chương trình làm việc, bàn tiệc đã dọn xong gần phòng họp chỉ chờ mời Trung Tướng Thắng nhập tiệc. Nhưng cái tính lập dị của ông (muốn nêu gương liêm khiết?), không cần xã giao, cám ơn ông Tỉnh Trưởng mời dùng cơm trưa.

Ông chỉ thị tài xế trực chỉ ra phi trường, tôi cùng với 2 phi công đang đói meo cũng đành tức tốc lên xe chạy theo.

Lên ngồi trên trực thăng, sĩ quan tuỳ viên của ông Tướng là Trung Úy Pháo Binh (cùng binh chủng với Tướng Thắng - Huỳnh Văn Huỳnh, Khoá 12 Thủ Đức) móc trong ba lô lấy ra một ổ bánh mì kẹp thịt dài tổ chảng, ông ngồi ăn ngon lành, báo hại phi hành đoàn và tôi bị cơn đói hoành hành dữ dội. Ăn xong ông uống chừng hơn nửa bi đông nước, ông mới ra lệnh cho trực thăng cất cánh đi thanh sát vài địa điểm khác hoặc các đơn vị đang hành quân, đến chiều mới về lại Cần Thơ. Tôi và phi hành đoàn bị đói vài lần phát "tởn". Sau này đi đến tỉnh nào có dự thuyết trình buổi trưa thế nào cũng có thết đãi quan khách thì chúng tôi làm sao ăn trưa được. Vỏ quít dày có móng tay nhọn, hễ đến chỗ họp có thuyết trình, tôi xin ngay tài liệu và chương trình, sau đó nhờ ông Trưởng Ty Thông Tin hoặc Trưởng Khối Chiến Tranh Chính Trị Tiểu Khu xin ông Trưởng Ty Tài Chánh tỉnh cấp phiếu đi ăn cho chúng tôi do công quỹ tỉnh đài thọ. Chúng tôi thường chọn nhà hàng sang trọng của tỉnh và gần địa điểm thuyết trình. Còn chuyện quay phim chụp hình, tôi nhờ khối CTCT hoặc Ty Thông Tin cung cấp khi tôi trở lại hội trường để đợi tháp tùng ông Tướng ra phi trường. Mọi chuyện đều tốt đẹp tới khi ông Tướng "bị" thuyên chuyển về trung ương ngồi chơi xơi nước, và Thiếu Tướng Nguyễn Viết Thanh, Tư Lệnh SĐ7 BB về thay thế.

Cái lập dị của Trung Tướng Thắng thấy rõ nhất là trước văn phòng của Đại Tá Tham Mưu Trưởng QĐ4, đối diện với

BTL, ông Tướng Thắng cho lệnh để một cái mobile home cũ mèm, chắc một ông cố vấn Mỹ nào đó về nước bỏ lại. Ông ăn ở trong đó sau khi đi thanh sát về hoặc hết giờ làm việc, không chịu về ở tư dinh khang trang và đồ sộ nhất của tỉnh Cần Thơ. Mỗi buổi chiều có 1 ông sĩ quan Quân Y của Ban QY/ QĐ4 (gần căn phòng tôi đang ở trong cư xá sĩ quan - Miếu Tiên Sư) đến "lụi" cho ông tướng 1 mũi thuốc khỏe (hay thuốc bổ). Từ cổng chính của BTL/QĐ4 & V4CT mới qua trạm gác thấy một cái mobile home nằm chình ình, trông mất thẩm mỹ. Ai cũng biết Tướng Thắng thường đêm khuya thức giấc, ông đến Trung Tâm Hành Quân, cách chừng chục bước, theo dõi chiến sự của các đơn vị để ông có kế hoạch tức thời vào sáng hôm sau.

Một sự lập dị khác, từ Bộ Tổng Tham Mưu cho đến tất cả các đơn vị, hể chiến sĩ nào có công trong thời gian VC tấn công Tết Mậu Thân 1968, miễn có 1 năm thâm niên cấp bậc đều được vinh thăng 1 cấp, anh Huỳnh Văn Huỳnh và tôi là 2 sĩ quan thường đi theo Tướng Thắng như kể ở trên. Chúng tôi chỉ còn một vài tháng là có đủ 2 năm thâm niên cấp bậc Trung Úy, theo lẽ được vinh thăng Đại úy đợt thăng cấp đại trà này. Nhưng ông Tướng lập dị của chúng tôi ra lệnh phòng Tổng Quản Trị không cho ai thăng cấp chưa có đủ 2 năm thâm niên, theo ông Tướng, BTL/QĐ4 phải làm gương (các đơn trực thuộc QĐ4 đóng trong Thị xã Cần Thơ và TK Phong Dinh, hể ai có 1 năm thâm niên cấp bậc, xét có công, đều vinh thăng 1 cấp) nên tôi và anh Huỳnh Văn Huỳnh đều mất cơ hội thăng Đại Úy, năm sau tôi được thăng Đại Úy nhiệm chức đầu năm vì nhu cầu Quân Lực và cuối năm 1969 đủ điểm thăng lên Đại Úy thực thụ.

Chúng tôi thường "nói lén" Trung Tướng Nguyễn Đức Thắng dù là một tướng tài, hết lòng phục vụ cho lý tưởng đất nước, nhưng có tánh bốc đồng, gàn dỡ, có người nói ông Tướng "bị điên" không biết khen thưởng, nâng đở thuộc cấp và chỉ có biết trừng phạt, ký "củ" hay cách chức. Tôi nghĩ rằng, ông Tướng được cấp dưới kinh sợ hơn kính mến như các vị tướng Tư Lệnh khác.

Trong đời quân ngũ, tôi biết Trung Tướng Nguyễn Văn Minh (Minh đờn) là vị tướng luôn đùm bọc, thương yêu, giúp đở hết lòng thuộc cấp, nhất là những người gần gũi bên ông. Còn Tướng Thắng là ông Tướng sử dụng nhân viên trực thuộc làm việc dưới quyền ông cực nhọc nhất cũng không được ông ban cho chút ân huệ nào. Ông Tướng Thắng quả không biết đắc nhân tâm nên tương lai sự nghiệp của ông cũng dở dang và ông trở lại học lấy bằng cử nhân toán để ngắm nhìn cho vui khi được giải ngũ trước năm 1975.

THIẾU TƯỚNG NGUYỄN VIẾT THANH

Thiếu Tướng Nguyễn Viết Thanh, Tư Lệnh SĐ7 BB, từ Mỹ Tho ông được thượng cấp bổ nhậm về Cần Thơ thay thế Trung Tướng Nguyễn Đức Thắng.

Thiếu Tướng Nguyễn Viết Thanh được báo giới lúc bấy giờ phong tặng danh hiệu một trong 4 ông Tướng thanh liêm, trong sạch nhất trong QLVNCH: nhứt Thắng, nhì Chinh, tam Thanh, tứ Trưởng. Phu nhân của Thiếu Tướng Thanh là một cô giáo vẫn còn dạy học ở Mỹ Tho, không bỏ nghề sư phạm gõ đầu trẻ khi Tướng Thanh về Cần Thơ, sống trong một tư dinh rộng lớn thênh thang. Cả hai ông bà có cuộc sống trầm lặng, đạo đức. Mãi cho đến ngày Thiếu Tướng Nguyễn Viết Thanh đang ngồi trên chiếc máy bay chỉ huy cuộc hành quân vượt biên sang lãnh thổ Kampuchia và bị tai nạn phi cơ. Cả 2 chiếc trực thăng đều bị rơi và bốc cháy. Thiếu Tướng Thanh là vị tướng tài giỏi và đạo đức bị tử nạn. QLVNCH mất thêm một vị tướng tài sau Trung Tướng Đỗ Cao Trí Tư Lệnh QĐ3 & V3CT cũng trong cuộc hành quân vượt biên trước đó sang Kampuchia cũng thiệt mạng trong 1 phi vụ trực thăng. Trung Tướng Đỗ Cao Trí được truy thăng Đại Tướng và Thiếu Nguyễn Viết Thanh cũng được truy thăng Trung Tướng.

Cố Trung Tướng Nguyễn Viết Thanh được dân làng của ông tôn thờ ông trong một ngôi đình, là một vị Thần Hoàng Bổn Cảnh của địa phương, đúng với câu Sinh Vi Tướng, Tử Vi Thần.

Tôi làm việc dưới quyền Thiếu Tướng Thanh chừng một năm và tôi xin đổi về Tổng Cục Chiến Tranh Chính Trị ở Sài Gòn.

Có một kỷ niệm với Thiếu Tướng Thanh, tôi được ông Châu Kim Nhân (sau làm Tổng Trưởng Tài Chánh), Tổng Cục Trưởng Cơ Quan Tiếp Vận Trung Ương (trực thuộc Phủ Thủ Tướng) xin với Bộ Quốc Phòng cho tôi biệt phái về đảm nhiệm chức vụ Giám Đốc Nha Tiếp Vận Hành Chánh Miền Tây (tôi được anh Dohamide Giám Đốc Nha Tiếp Vận Trung Ương giới thiệu), một Nha mới đang thành lập. Thiếu Tướng Nguyễn Viết Thanh gọi tôi tới văn phòng và ông Tướng nói chức vụ này lớn thật, nhưng anh đi thì ai thay thế, anh tìm được người thay thế thì tôi cho anh đi. Ngẫm lại khẩu lệnh của Tướng Thanh làm sao tôi rời khỏi được chức vụ Trưởng Ban Thông Tin Báo QĐ4 & V4CT để biệt phái sang hành chánh giữ chức quan trọng này, chậm trễ sẽ có người vào ngay vì nhu cầu cần thiết gấp. Tôi biết sức học mình chẳng bao nhiêu, nhưng chẳng ai được cấp trên ở QĐ4 lưu ý như tôi vì ngoài nhiệm vụ đi theo ông Tướng, còn làm phát thanh, xuất bản nguyệt san Chiến Sĩ Miền Tây, viết bình luận phát thanh, phóng sự chiến trường, chụp hình... và việc quan trọng viết diễn văn, nhật lệnh cho vị Tư Lệnh dù mỗi năm chừng 6 lần...

Gần Mặt Trời nên thường bị nóng, các ông Tướng có thể giũa te tua sĩ quan TTBC, như thời Trung Tướng Nguyễn Đức Thắng. Có một lần ông Tướng Thắng sỉ vả đã rồi còn hăm đổi tôi đi đơn vị khác, vì một chuyện cố vấn thông tin báo chí Mỹ sắp xếp với một ký giả Mỹ đến "rình" chụp hình quay phim, phỏng vấn Tướng Tư Lệnh vừa mới đáo nhậm đơn vị mới. Ông Tướng Thắng tưởng tôi làm chuyện đó mà không trình trước, la rầy, còn hăm thuyên chuyển tôi đi ra khỏi Vùng 4. Tôi nổi sùng trình lớn với ông Tướng tại Trung Tâm Hành Quân, tôi làm sai nguyên tắc hệ thống quân giai, Trung Tướng phạt hay đổi tôi đi đâu cũng được. Có vị Đại Tá sau đó nói nhỏ với tôi sao em trả lời với Trung Tướng cứng cỏi vậy, ông Tướng giận đổi em đi thì sao? Sau đó, có lẽ Tướng Thắng hiểu rõ câu chuyện khi tiếp xúc với ký giả Mỹ, không biết ông Tướng và anh ký giả này nói gì mà tôi tai qua nạn khỏi.

Người sĩ quan tuỳ viên của Thiếu Tướng Thanh, anh Liên Khía Ích, nguyên là giáo sư trung học dạy cùng trường với tôi tại trung tiểu Phước Kiến (sau đổi là Phước Đức). Anh Liên Khía Ích gốc là người Hoa 100%. Trường này, tôi đang giữ chức Giám Học các môn dạy bằng tiếng Việt, còn anh Liên Khía Ích dạy bằng tiếng quan thoại. Anh Liên Khía Ích sinh trưởng ở Chợ Lớn nên bị động viên như tôi và anh học Thủ Đức sau tôi chừng 5-6 khóa. Tội nghiệp, anh Liên Khiá Ích cùng chết theo ông thầy vì anh là tuỳ viên của Thiếu Tướng Nguyễn Viết Thanh, lúc đó anh đeo lon Đại Úy và chắc chắn anh cũng được truy thăng 1 cấp như ông thầy của anh.

Thiếu tướng Nguyễn Viết Thanh, sanh tại Đà Lạt năm 1931 và ông bị tử nạn khi chiếc trực thăng C&C chủ huy của ông đụng phải chiếc trực thăng võ trang Cobra đang bao vùng hành quân trên lãnh thổ Kampuchia khoảng gần giữa năm 1970. Thiếu Tướng Nguyễn Viết Thanh chết vì công vụ nên được truy thăng Trung Tướng, cũng như trường hợp Trung Tướng Đỗ Cao Trí Tư Lệnh Quân Đoàn 3 và Quân Khu 3 chết vì công vụ khi đang bay bằng trực thăng chỉ huy mặt trận Kampuchia, trực thăng nổ vì tai nạn và được truy thăng Đại Tướng.

KẾT LUẬN

Như trên đã trình bày, tôi từng phục vụ một chức vụ từ ngày được thuyên chuyển về Cần Thơ năm 1964 cho đến ngày (đầu năm 1970), tôi rời nơi đất lành chim đậu Cần Thơ Phong Dinh về lại Sài Gòn, Tổng Cục Chiến Tranh Chính Trị.

Tôi phụ trách về thông tin báo chí của đại đơn vị này với 7 vị Tư Lệnh Quân Đoàn 4 & Vùng 4 Chiến Thuật. Thời gian ngắn nhất, thời Trung Tướng Nguyễn Hữu Có, thời kỳ lâu nhất với Trung Tướng Đặng Văn Quang.

Quân Đoàn 4 & Vùng 4 Chiến Thuật quả là vùng đất gần như bất khả xâm phạm của cộng quân với các vị tướng tài về trấn nhậm như Trung Tướng Dương Văn Đức, Trung Tướng Nguyễn Văn Thiệu, Trung Tướng Đặng Văn Quang, Trung Tướng Nguyễn Đức Thắng, Trung Tướng Nguyễn Viết Thanh, Trung Tướng Ngô Quang Trưởng, Thiếu Tướng Nguyễn Khoa Nam…Chiến thắng nhiều nhất là thời Trung Tướng Đặng Văn Quang, thời điểm đó 5 vị Tiểu Đoàn Trưởng kiệt hiệt nhất được phong tặng là "Ngũ Hổ Tướng Miền Tây": Lê Văn Hưng, Hồ Ngọc Cẩn, Lưu Trọng Kiệt, Nguyễn Văn Huy và Vương Văn Trổ (Trung Tá Vương Văn Trổ, định cư ở Houston – Texas, đã qua đời, còn Đại Tá Nguyễn Văn Huy hiện giờ định cư ở Orange County. Trước đây, tôi viết ngũ hổ tướng miền Tây còn gọi Ngũ Hổ U Minh Thượng, có tên Thiếu Tá Lê Văn Dần, nay hiệu đính lại – theo tài liệu của Yên Tử Cư Sĩ Trần Đại Sỹ ở Paris Pháp quốc. Ngũ Hổ Tướng tại chiến trường miền cực Nam: Đại Úy Hồ Ngọc Cẩn, Tiểu Đoàn Trưởng TĐ 1/33 (Đại Tá Hồ Ngọc Cẩn Tỉnh Trưởng & Tiểu Khu Trưởng Chương Thiện chiến đấu đến viên đạn cuối cùng và bị CS bắt tại chiến hào TK Chương Thiện, và bị xử tử hình tại sân vận động Cần Thơ sau 30.4.75, Thiếu Tá Lưu Trọng Kiệt, Tiểu Đoàn Trưởng TĐ 42 Biệt Động Quân - tử trận thập niên 60, Thiếu Tá Nguyễn Văn Huy Tiểu Đoàn Trưởng TĐ 44 Biệt Động Quân – có một chiến hữu gởi email cho biết Đại Tá Nguyễn Văn Huy từng làm Tỉnh Trưởng Kiến Tường, Đại Úy Vương Văn Trổ Tiểu Đoàn Trưởng TĐ 3/33 – Trung Tá Vương Văn Trổ từng làm Tỉnh Trưởng Sa Đéc và sau đó cho đến ngày 30.4.75 là Tỉnh Trưởng Kiên Giang) cùng hiệp sức đưa QĐ4 thành một đơn vị kiêu hùng vào bậc nhất của QLVNCH.

Đến đầu năm 1975, Miền Tây vẫn còn an ninh, toàn vẹn lãnh thổ trách nhiệm QK4 được bảo toàn cho đến lúc CSBV cưỡng chiếm từ QK1 đến Thủ Đô Sài Gòn.

Khi có lệnh buông súng đầu hàng giặc sáng ngày 30.4.75, toàn bộ Quân Khu 4, mãi vài ngày sau mới hoàn toàn bị nhuộm đỏ sau khi 3 danh tướng anh hùng đã tuẫn tiết theo vận nước ngã nghiêng: Thiếu Tướng Nguyễn Khoa Nam Tư Lệnh QĐ4 & QK4, Chuẩn Tướng Lê Văn Hưng Tư Lệnh Phó QĐ4 & QK4 và Chuẩn Tướng Trần Văn Hai Tư Lệnh SĐ7 BB. Trong khi đó 2 vị tướng anh hùng khác cũng tuẫn tiết: Thiếu Tướng Phạm Văn Phú, nguyên Tư Lệnh QĐ2 & QK2, Chuẩn Tướng Lê Nguyên Vỹ, Tư Lệnh SĐ5 BB. Và rất nhiều sĩ quan, hạ sĩ quan và binh sĩ QLVNCH thà chết tuẩn tiết hơn là đầu hàng giặc. Gương sáng anh dũng Tướng chết theo thành muôn đời sau vẫn còn trong lịch sử Việt Nam.

Cuộc đời của ông bà Tướng Quang sống quá bi thảm ở Nam Cali, rồi qua Atlanta-Georgia còn bi đát hơn, ở trong một garage mướn, thiếu tiện nghi điện nước, nhà vệ sinh...và cuối cùng được hai vợ chồng một cặp Thiếu Tá, đàn em làm dưới quyền ông Tướng hơn 40 năm trước giúp đưa về định cư tại Sacramento. Và sau đó hai ông bà Tướng vì bị bịnh mãn tính nặng nên được đưa vào một nhà dưỡng lão chờ ngày về với nước Chúa.

Cuộc đời bi thảm của Trung Tướng Đặng Văn Quang với bao nỗi hàm oan mà ông đã gánh chịu hơn 40 năm, nay

cần được người đời phán xét lại một cách công minh và lương thiện, để đánh tan mọi sự hiểu lầm của rất nhiều người trong giới từng cầm súng chống cộng như Trung Tướng Đặng Văn Quang và người viết bài này. Danh dự của Trung Tướng Đặng Văn Quang cần phải được phục hồi trọn vẹn./.

(H: Ông bà Đặng Văn Quang - Nursing Home Sacramento- 2010)

LỜI NGƯỜI VIẾT:

Chắc chắn qua một thời gian quá dài hơn 40 năm, người viết có thể nhớ sai đôi chút, nhưng quả tình người viết trình bày theo sự hiểu biết giới hạn của mình để mong lấy danh dự lại của vị tướng tài có nhiều hàm oan mà nhiều người hiểu lầm khinh ghét ra mặt.

Xin nói rõ, dù tôi là đệ tử của Trung Tướng Đặng Văn Quang lúc ở Vùng 4 Chiến Thuật - Miền Tây cũng từng bị ông Tướng Quang (lúc làm Tư Lệnh SĐ21 BB) ký phạt 30 ngày trọng cấm khi tôi bỏ đơn vị Trung Đoàn 33 về trình diện đơn vị mới P.5/QĐ4 mà đến ngày nay, tôi luôn một lòng kính trọng và hình ảnh ông Tướng Quang luôn ngự trị trong trái tim tôi.

Nếu quý vị thức giả có điều chi cần liên lạc, bổ chính, góp ý, sửa chữa những gì gọi là sai, xin quý vị cứ tự nhiên gởi Email: ***tranvannga1935@gmail.com, điệnthoại: 916.519.8961.***

Xin đa tạ - (*Sacramento vào Đông 2008 (22.12.08).*

CHƯƠNG BA
(92 - 140)

NHỮNG TRẬN CHIẾN KHỐC LIỆT
NGÀY ĐẦU TIÊN 8.3.1965 QUÂN MỸ ĐẾN VIỆT NAM
THAM CHIẾN CHÍNH THỨC
VỚI 1,365 LÍNH MỸ TỬ TRẬN - NĂM 1965
CÁC TRẬN ĐÁNH KHỐC LIỆT CỦA QUÂN MỸ VỚI
QUÂN CỘNG SẢN
TẠI CHIẾN TRƯỜNG: IA DRANG - A SHAU - KHE
SANH
SO SÁNH SỰ TƯƠNG ĐỒNG & DỊ BIỆT
CĂN CỨ CHIẾN LƯỢC ĐIỆN BIÊN PHỦ CỦA PHÁP &
KHE SANH CỦA MỸ
NHẬN THỨC VỀ CĂN CỨ CHIẾN LƯỢC ĐIỆN BIÊN
PHỦ VÀ KHE SANH

TỔNG THỂ CUỘC CHIẾN VIỆT NAM TỪ NĂM 1965

Từ chủ nghĩa vô sản của giới bần cố nông thất học, cộng sản Tàu, cộng sản Việt hay các nước cộng sản khác luôn tiến hành cuộc chiến qua chiến thuật du kích, chuyên sử dụng nông thôn làm địa bàn hoạt động để tiến tới bao vây thành thị và lật đổ chánh quyền...Nguyên tắc bài học vỡ lòng này của chủ nghĩa cộng sản luôn được ứng dụng nhịp nhàng và thành công ở nhiều nơi trên thế giới: Liên sô, Trung cộng, Bắc Hàn, Cu Ba, kể cả Việt Nam, Miên, Lào...

Đến năm 1965, chiến trường Việt Nam đã có chỉnh sửa chiến thuật du kích chiến, tăng tiến tốc độ vừa sử dụng lực lượng chánh quy của CSBV xâm nhập vào Miền Nam VN qua các trận đánh trận địa chiến khốc liệt. Cộng sản vừa đẩy mạnh vai trò du kích chiến khắp mọi nơi trên lãnh thổ VNCH. Đặc biệt tại vùng I, Vùng II Chiến Thuật và Vùng III Chiến Thuật với sự khai thác tối đa địa hình rừng núi thiên nhiên hiểm trở che giấu tốt quân và các căn cứ địa được an toàn, vững chắc. Còn Vùng IV Chiến Thuật, cộng sản lợi dụng sông rạch, biển cả và biên giới dài trốn tránh lui binh ẩn nấp chờ thời cơ dùng du kích kiến tiến chiếm các mục tiêu đã có điều nghiên trước hay đã có cày đặt nội ứng...

Về mặt chiến thuật, chiến lược, CSVN lợi dụng thời cơ thuận tiện nhứt của Miền Nam VN, chánh phủ chống cộng quyết liệt VNCH với sách lược cứng rắn, có thêm một chút

(Bản đồ VN - the Gulf of Tonkin Resolution on August 7,1964).

độc tài, một phần nào, cũng có thể làm mất lòng dân ít nhiều ở nông thôn qua Quốc Sách Ấp Chiến Lược. Nhưng, Quốc Sách Ấp Chiến Lược ngăn chặn cộng sản xâm nhập trà trộn vào cùng sống với dân vô cùng hữu hiệu, đã bị chánh quyền mới (TT Dương Văn Minh - sau cuộc đảo chánh 1.11.1963) dẹp bỏ.

Từ năm 1963 đến năm 1965, những năm bất ổn tình hình nội chính VNCH, chánh phủ thay đổi như thay áo. Cấp chỉ huy quân sự và chính trị thường mải mê bảo vệ địa vị, ảnh hưởng, quyền bính mà sao lảng các cuộc hành quân lùng và diệt địch ở vùng biên giới, vùng núi rừng hiểm trở... Vì vậy, CSBV xâm nhập dễ dàng qua đường mòn Hồ Chí Minh, được mở rộng từ Bắc vào Nam, sang Lào, vùng biên giới Cam Bốt - Việt Nam. CSBV còn tận dụng đường biển xâm nhập vũ khí vào miền Nam mà QLVNCH đã đánh bắt được nhiều chiếc tàu chở đầy vũ khí, đạn dược như tại Vũng Rô, Ba Động và vài vùng ven biển khác của Miền Nam VN trong thời kỳ "quá độ" từ cuộc lật đổ nền Đệ Nhất Cộng Hòa (cách mạng 1.11.63) đến năm 1965 và sau đó. CSBV cũng tận dụng vận chuyển vũ khí đến đất nước Cam Bốt để tiếp tế cho bộ đội, đặc biệt đang chiến đấu ở Miền Tây và Miền Đông Nam VN. CSBV đã hoàn chỉnh hệ thống di chuyển tiếp vận về quân, vũ khí, quân trang, quân dụng hiện đại mới mẻ... vô cùng hữu hiệu khắp 4 vùng chiến thuật của VNCH. Thời điểm này, cộng sản BV thường phối hợp tiến hành cuộc chiến "cường tập" vừa du kích chiến vừa trận địa chiến tại những địa thế hiểm trở, khó khăn cho sự di chuyển quân và tiếp liệu của VNCH và đồng minh bằng phi cơ...

Các chiến trường, CSBV mở rộng ở Vùng I - Vùng II - Vùng III Chiến Thuật.

Riêng Vùng IV Chiến Thuật, các mật khu U Minh Thượng, U Minh Hạ, Thất Sơn, Đồng Tháp Mười, Mõ Vẹt... cũng trên đà phát triển mạnh về quân số và vũ khí mới từ miền Bắc chuyển tải qua đường biển và từ biên giới Cam Bốt vận chuyển đến. Nhưng, chiến trường Vùng IV (Miền Tây) sình lầy, đồng ruộng, tương đối trống trải cho nên không thích hợp di chuyển và ém dấu quân đơn vị lớn. Vũ khí nặng như đại bác 130 ly và chiến xa, xe tăng T54 để yểm trợ bộ chiến, không thể đưa đến Vùng 4 CT an toàn. Vì vậy, các trận địa chiến cấp sư đoàn ít xảy ra tại vùng đồng bằng sông Cửu Long - Vùng IV Chiến Thuật cho đến tàn cuộc chiến ngày 30.4.1975, mà chỉ diễn ra thường trực ở 3 vùng chiến thuật I - II và III.

NĂM 1965 MỞ ĐẦU CÁC TRẬN CHIẾN KHỐC LIỆT TẠI VIỆT NAM

Cái gì đến là phải đến và cũng là ý muốn của các siêu cường quốc. Mỹ đưa quân vào VN càng nhiều, CSBV trước đó và sau này cũng càng đưa thật nhiều các đơn vị chính quy xâm nhập với vũ khí tối tân hơn QLVNCH để quyết chiến với các đơn vị thiện chiến Mỹ có trang bị hiện đại tới tận răng và hỏa lực phi pháo như bất tận của một quân đội giàu tiền dư của.

Chúng ta biết lý cớ của Mỹ nhằm đưa quân rầm rộ vào chiến trường Việt Nam từ ngày 8.3.1965, qua vụ tàu chiến Mỹ khiêu khích bị "CSBV tấn công" ở vùng biển - Vịnh Bắc Việt (Gulf of Tonkin) nên Quốc Hội Mỹ đã mau chóng thông qua Nghị Quyết, bật đèn xanh cho phép chánh phủ Mỹ đưa quân Mỹ ồ ạt vào Việt Nam từ ngày 7.8.1964. Trên tờ Vietnam magazine (do cựu chiến binh Mỹ trên chiến trường Việt Nam phát hành) - Vol.28 - số 4 - December 2015, trong bài xã luận (Editor's Note Book) với cái tít lớn *The Year the War Really Began* có kèm hình ảnh trận chiến đang diễn ra ở vùng Ia Drang - Cao nguyên Trung Phần từ ngày 14 đến ngày 18.11.1965. Lần đầu tiên tại chiến trường Việt Nam, quân Mỹ đụng trận lớn vô cùng ác liệt với quân chánh quy

CSBV. Quân Mỹ tử trận 234 và gần 500 bị thương, quân chính quy CSBV có trên 1 ngàn chết. Đây, quả thật là năm, cuộc chiến VN đến khúc quanh lịch sử - khốc liệt. Với chiến thuật trực thăng vận mới mẻ và trực thăng bao vùng đã giải cứu được căn cứ LZ Albany không lọt vào tay CSBV.

Năm đầu cuộc chiến Việt Nam có quân Mỹ trực tiếp lâm trận và trong cái nhìn, nhận định của các giới chức Mỹ, bao gồm các nhà hoạch định chính sách, nhà báo, các chính trị

gia, các nhà tài phiệt về vũ khí... đã khẳng định cuộc chiến

(Hình: IA DRANG - Helicopter Rescue at LZ Albany).

VN mới thật sự bắt đầu.

Trong khi đó, người Việt chúng ta biết rõ là cuộc chiến VN về ý thức hệ quốc cộng đã bắt đầu hình thành khi CSBV đặt bút ký Hiệp Ước Genève ngày 20.7.1954 chưa ráo mực. Trước đó, CSBV đã cài đặt cán bộ, tình báo, bộ đội trà trộn vào sống chung với thường dân ở Miền Nam gọi là sách lược mai phục chờ thời cơ nổi dậy. Thay vì, tất cả những thành phần cộng sản này phải tập kết ra Bắc hết, đúng với tinh thần Hiệp Định Genève 1954. CSBV âm thầm chuẩn bị kỹ, rèn cán chỉnh quân, mãi cho đến năm 1960, CSBV mới nặn ra cái chiêu bài mới mị dân, lừa phỉnh dư luận trong ngoài nước, với cái gọi là Mặt Trận Giải Phóng Miền Nam tự phát.

Từ năm 1960, là năm Mỹ cũng muốn nhảy vào lãnh đạo cuộc chiến VN, nhưng bị Tổng Thống Đệ Nhất Cộng Hòa Ngô Đình Diệm khước từ. Tổng Thống Ngô Đình Diệm bị Mỹ cảnh cáo bằng vụ đảo chánh hụt ngày 11.11.1960 của nhóm Đại Tá Nguyễn Chánh Thi. Mãi cho đến ngày 1.11.1963, cuộc đảo chánh và sát hại Tổng Thống Ngô Đình Diệm thành công, quân Mỹ mới tự do thoải mái đưa quân vào tham chiến và lãnh đạo cuộc chiến VN từ năm 1965 cho đến khi Mỹ ký được Hiệp Ước Đình Chiến Paris năm 1973.

NGÀY ĐẦU TIÊN QUÂN MỸ ĐẾN CHIẾN TRƯỜNG VIỆT NAM - 8.3.1965

Ngày đầu tiên quân bộ chiến Mỹ đến Đà Nẵng, trong đó có 2 tiểu đoàn thuộc Sư đoàn 3 Thủy Quân Lục Chiến, ngày 8.3.1965.

Chiến sự từ từ leo thang, qua các cuộc chạm súng với các đơn vị địa phương, đến các trận đụng độ lớn - trận địa chiến với quân chính quy CSBV từ tháng 11.65, điển hình tại vùng thung lũng Ia Drang, thuộc vùng Cao Nguyên Trung Phần (Vùng II Chiến Thuật) với 3 tiền đồn - căn cứ hỏa lực của Quân Đội Mỹ X-Ray, Albany, Colombus. Xa hơn một chút ở rặng núi Chu Pong, hướng Nam và Trại Pleime của Lực Lượng Đặc Biệt Việt Mỹ ở hướng Đông, hướng Tây Bắc có Trại Đức Cơ...

Vùng thung lũng Ia Drang, nằm cạnh con sông nhỏ Ia Drang với vài phụ lưu mà Mỹ đặt đến 3 căn cứ hỏa lực vì là vùng quan yếu mà quân CSBV sẽ đi qua, gần 2 bên ven sông: X-Ray, Albany, Colombus. Vùng núi rừng Chu Pong là căn cứ điạ mà CSBV thường ém quân, tích trử lương thực, súng đạn - hậu cần chính cho các trận chiến ở vùng này. Chỉ huy bộ đội CSBV vùng rừng núi Cao Nguyên do Tướng Chu Huy Mân làm Tư Lệnh chiến trường. Lúc bấy giờ về phía QLVNCH có Trung Tướng Vĩnh Lộc là Tư Lệnh Quân Đoàn 2 và Vùng II Chiến Thuật.

* Ngày 22.4.1965, Thủy Quân Lục Chiến Mỹ đụng trận đầu tiên với du kích VC tại Vùng I Chiến Thuật mà phía Mỹ không có tổn thất.

* Ngày 3.5. 1965, 1 Lữ Đoàn thuộc Sư Đoàn 173 Dù Mỹ, đơn vị bộ chiến đầu tiên đến đóng quân vùng gần Sài Gòn (Vùng III Chiến Thuật) và sau đó, đến ngày 27.6.1965, với cuộc hành quân tìm và diệt địch (Search-and-destroy Op.) trong 3 ngày, LĐ/SĐ 173 Dù không tìm thấy dấu vết VC.

* Ngày 11.8.1965, lần đầu tiên, nguyên 1 đại đơn vị, Sư Đoàn Không Kỵ 1 (1st Cavalry Division - Airmobile) đến VN. Đây là một "bước nhảy vọt" sự dính líu sâu đậm về quân

số tại chiến trường Việt Nam, cả 1 sư đoàn Mỹ đầy đủ (the first full Army division) được chuyển tới VN.

TRẬN ĐỤNG ĐỘ ĐẦU TIÊN
GIỮA 2 TIỂU ĐOÀN TQLC MỸ VỚI 1 TRUNG ĐOÀN VC
CUỘC HÀNH QUÂN STARLITE (18 - 24.8.1965) - TỔN THẤT: 50 QUÂN MỸ TỬ TRẬN 600 VC CHẾT TẠI CHIẾN ĐỊA

Từ ngày quân Mỹ ồ ạt đến chiến trường VN, các cuộc hành quân nhỏ cấp đại đội, tiểu đoàn nhằm thăm dò, thám sát địa thế và các cuộc hành quân cấp vài tiểu đoàn hay cấp trung đoàn, lữ đoàn lùng diệt địch luôn được tung ra, nhưng phía cộng quân thường né tránh đụng độ với quân Mỹ. Từ tháng 3.65 cho mãi đến tháng 8.1965, mới có trận đánh lớn qua cuộc hành quân Starlite, từ 18 - 24.8.1965 ở vùng Cao Nguyên.

Với 3 tiểu đoàn từ Sư Đoàn 1 và Sư Đoàn 3 TQLC Mỹ mở cuộc hành quân tìm và diệt địch cấp trung đoàn VC được đặt tên là cuộc hành quân Starlite với sự không yểm tối đa, thu được chiến thắng vẻ vang với hơn 600 VC chết và bên TQLC Mỹ cũng trả giá với 50 chiến sĩ hy sinh tại mặt trận. Đây là cuộc hành quân chạm địch dữ dội đầu tiên cấp Trung Đoàn của 2 phía.

Trong khi đó, cuộc Hành quân Hump của 1 tiểu đoàn thuộc Sư Đoàn 173 Không Kỵ Mỹ ở Vùng III Chiến Thuật, từ ngày 5 - 9.11.1965 đã chạm địch cấp Trung Đoàn với tổn thất khá cao có 50 quân Mỹ tử trận và có khoảng 400 VC chết.

TRẬN ĐÁNH KHỐC LIỆT

THUNG LŨNG IA DRANG - VÙNG II CHIẾN THUẬT

Bên bờ sông Ia Drang với 3 căn cứ hỏa lực, khi trận chiến ác liệt bắt đầu với 2 căn cứ hỏa lực LZ. X-Ray - LZ. Albany. Và LZ. Colombus cũng bị tấn công bằng pháo kích chỉ có 3 lính Mỹ chết và 13 bị thương. Sau trận chiến đẫm máu, khốc liệt này, tại thung lũng Ia Drang, quân Mỹ còn thiết đặt thêm vài căn cứ hỏa lực nữa, tạo thành thế liên hoàn hỗ tương yểm trợ cho nhau (LZ có nghĩa là Landing Zone - căn cứ LZ, trực thăng lên xuống thuận tiện).

Trận đánh tại Ia Drang diễn ra từ ngày 14 đến ngày 18.11.1965. Như thường lệ, lực lượng 2 căn cứ hỏa lực X-Ray và Albany có những cuộc hành quân mở đường, liên lạc giữa 2 căn cứ. Ngày 14.11.1965, từ X-Ray, quân Mỹ từ từ đi theo đội hình tiến qua căn cứ hỏa lực Albany, bỗng lọt vào ổ phục kích, đụng trận dữ dội với quân chính quy CSBV mà chúng đã mai phục chuẩn bị sẵn. Lực lượng Mỹ được tăng viện tiếp cứu đơn vị đang lâm trận, bị quân CSBV tấn công bao vây. Không những cuộc chiến khốc liệt diễn ra trên đường hành quân tuần tiểu mở đường, đồng thời quân chính quy CSBV còn tấn công dữ dội vào 2 căn cứ hỏa lực X-Ray và Albany. Và căn cứ Albany là nơi diễn ra các trận đánh ngày đêm kinh hoàng đẫm máu nhứt.

Ngày 17.11.1965, từ căn cứ LZ X-Ray, Tiểu đoàn 2 Trung Đoàn 7 thuộc Sư Đoàn Không Kỵ 1 do Trung tá McDade chỉ huy mở cuộc hành quân tăng viện đến LZ Albany bị lọt vào ổ phục kích củaTiểu đoàn 8 Trung đoàn 66 quân CSBV do Trung tá CSBV Nguyễn Hữu An chỉ huy.

Theo một bài viết của 1 cựu chiến binh Mỹ tham gia trận phục kích đẫm máu này được phổ biến trên Net ngày 14.11.2015, đánh dấu kỷ niệm 50 năm cuộc chiến khốc liệt nhứt trong lịch sử chiến tranh VN cấp tiểu đoàn mà quân Mỹ tổn thất nặng nề. Tiểu đoàn 2/7/SĐ1 Không Kỵ với quân số 400 người tham chiến mà chết 155 và bị thương 124 chiến binh. Lý do, quá bất ngờ, khi bắt được 2 tù binh CSBV khai thác trên đường tiến quân xong. Trung Tá McDade vội mời gọi các Đại đội trưởng và những hạ sĩ quan quan trọng đến họp nghe ông diễn giải chiến thuật của CSBV **(có thể là *chiến thuật công đồn đả viện*)**. Các sĩ quan cấp nhỏ và "lính lác", thiếu kinh nghiệm cảnh giác, không canh phòng cẩn mật. Và sau một đêm mệt nhọc mất ngủ vì cộng quân tấn công LZ X-Ray, có dịp không di chuyển, nhiều chiến binh ngồi hút thuốc, nghỉ ngơi hay lim dim, thiêm thiếp ngủ. Bỗng nhiên súng nổ vang rền khắp nơi, có tiếng kèn và tiếng hô xung phong với súng lắp lưỡi lê, mã tấu tấn công cận chiến với đám quân đang thông dong ngơi nghỉ của các "lính cậu" và là lính nhà giàu nữa. Vì vậy sự tổn thất quá lớn lao cho một tiểu đoàn tác chiến của Quân Lực Mỹ. Đó là một bài học đắt giá mà quân Mỹ phải trả để rút ra bài học kinh nghiệm xương máu quý báu, khinh địch là mất mạng. (**The battle at Albany (Ia Drang) proved to be one of the worst defeats of an American battalion in the entire Vietnam War).**

Cuộc chiến khốc liệt này kéo dài suốt gần 5 ngày với quân số tham chiến của 2 phía như sau:

*** Quân Mỹ:** Ngoài các đơn vị đồn trú tại căn cứ hỏa lực, còn có sự tăng viện của 2 Tiểu đoàn của Trung đoàn 7, 1 Tiểu đoàn của Trung đoàn 5 thuộc Sư Đoàn 1 Không Kỵ. Ngoài các phi yểm hùng hậu, quân Mỹ còn sử dụng Tiểu đoàn 229 trực thăng xung kích (229th Assault Helicopter Battalion- theo bài tường thuật của ký giả Dan Reed - CBS: Shootout at LZ. Albany) bao vùng tiếp cứu và yểm trợ hữu hiệu.

*** Quân chính quy chuyên nghiệp CSBV:** Lần đầu tiên xuất hiện đánh trực diện với quân Mỹ, gồm có nhiều tiểu đoàn của 2 Trung đoàn và sau thêm 1 trung đoàn nữa **(the first time the US military went up against the Communists' professional military force - North Vietnamese**

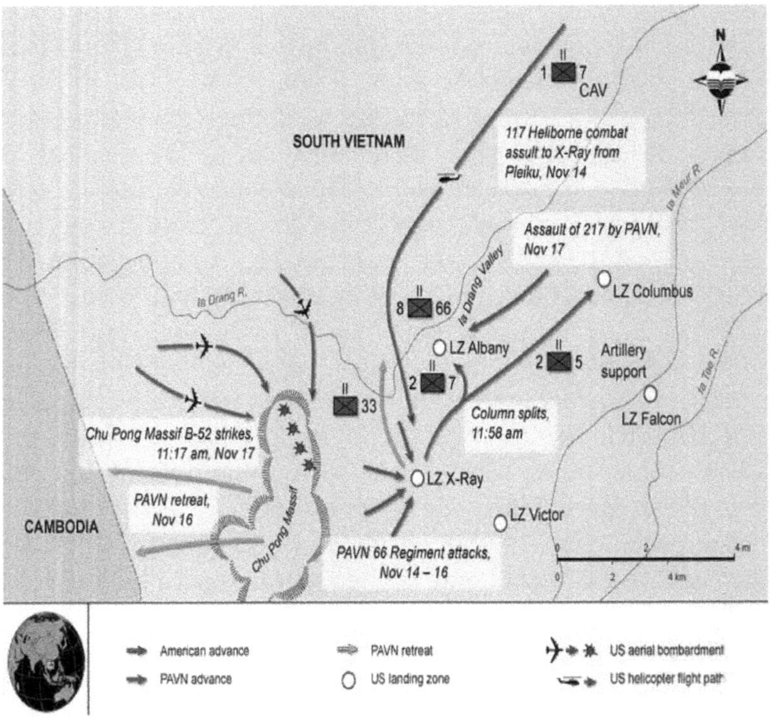

Army, NVA).

(Phóng đồ hành quân - quân CSBV được Mỹ gọi là PAVN, còn tên gọi khác là NVA - Mũi tên đỏ đậm chỉ hướng tấn công của quân CSBV và đỏ lợt chỉ hướng rút quân của CSBV. Mũi tên xanh chỉ hướng tiến quân Mỹ).

Trận chiến đẫm máu khốc liệt tại mặt trận Ia Drang từ ngày 14 đến ngày 18.11.1965, đây cũng là lần đầu tiên quân Mỹ "thử lửa" với quân chính quy thiện chiến nhà nghề của CSBV - NVA. Vì vậy, tổn thất của 2 phía tương đối cao như sau: quân Mỹ chết tại căn cứ hỏa lực LZ. X-Ray: 79 và bị thương 121 người và tại căn cứ hỏa lực LZ. Albany với một tổn thất khá cao: 155 chiến sĩ tử trận và 124 bị thương. Theo trận liệt được báo caó có trên 1 ngàn quân chính quy CSBV chết tại chiến trường.

Trận chiến đầu tiên với các đơn vị chính quy CSBV cấp nhiều trung đoàn, quân Mỹ đã thiệt hại tại mặt trận Ia Drang 234 chiến sĩ tử trận và 245 chiến sĩ khác bị thương, 4 mất tích. Trực thăng có 4 chiếc bị bắn hạ, và 55 chiếc trực thăng khác bị hư hại...Với 740 phi vụ tác chiến dội bom và bắn rốc kết cùng với các phi vụ không tập lần đầu tiên yểm trợ chiến trường VN bằng pháo đài bay B52, tất cả 96 phi vụ.

NĂM 1965: QUÂN MỸ THAM CHIẾN Ở VIỆT NAM

VỚI TỔN THẤT 1,365 TỬ TRẬN

Các đơn vị chính quy cộng sản Bắc Việt, từ tháng 11 năm 1965 cũng là lần đầu tiên đã hiểu rõ sức mạnh khổng lồ khủng khiếp của không lực Hoa Kỳ qua các phi vụ trải thảm của pháo đài bay B52. Qua trận chiến đẫm máu ở chiến trường Ia Drang, quân Mỹ cũng đã sử dụng đợt đầu 8 pháo đài bay B52 làm mưa bom, vào lúc 11:37 phút ngày 17.11.1965, xuống rừng núi Chu Pong (núi cao trên 2,400 FT) - sào huyệt, căn cứ địa của CSBV, cách căn cứ hỏa lực LZ. X-Ray vài dặm. Khu vực này kể như bị san bằng, không có báo cáo sự thiệt hại của CSBV.

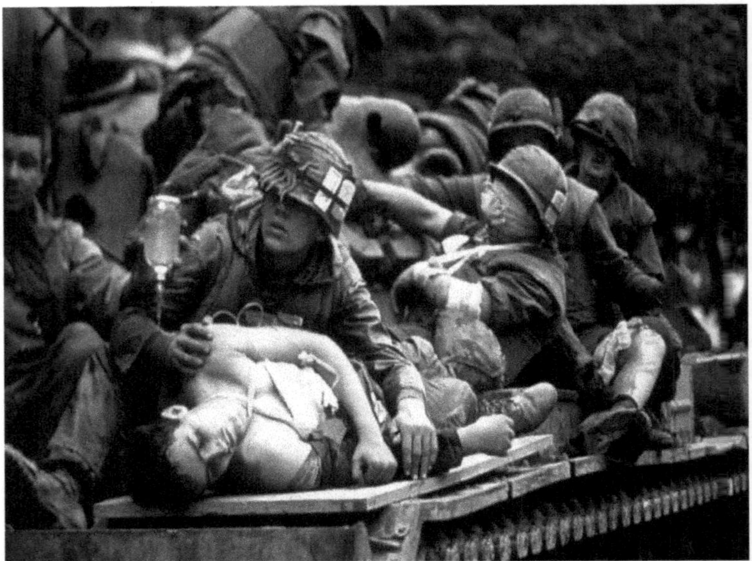

(H: Thương binh ngổn ngang Mỹ tại trận chiến LZ Albany)

Gần khu vực Ia Drang, còn có các tiền đồn do Lực Lượng Đặc Biệt Việt Mỹ trú đóng, ở phía Đông có tiền đồn - Trại - Pleime. Nơi đây, người viết (TVN) có dịp hướng dẫn một phái đoàn báo chí VN và ngoại quốc, chừng 10 người, đáp xuống đây thăm viếng vào thời điểm đã thực thi kế hoạch "Việt Nam Hóa Chiến Tranh", năm 1972, sau Mùa Hè Đỏ Lửa. Các ký giả được dự một buổi thuyết trình dưới căn hầm kiên cố nằm sâu dưới đất, dùng làm Trung Tâm Hành Quân. Chúng ta có đến tận nơi, quan sát chung quanh, không có một nơi nào của tiền đồn này không bị thương tích, cày xới do cộng quân pháo kích thường xuyên ngày đêm, nhất là có trực thăng bay lên hay đáp xuống liên lạc tiếp tế. Những cây xanh xa xa xung quanh tiền đồn, chúng ta thấy toàn 1 màu trắng trên các đầu ngọn và cành cây. Đó là những chiếc dù của những trái pháo chiếu sáng mà thường xuyên trong căn cứ bắn ra hay từ máy bay ném xuống những lần cộng quân pháo kích tấn công.

Các phi cơ hỏa long và những phi vụ yểm trợ thả dù chiếu sáng giúp cho căn cứ quan sát rõ địa thế...Người viết mới đến căn cứ này lần đầu tiên - tiền đồn heo hút Pleime nổi tiếng bị cộng quân tấn công liên tục ở Cao Nguyên - Vùng II Chiến Thuật, dù mình cũng là một người lính từng chiến đấu ở mặt trận, lòng tôi không khỏi xao xuyến bồi hồi thương cảm và vô cùng trân trọng kính phục những chiến sĩ oai hùng ở các tiền đồn đèo heo hút gió tràn đầy hiểm nguy như Trại Pleime.

Từ mốc thời gian năm 1965 và cho đến ngày 30.4.1975, CSBV cưỡng chiếm hoàn toàn Miền Nam Việt Nam, một thời gian cuộc chiến Việt Nam diễn ra cực kỳ khốc liệt qua đỉnh cao của 2 chiến dịch đẫm máu và tang thương nhứt trong lịch sử Việt Nam:

* Tổng Công Kích và Tổng Khởi Nghĩa Tết Mậu Thân - năm 1968 mà CSBV hoàn toàn thảm bại trên chiến trường Việt Nam. Nhưng, CSBV lại chiến thắng vẻ vang tại sân khấu chính trị và dư luận dân chúng Hoa Kỳ được giới phản chiến a dua kích động làm lợi cho cộng sản. Chính giới và dân chúng Mỹ không còn quyết tâm chống cộng như năm 1965, dù năm đó quân Mỹ chết trên 1 ngàn chiến sĩ mà dân chúng vẫn hoan nghênh sự chính nghĩa của lực lượng Hoa Kỳ tham chiến tại Việt Nam. Và từ năm 1968 về sau, thì ngược lại, người Mỹ không còn "mặn mà" với cuộc chiến Việt Nam, chỉ muốn rút quân, lấy tù binh, bỏ mặt cho VNCH chết...

* Mùa Hè Đỏ Lửa năm 1972, CSBV mở ra cùng lúc 3 mặt trận, chiến dịch lớn: Quảng Trị, Vùng I Chiến Thuật - Mặt trận Kontum, Vùng II Chiến Thuật và Mặt trận Bình Long, Vùng III Chiến Thuật. Nhưng, CSBV cũng hoàn toàn chuốc lấy thảm bại và QLVNCH cũng trả một cái giá đắt có hàng ngàn chiến sĩ phải hy sinh đền nợ nước. Tổng Thống Nguyễn Văn Thiệu khi đến uỷ lạo các đơn vị, chiến thắng tại 3 mặt trận này, với câu nói đầy tự hào, Tổng Thống khen tặng, vinh danh các đơn vị tham chiến:

Bình Long Anh Dũng - Kontum Kiêu Hùng - Trị Thiên Vùng Dậy.

Trở lại thời điểm năm 1965 mà dư luận Mỹ tán thành ủng hộ hết mình cuộc chiến chính nghĩa của quân Mỹ và QLVNCH chống lại chủ thuyết cộng sản muốn nuốt trọn Miền Nam Việt Nam tự do. Chỉ có 3 tháng từ tháng 8 đến tháng 11 năm 1965, dù thời gian ngắn ngủi mà quân Mỹ đã hy sinh tại chiến trường Việt Nam, cộng với những ngày khác của năm, con số tử trận quân Mỹ năm 1965 lên 1,365 chiến sĩ. Nếu tính chung, trong 10 năm chính thức và 12 năm không chính thức, quân Mỹ tham chiến trực tiếp tại chiến trường Việt Nam với con số tử trận: 58,307 chiến sĩ và 303,644 bị thương.

Nếu chúng ta chịu khó so sánh số người Mỹ chết trong chiến tranh Việt Nam với số người Mỹ chết tại nội địa một cách lảng nhách về chơi súng (sử dụng súng), trung bình 1 năm có trên 31 ngàn người chết vì súng mà người Mỹ vẫn dửng dưng.

Người ta không la toáng lên như thời điểm phản chiến lên cao cứ nằng nặc đòi chánh phủ Mỹ rút quân ra khỏi chiến trường VN tránh cho người Mỹ chết dù Mỹ có lời cam kết danh dự, vì chánh nghĩa tự do. Hơn nữa, Chánh Phủ và Quốc Hội Mỹ, ngay cả Tổng Thống Mỹ Nixon viết nhiều thơ gởi Tổng Thống VNCH Nguyễn Văn Thiệu cam kết ủng hộ, viện trợ cho quân dân VNCH đủ phương tiện chống cộng, tiếp tục giữ tiền đồn chống chủ nghĩa cộng sản độc hại đang có kế sách bành trướng nhuộm đỏ cả Đông Dương - Đông Nam Á - Á Châu và cả thế giới. Người Mỹ nói vậy mà không phải vậy, "người ta" nuốt lời.

TRẠI LỰC LƯỢNG ĐẶC BIỆT A SHAU

BỊ CỘNG QUÂN TRÀN NGẬP (OVERRUN)

ĐƯỜNG MÒN HỒ CHÍ MINH - HO CHI MINH TRAIL

Từ bên dòng sông Bến Hải (thuộc tỉnh Quảng Trị), chiếu theo Hiệp Định Quốc Tế Genève ký ngày 20.7.1954, nước Việt Nam bị chia cắt 2 miền Nam Bắc, từ ngày 22 tháng 7 năm 1954.

(H: Đường mòn hồ chí minh như hình vẽ).

Với sự quyết tâm thôn tính Miền Nam tự do, bất kể Hiệp Định Quốc Tế Genève đã chia đôi đất nước Việt Nam ra 2 vùng lãnh thổ có đầy đủ chủ quyền và thể chế chính trị khác biệt nhau. Bộ Chính Trị cộng sản Bắc Việt (CSBV) đã chỉ thị các địa phương ở Miền Nam, cài đặt hàng ngàn cán bộ chính trị và quân sự ở lại Miền Nam cùng chôn giấu nhiều vũ khí, thay vì tập kết hết ra Bắc như quy định của Hiệp Định Genève 1954. Đến cuối thập niên 50, Bộ Chánh Trị CSBV họp bàn hạ quyết tâm "nhất trí" xâm lăng chiếm cho bằng được Miền Nam tự do với mọi giá. Cũng từ năm 1959, CSBV đã thực hiện kế hoạch xâm nhập quy mô bằng đường bộ, chúng tái xây dựng tuyến đường tiếp vận từ miền Bắc, xuyên qua lãnh thổ "anh em" Lào, xâm nhập miền Nam. Khi gần đến sông Bến Hải, ranh giới của 2 nước Việt Nam, cộng sản BV mở con đường này thành 2 mũi thẳng tiến vào Nam, qua 2 ngã. Một ngã đi dọc theo đường biên giới Việt Lào thẳng tới Thừa Thiên - Huế..., phải vượt qua vùng phi quân sự. Ngã thứ 2 hoàn toàn mới xuyên qua biên giới, đi sâu vào lãnh thổ Lào. Con đường này được xây dựng quy mô, ròng rã 5 năm, từ năm 1959 đến năm 1964, to rộng cho xe cơ giới lớn, nặng, di chuyển dễ dàng chạy vào Nam.

Tuyến đường này, với những đường rẽ vào các tỉnh của Vùng I - Vùng II - Vùng III Chiến Thuật. Con đường huyết mạch đó được gọi là con đường mòn Hồ Chí Minh (Ho Chi Minh Trail), hoàn toàn giữ bí mật khi xây dựng, lộ trình dài hàng trăm cây số nằm sâu trong đất nước Lào xuyên qua tỉnh Savannakhet, Paksé... Khi đường mòn HCM chạy đến vùng 3 biên giới Việt Miên Lào, đâm sâu vào lãnh thổ VNCH, xuyên qua nhiều tỉnh Vùng I Chiến Thuật, các tỉnh Cao Nguyên Vùng II Chiến Thuật như Kontum - Pleiku - Phú Bổn - Ban Mê Thuột..., đến Vùng III Chiến Thuật: Bình Long - Phước Long cho đến các tỉnh vòng đai Thủ Đô Sài Gòn như Bình Dương - Biên Hòa kể cả tỉnh Long Khánh.

TƯƠNG QUAN LỰC LƯỢNG ĐỒN TRÚ CỨ ĐIỂM A SHAU & QUÂN CHÍNH QUY BV

Những địa danh vô cùng quan trong, áng ngữ, ngăn chặn sự xâm nhập quân, cán bộ, tiếp vận của CSBV xâm nhập miền Nam khi vượt qua vùng phi quân sự - sông Bến Hải hay đi theo con đường mòn HCM. Quân Mỹ đã thiết đặt hàng chục căn cứ hỏa lực lớn và nhiều Trại Lực Lượng Đặc Biệt *(do các toán LLĐB Việt*

Mỹ chỉ huy - Tất cả các căn cứ hỏa lực và thiết bị điện tử đặt hoặc rải trong vùng phi quân sự gọi là hàng rào điện tử Mc Namara - tên ô. Bộ Trưởng Quốc Phòng Mỹ chủ xướng) dọc theo 2 ngã xâm nhập của CSBV ở Vùng I - II - III Chiến Thuật. Những căn cứ - địa danh vô cùng quan trọng có tầm vóc lịch sử, như các Trại LLĐB: Khe Sanh - A Lưới - Tà Bạt - A Shau... thuộc Vùng I Chiến Thuật. Ngoài ra, còn có cả chục Trại LLĐB ở Vùng II - Vùng III Chiến Thuật và các trại LLĐB khác ở biên giới Việt Miên thuộc Vùng IV Chiến Thuật.

Thung lũng A Shau tại một vùng rừng núi bạt ngàn trùng trùng điệp điệp cũng là lộ trình huyết mạch cho các cuộc chuyển quân, tiếp vận từ Bắc vào Nam. CSBV lúc nào cũng muốn nhổ những "chốt" ngăn chặn sự xâm nhập, di chuyển tối quan trọng này của CSBV. Các Trại Lực Lượng Đặc Biệt và các căn cứ hỏa lực lớn nhỏ của Mỹ luôn là điểm nóng mà CSBV luôn luôn muốn thanh toán, dọn sạch để chúng dễ dàng xâm nhập, không bị dòm ngó ngăn chặn, cản bước tiến quân...

Quân trú phòng Trại Lực Lượng Đặc biệt A Shau, lúc ban đầu chỉ có 1 Đại đội Dân Sự Chiến Đấu (Civilian Irregular Defense Group - CIDG) gần 250 quân, đa số là người dân tộc thiểu số Nùng cùng với thông dịch viên, không thấy tài liệu đề cập đến cấp chỉ huy thuộc LLĐB Việt Nam, có 10 (cố vấn) chiến sĩ Mũ Xanh Mỹ trong Trại này. Lực lượng yểm trợ dồi dào của không lực Mỹ đối với A Shau bất cứ ngày đêm, lúc nào cần thiết, ngoại trừ thời tiết quá xấu.

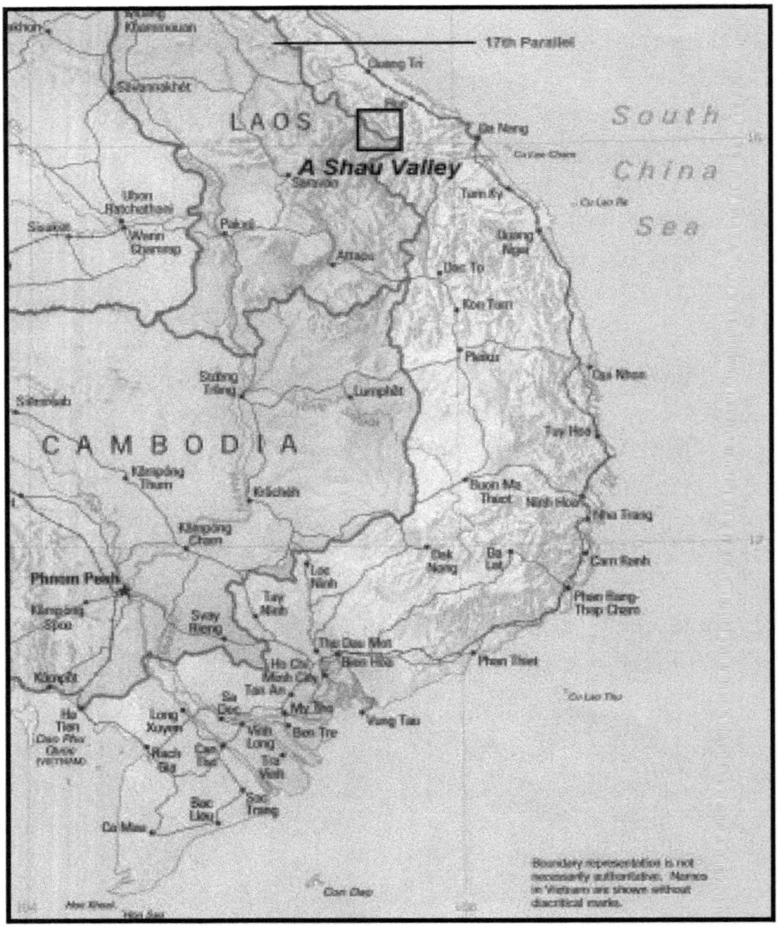

Trại Lực Lượng Đặc Biệt A SHAU - Thung lũng A Shau chạy dài từ địa phận tỉnh Quảng Trị đến tỉnh Thừa Thiên, Quảng Nam, dài 40 cây số (25 dặm), chiều rộng của thung lũng Ashau gần 2 cây số, cách biên giới Lào Việt 5 dặm (8 cây số) Đông, cách Huế chừng 50 cây số (30 miles) về hướng Tây và cách Đà Nẵng cũng gần cho nên mọi sự tiếp tế và yểm trợ bằng không lực rất dễ dàng. Cuộc chiến ác liệt ở vùng này, bắt đầu hé lộ:

* - Ngày 5.3.1966, cuộc hành quân an ninh của Trại, bắt được 2 cán binh CSBV, khai thác, biết rõ ý định của CSBV, bằng mọi giá chiếm cho bằng được căn cứ này. Trận đánh sắp xảy ra chính thức vì nhiều đơn vị bộ đội chánh quy CSBV (Sư Đoàn 325) đã áp sát quanh trại, bố trí hỏa lực phòng không dày đặt, công sự chiến đấu đều khắp, CSBV chuẩn bị kỹ trước khi tấn công. Thời tiết xấu đến, giúp thêm thuận lợi cho CSBV mở cuộc tấn công vì yếu tố thiên thời hạn chế mưa bom của không lực Mỹ...

* - Ngày 7.3, Trại được tăng cường thêm 1 Đại đội Dân Sự Chiến Đấu (có tên gọi khác là Mike Force do Mỹ trực tiếp tuyển mộ), quân số cũng trên 200 người, tăng cường thêm 7 Mũ Xanh Mỹ và 9 thông dịch viên. Quân số chung của Trại lên xấp xỉ 450. Trong khi đó lực lượng của CSBV với 2 ngàn quân thuộc Sư Đoàn chính quy 325 và số quân còn lại của SĐ này làm lực lượng trừ bị đang ẩn nấp ở vùng rừng núi hiểm trở - biên giới Việt Lào.

* - Ngày 8.3, toàn khu vực gần Trại LLĐB vùng A Shau được báo động đỏ - khẩn cấp, quân CSBV có lệnh tấn công ngay trong đêm vì thời tiết quá xấu, hạn chế rất nhiều các phi vụ oanh kích của các chiến đấu cơ A - 1 và C 47 Spooky gunships và các loại phi cơ khác.

TRẠI LLĐB A SHAU BỊ QUÂN CSBV TRÀN NGẬP (OVERRUN)

SAU 2 NGÀY CHIẾN ĐẤU ĐẪM MÁU

Từ tối ngày 8.3, với thời tiết quá xấu, tiếp tục mưa gió lớn hạn chế các phi vụ thả trải sáng, những gunships - con rồng lửa C47 bị hạn chế, trong lúc đó, quân CSBV rót đạn pháo như mưa vào vị trí phòng thủ, cày nát, phá hủy nhiều khu doanh trại, hầm hố, công sự, kho đạn... Cuộc chiến kéo dài suốt đêm đến trưa, các chiếc máy bay vận tải cơ C.123 và CV 2 từ phi trường Phú Bài - Huế, bay đến thả dù tiếp tế đạn dược và tiếp liệu, thực phẩm...Thời tiết xấu và súng phòng không của CSBV thi nhau nổ vang dày đặc không trung trên căn cứ trú phòng, cho nên phần lớn các dù tiếp tế bay rớt ngoài hàng rào phòng thủ vì máy bay, bay cao và gió lớn. Trong lúc đó, quân CSBV tấn công liên tục bằng pháo kích và các đơn vị nhỏ xâm nhập sát hàng rào phòng thủ chờ lệnh xung phong tiến chiếm mục tiêu.

Quân trú phòng chết và bị thương cũng khá nhiều, thiếu phương tiện cứu thương, cạn lương thực và đạn dược. Mặc dù được các vận tải cơ, cố gắng hết đợt này tới đợt khác bay đến thả dù tiếp tế suốt chiều 9.3. 66. Nhưng, tất cả các phi vụ tiếp tế đó đều không may, quân trú phòng không nhận được. Chiều tối ập tới với nỗi kinh hoàng của quân trú phòng quyết tâm phòng thủ, chờ sáng ngày sau, may ra được tiếp tế đầy đủ và được tăng viện...Cuộc chiến dằng dai kéo cài từ suốt ngày 9.3.1966 với thời tiết càng xấu hơn, quân CSBV, dưới sự yễm trợ pháo dữ dội và súng DKZ - súng không giật nả liên tục vào các nơi phòng thủ của Trại. Trong khi đó, quân bộ chiến, đặc công của CSBV càng lúc càng áp sát tuyến phòng phủ của quân trú phòng. Lúc 1 giờ trưa, một chiếc C 47 Spooky xạ kích yễm trợ quanh Trại LLĐB A Shau, bị phòng không địch bắn hạ, 6 phi hành đoàn nhảy dù rơi xuống ngoài vòng rào phòng thủ, và phi hành đoàn tự vệ chiến đấu chống lại quân CSBV đang bao vây tấn công. Trực thăng H34 đến tiếp cứu, có 3 quân nhân phi hành bị thiệt mạng và cứu thoát được 3 người.

* Ngày 10.3.1966 là ngày cuối cùng, ngày định mệnh của Trại Lực Lượng Đặc Biệt A Shau. Sau một đêm dài 9.3 như bất tận, các chiến sĩ của Trại nằm dưới các giao thông hào đội cơn mưa gió dữ dội và đội đạn pháo của cộng quân rót vào trại liên tục, không ngơi nghỉ. Đến 5 giờ sáng, một đơn vị đặc công cộng quân đã tấn công xâm nhập được qua hàng rào phòng thủ, vào Trại ở hướng đông, hai bên phải

dùng cận chiến - xáp lá cà đẫm máu. Sau đó, cộng quân đã chiếm được vùng phòng thủ này, làm bàn đạp tấn công vào các hướng khác. Từ cấp trên, có lệnh cho các chiến sĩ phòng thủ Trại A Shau, chuẩn bị "di tản chiến thuật", các công sự chiến đấu và doanh trại cũng như kho tàng đều phải phá hủy toàn bộ. Tất cả chiến sĩ được lệnh cùng mở vòng chiến hướng về hướng Bắc của Trại, nơi đây đã có hàng đàn chiến đấu cơ của Thủy Quân Lục Chiến Mỹ, Sư Đoàn 1 Không Quân QLVNCH luân phiên cày nát vòng ngoài để các trực thăng được an toàn bay đến thực hiện cuộc di tản đầy nguy hiểm này. Hơn nữa, hướng Bắc của Trại, các công sự phòng thủ còn vững, cơ may sẽ thoát hiểm ra khỏi Trại A Shau an toàn hơn.

Có 15 chiếc trực thăng loại lớn, thời bấy giờ, H34 và 4 gunships HU1B xạ kích yểm trợ để bốc quân ra khỏi địa ngục trần gian A Shau. Trong cuộc di tản lịch sử này có thêm 2 chiếc H34 bị bắn hạ. Tất cả 17 chiến sĩ Lực Lượng Đặc Biệt Mỹ đồn trú trong Trại A Shau đều bị thương vong, với 5 chết và 12 bị thương. Các chiến sĩ Dân Sự Chiến Đấu Việt, kể như còn sống sót 1/3.

Theo lời kể của Trung sĩ nhứt (HSQ cao cấp) - Sergeant Master Bennie G. Addins được Tổng Thống Barack Obama gắn huy chương cao quý nhứt của Mỹ - Medal of Honor - tại Tòa Bạch Ốc tháng 9 năm 2014. Ông tiết lộ cho báo chí biết, có 122/410 chiến sĩ CIDG còn sống sót, hầu hết đều bị thương. Một điều đáng trân trọng khác, một gương dũng cảm phi thường của phi công Thiếu tá Bernie Fisher, đã dùng phi cơ của mình đã xà đáp xuống phi đạo của A Shau dưới làn mưa pháo của cộng quân, cứu phi công Thiếu tá Jump Myers lái chiếc phi cơ khác bị cộng quân bắn hạ, Thiếu tá Bernie Fisher vút bay lên thoát hiểm trong đường tơ kẽ tóc. Vì vậy, Thiếu tá phi công Fisher được tưởng thưởng huy chương cao qúy của Mỹ - Medal of Honor, cách nay khá lâu.

TỔN THẤT CHUNG CỦA TRẬN CHIẾN A SHAU

Theo hồ sơ trận liệt, đơn vị cộng sản BV là Sư Đoan 325 của lực lượng chính quy Bắc Việt, bao vây cứ điểm A Shau, cộng quân sử dụng khoảng 2 ngàn quân, có 800 quân chết tại mặt trận, lực lượng Dân Sự Chiến Đấu VN chết và mất tích từ 200 - 300 quân, tài liệu không cho biết có bao nhiêu thông dịch viên chết hay có các cán bộ LLĐB VN tham chiến hay không? Có 2 trực thăng H34 và 1 C47 bị bắn hạ. Lực Lượng Đặc Biệt Mỹ với 5 chết và 12 bị thương, nghĩa là tất cả Mũ Xanh Mỹ 17 người của Trại LLĐB A Shau không chết thì đều bị thương.

Hai năm sau - năm 1968, Sư Đoàn 101 Không Kỵ Hoa Kỳ nhảy xuống vùng Trại Lực Lượng Đặc Biệt A Shau cũ trong cuộc hành quân quy mô Delaware để giải tỏa áp lực địch khi CSBV mở cuộc Tổng Tấn Công và Nổi Dậy Tết Mậu Thân - năm 1968, cộng quân đã chiếm được cựu Kinh Đô Huế khoảng gần 4 tuần.

Trong thung lũng A Shau, kể từ sau khi A Shau bị CSBV tràn ngập ở cực nam và Khe Sanh ở cực bắc cũng di tản chiến thuật - ngày 9.7.1968.

Căn cứ hỏa lực Khe Sanh - Khe Sanh Combat Base, quan trọng nhứt của khu vực này với 6 ngàn quân Mỹ của Sư Đoàn 3 Thủy Quân Lục Chiến. Ngoài ra, còn có Trại Lực Lượng Đặc Biệt và 1 Tiểu đoàn Biệt Động Quân QLVNCH cùng đồn trú trong cứ điểm chiến lược Khe Sanh. Sau khi, di tản chiến thuật khỏi Khe Sanh, Mỹ và QLVNCH đã bỏ ngõ vùng quan yếu chiến lược này. CSBV đã đưa vào đây trên 58,000 quân chính quy mai phục ẩn trú chuẩn bị cho các chiến trường kế tiếp.

Chiến dịch tổng công kích, tổng nổi dậy Tết Mậu Thân - năm 1968, dù còn căn cứ Khe Sanh (bị cô lập - bao vây), nơi đây vẫn là đầu não chỉ huy của quân CSBV vì địa thế vô cùng hiểm trở, gần biên giới Lào...

Từ chủ nghĩa vô sản của giới bần cố nông thất học, cộng sản Tàu, cộng sản Việt hay các nước cộng sản khác luôn tiến hành cuộc chiến qua chiến thuật du kích, chuyên sử dụng nông thôn làm địa bàn hoạt động để tiến tới bao vây thành thị và lật đổ chánh quyền...Nguyên tắc bài học vỡ lòng này của chủ nghĩa cộng sản luôn được ứng dụng nhịp nhàng và thành công ở nhiều nơi trên thế giới: Liên sô, Trung cộng, Bắc Hàn, Cu Ba, kể cả Việt Nam, Miên, Lào...

Đến năm 1965, chiến trường Việt Nam đã có chỉnh sửa chiến thuật du kích chiến, tăng tiến tốc độ vừa sử dụng lực lượng chánh quy của CSBV xâm nhập vào Miền Nam VN qua các trận đánh trận địa chiến khốc liệt. Cộng sản vừa đẩy mạnh vai trò du kích chiến khắp mọi nơi trên lãnh thổ VNCH, đặc biệt tại vùng I, Vùng II Chiến Thuật và Vùng III Chiến Thuật với sự khai thác tối đa địa hình rừng núi thiên nhiên hiểm trở che giấu tốt quân và các căn cứ địa được an toàn, vững chắc.

Về mặt chiến thuật, chiến lược, CSVN lợi dụng thời cơ thuận tiện nhứt của Miền Nam VN, chánh phủ chống cộng quyết liệt VNCH với sách lược cứng rắn dù có độc tài một phần nào, cũng có thể làm mất lòng dân ít nhiều ở nông thôn qua Quốc Sách Ấp Chiến Lược. Nhưng, Quốc Sách Ấp Chiến Lược ngăn chặn cộng sản xâm nhập trà trộn vào cùng sống với dân vô cùng hữu hiệu, đã bị chánh quyền mới (TT Dương Văn Minh - sau cuộc đảo chánh 1.11.1963) dẹp bỏ.

Từ năm 1963 đến năm 1965, những năm bất ổn tình hình nội chính VNCH, chánh phủ thay đổi như thay áo. Cấp chỉ huy quân sự và chính trị thường mải mê bảo vệ địa vị, ảnh hưởng, quyền bính mà sao lảng các cuộc hành quân lùng và diệt địch ở vùng biên giới, vùng núi rừng hiểm trở...

Vì vậy, CSBV xâm nhập dễ dàng qua đường mòn Hồ Chí Minh, được mở rộng từ Bắc vào Nam, sang Lào, vùng biên giới Cam Bốt - Việt Nam. CSBV còn tận dụng đường biển xâm nhập vũ khí vào miền Nam mà QLVNCH đã đánh bắt được nhiều chiếc tàu chở đầy vũ khí, đạn dược như tại Vũng Rô, Ba Động và vài vùng ven biển khác của Miền Nam VN trong thời kỳ "quá độ" từ cuộc lật đổ nền Đệ Nhất Cộng Hòa (cách mạng 1.11.63) đến năm 1965 và sau đó.

CSBV cũng tận dụng vận chuyển vũ khí đến đất nước Cam Bốt để tiếp tế cho bộ đội, đặc biệt đang chiến đấu ở Miền Tây và Miền Đông Nam VN. CSBV đã hoàn chỉnh hệ thống di chuyển tiếp vận về quân, vũ khí, quân trang, quân dụng hiện đại mới mẻ... vô cùng hữu hiệu khắp 4 vùng chiến thuật của VNCH. Thời điểm này, cộng sản BV thường phối hợp tiến hành cuộc chiến "cường tập" vừa du kích chiến vừa trận địa chiến tại những địa thế hiểm trở, khó khăn cho sự di chuyển quân và tiếp liệu của VNCH và đồng minh bằng phi cơ...

Các chiến trường, CSBV mở rộng ở Vùng I - Vùng II - Vùng III Chiến Thuật. *(the Gulf of Tonkin Resolution on August 7,1964).*

Riêng Vùng IV Chiến Thuật, các mật khu U Minh Thượng, U Minh Hạ, Thất Sơn, Đồng Tháp Mười, Mõ Vẹt... cũng trên đà phát triển mạnh về quân số và vũ khí mới từ miền Bắc chuyển tải qua đường biển và từ Cam Bốt vận chuyến đến. Nhưng, chiến trường Vùng IV (Miền Tây) sình lầy, đồng ruộng, tương đối trống trải cho nên không thích hợp di chuyển và ém dấu quân đơn vị lớn. Vũ khí nặng như đại bác 130 ly và chiến xa, xe tăng T54 để yểm trợ bộ chiến, không thể đưa đến Vùng 4 CT an toàn. Vì vậy, các trận địa chiến cấp trung đoàn, sư đoàn ít xảy ra tại vùng đồng bằng sông Cửu Long - Vùng IV Chiến Thuật cho đến tàn cuộc chiến ngày 30.4.1975, mà chỉ diễn ra thường trực ở 3 vùng chiến thuật I - II và III.

CỨ ĐIỂM CHIẾN LƯỢC KHE SANH
TỪ DI TẢN CHIẾN THUẬT NĂM 1968 ĐẾN HIỆP ƯỚC PARIS 1973
MẤT HOÀN TOÀN VIỆT NAM CỘNG HÒA NGÀY 30.4.1975

Sự tương đồng-khác biệt giữa chiến trường Điện Biên Phủ và Khe Sanh

Di Tản Chiến Thuật:

HÀNH QUÂN CHARLIE TỪ 19.6 ĐẾN 5.7.1968 MỞ ĐƯỜNG CHO CẦU KHÔNG VẬN DI TẢN CHIẾN THUẬT TẤT CẢ QUÂN TRÚ PHÒNG CỨ ĐIỂM CHIẾN LƯỢC KHE SANH

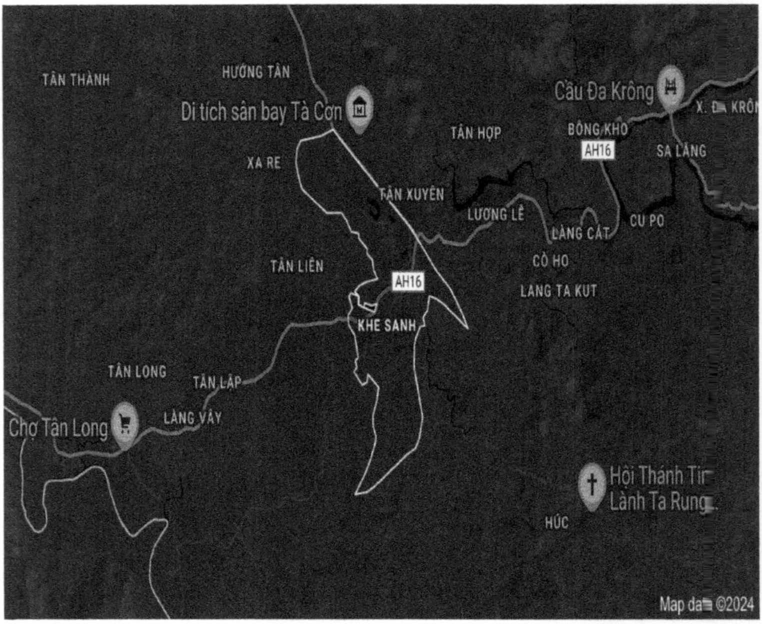

Lực Lượng tham chiến:

Quân Mỹ tham chiến lên đến 45 ngàn - Quân cộng sản với số quân gấp đôi - 4 Sư đoàn CSBV thiện chiiến: 304 - 320 - 324 - 325 và hàng chục trung đoàn & tiểu đoàn biệt lập, quân địa phương và chuyên môn.

Tổng kết tổn thất:

Từ 21.1 đến 5.7.1968 tại Khe Sanh COMBAT BASE: MỸ 1,500 chết - 8 ngàn bị thương. Hoàng gia Lào 3,5 NGÀN chết 9 ngàn bị thương - VNCH với 2 ngàn chết & hàng trăm bị thương - Quân chính quy CSBV chết từ 10 đến 15 ngàn và số bị quân bị thương chắc chắn rất cao vì quân CS phải đội trên 100,000 tấn bom của pháo đài bay chiến lược B52 & oanh tạc cơ chiến thuật và còn phải hứng chịu hơn 158,000 quả đạn pháo binh.

SỰ TƯƠNG ĐỒNG & KHÁC BIỆT

CHIẾN TRƯỜNG ĐIỆN BIÊN PHỦ & KHE SANH

Trước tiên, chúng ta thử so sánh chiến thuật kể cả chiến lược Cứ điểm chiến lược ĐIỆN BIÊN PHỦ của quân viễn chinh Pháp và Cứ điểm chiến lược KHE SANH của quân đồng minh Mỹ có nhiều điểm tương đồng và dị biệt:

ĐIỂM TƯƠNG ĐỒNG & DỊ BIỆT:

Cùng trú đóng trên thung lũng với rừng núi bao quanh vô cùng hiểm trở - thung lũng ĐIỆN BIÊN PHỦ còn là một khu lòng chảo có diện tích rộng lớn hơn Khe Sanh rất nhiều với hai sân bay MƯỜNG THANH và HỒNG CÚM. Còn KHE SANH được quân Mỹ trú đóng trên đồi thoai thoải tương đối bằng phẳng trong một thung lũng, có một sân bay TA CON. Khu vực đóng quân của Mỹ ở Khe sanh khoảng trên 2 cây số vuông. Còn diện tích nơi đóng quân của quân Pháp có đến cả cây trăm cây số vuông.

Cứ điểm chiến lược ĐIÊN BIÊN PHỦ có 16,200 quân trú phòng & 3 ngàn lao công chiến trường - Cứ điểm KHE SANH với quân trú phòng dưới 7 ngàn quân. Giữa thung lũng ĐIỆN BIÊN PHỦ lại có con sông NẬM RỐN có nguồn nước dồi đào quanh năm.

- Vũ khí và phương tiện chiến đấu, quân Pháp vượt trội địch về phi pháo, máy bay, xe tăng, xe quân sự vận chuyển quân... Còn quân cộng sản sử dụng sức người tiếp vận là chính. Nhưng so với phương tiện chiến tranh với Mỹ. Quân Pháp thua xa với tỷ lệ có thể 1/10.

- CSBV vận chuyển tiếp liệu với 230 ngàn dân công, dùng xe đạp thồ là chính vì đi đường rừng núi chập chùng, quân viễn chinh Pháp cũng có sử dụng máy bay từ Hà Nội và Hải Phòng bay đến tiếp tế những lần đầu đáp xuống sân bay của cứ điểm Điên Biên Phủ khá an toàn vì quân cộng sản Việt Minh chưa tiến gần, siết vòng vây. Nhiều lần tiếp sau, không thể đáp xuống sân bay vì phòng không của Việt

(H: Cảnh quân Mỹ di tản chiến thuật ở Khe Sanh bằng máy bay tại sân bay Ta Con).

Minh rất mạnh vây kín gần quanh cứ điểm mà cũng phải thả dù tiếp tế, lại bay cao tránh tầm súng phòng không nên một nửa hay hơn bay ra ngoài vòng rào cứ điểm. Đó là cách gián tiếp tiếp tế nhu yếu phẩm và súng đạn cho quân Việt Minh cộng sản.

- Cộng quân sử dụng xe tăng, thiết giáp tại chiến trường tiếp cận thung lũng Khe Sanh mà ở cứ điểm Điện Biên Phủ cộng quân chưa có phương tiện chiến tranh cơ giới này.

- Sự giống nhau của hai chiến trường Khe Sanh và Điện Biên Phủ, cộng quân sử dụng pháo binh 105 ly.

Tại Điện Biên Phủ, CSBV sử dụng lần đầu tiên với hàng chục khẩu đại bác 105 ly đặt sâu trong các đồi núi, rừng già.

Còn ở chiến trường Khe Sanh, CSBV ngoài sử dụng pháo 105 ly, chúng còn sử dụng hoả tiễn 122 với hàng chục dàn phóng 122 ly và nhiều pháo tầm xa khác...

- Tại Điện Biên Phủ, CSBV dùng chiến thuật biển người, còn cứ điểm Khe Sanh cộng quân không dám sử dụng chiến thuật biển người cố hữu bắt chước quan thầy Tàu cộng vì sự tối ưu vĩ đại của không lực Mỹ. Đặc biệt là pháo đài bay chiến lược B52 từ xa bay đến với chiến thuật rải thảm bom thì chiến thuật biển người hoàn toàn vô dụng mà chỉ là mồi ngon cho B52 xoá sạch.

- Thay cho chiến thuật biển người thuộc loại "đồ cổ", CSBV dùng chiến thuật TẰM ĂN DÂU lần lần siết chặt vòng vây, pháo kích tối đa ngày đêm, nhứt là khi thời tiết mây mù, mưa bão hạn chế việc sử dụng các chiến đấu cơ bao vùng.

- Cộng sản BV lại có sự tiếp vận thông suốt nhanh từ hậu phương lớn ở Việt Nam và kể ở Lào bằng xe vận tải các vũ khí đạn dược "khí tài" và quân lính.... Vì vậy, cộng quân luôn có đủ quân số tác chiến và có đủ lương thực, đạn dược, pháo kích tối đa gây sức ép về mặt tâm lý đối quân lính công tử nhà giàu của Mỹ quốc tại chiến trường và ở cả chính quốc của họ nữa.

- Cộng quân chiếm được Khe Sanh cũng mất gần 6 tháng vì Mỹ tự ý rút quân không phải cộng quân "tràn ngập" chiến thắng như ở Điện Biên Phủ. Còn cứ điểm ĐIỆN BIÊN PHỦ của Pháp cộng quân bao vây tấn công chỉ gần 2 tháng (13.3 - 7.5.1954), Tướng Pháp De Castrie, Tư Lệnh cứ điểm Điện Biên Phủ phải giương cờ trắng đầu hàng.

Theo dư luận báo chí thời đó, nếu quân viễn chinh Pháp có nhiều phi cơ, như lời hứa của Mỹ, sẽ giúp quân Pháp có những trận mưa bom các khu vực VMCS ém quân quanh cận sát lòng chão Điện Biên Phủ và chặn đứng chiến thuật biển ngừoi của cộng sản.

Chiến lược thiết đặt căn cứ địa chiến lược Điện Biên Phủ của quân Pháp chắc chắn thành công đúng với dự kiến, kế hoạch nếu Mỹ hết lòng giúp nhiều phi cơ yễm trợ bao vùng.

Quân Pháp đặt căn cứ chiến lược Điện Biên Phủ ở giữa rừng núi bạt ngàn nhằm "nhử" thu hút lực lượng quân sự VMCS cả một vùng rừng núi bao la (nhiều tỉnh) và ở vùng biên giới hiểm trở Việt Lào, đến tấn công để làm "mồi" cho quân Pháp dội bom...

Như vậy, nhà hoạch định chiến lược của Pháp thu hút quân VMCS vào khu lòng chão Điện Biện Phủ là quá xuất sắc, đúng, để diệt VMCS gọn mà phải có nhiều phi cơ oanh tạc hay trải thảm bom như quân Mỹ đã sử dụng ở chiến trường Khe Sanh.

Quân CSBV đã bao vây khép kín vòng vây và nả pháo ngày đêm. Vì vậy, quân trú phòng Khe Sanh đã bắt đầu hoảng loạn nên quân Mỹ có kế hoạch rút quân, bỏ của chạy lấy người.

Nhờ có nhiều cuộc hành tìm và diệt địch và nhiều phi cơ trải thảm bom quanh Khe Sanh nhiều ngày, tạo đủ khoảng trống an ninh cho hàng đàn phi cơ vận tải thực hiện công tác rút quân một cách an toàn gần như tuyệt đối.

Sở dĩ, quân Pháp để thất thủ, mất căn cứ chiến lược Điện Biên Phủ, nguyên nhân chính là không có đủ máy bay yễm trợ triệt phá vùng trú quân đối phương gần vòng rào căn cứ địa Điện Biên Phủ và không huỷ diệt được chiến thuật biển người của quân VMCS.

Như vậy, cao kiến của quân Pháp thiết đặt căn cứ chiến lược Điện Biên Phủ nhằm thu hút quân VMCS là đúng mà Pháp tính không bằng Mỹ tính (tôi thay câu Người tính không bằng Trời tính). Nếu có nhiều máy bay chiến đấu yễm trợ như lời Mỹ hứa (?) thì làm sao VMCS sử dụng được chiến thuật biển người, cũng như những nơi đặt pháo binh, bản doanh chỉ huy tác chiến của CS sẽ không được an toàn.

Qua sự chiến thắng Điện Biên Phủ của quân CSBV đưa đến việc ký kết Hiệp Định đình chiến Genève (Thuỵ Sĩ) ngày 20.7.1954. Và quân viễn chinh Pháp phải rút hết quân lính và guồng máy chánh quyền cai trị thuộc địa ra khỏi Việt Nam (cả 3 nước Đông Dương Việt Miên Lào).

Một điều đau buồn là nước Việt Nam thân yêu của chúng ta phải bị chia cắt thành hai miền Quốc cộng rõ rệt, lấy vĩ tuyến 17 và sông Bến Hải làm giới tuyến. Miền Bắc thuộc chế độ cộng sản, Miền Nam thuộc chế độ dân chủ tự do.

Từ ngày 9.7.1968 bắt đầu hoà đàm ở Paris giữa CSBV & VC và Mỹ & VNCH (gọi là 2 phe, 4 phía), mãi đến ngày 27.1.1973 (5 năm) mới đi đến ký kết được Hiệp Định Paris mà phần thua thiệt lại thuộc về chế độ Cộng Hoà của nhân dân Miền Nam Việt Nam. Từ bước ngoặt có Hiệp Ước Paris 27.1.1973, Mỹ phủi tay, rút hết quân về nước gần hai năm sau, Mỹ lại cắt hết mọi viện trợ và cộng sản BV xé toạt Hiệp Ước Paris xua đại quân xâm lược cưỡng chiếm toàn thể lãnh thổ Miền Nam tự do, từ ngày 30.4.1975.

Nhận Định Chung:

Với phương tiện chiến tranh, vũ khí hiện đại nhất thế giới, tại chiến trường Việt Nam, quân Mỹ bị trói tay, đánh không được thắng và phải giới hạn mục tiêu và sử dụng vũ khí cũng bị rào cản... cho nên Mỹ không bảo vệ được căn cứ chiến lược Khe Sanh. Trước đó, Đại tướng WEST-MORELAND Tổng Tư Lệnh quân Mỹ tại Việt Nam, từng yêu cầu chính phủ Mỹ tăng viện binh thêm lên 206 ngàn quân sẽ chiến thắng CSBV, đã bị bác bỏ.

Bộ Trưởng Quốc Phòng McNAMARA trình kế hoạch sử dụng vũ khí nguyên tử (chiến thuật) hoặc vũ khí hoá học giải vây Khe Sanh cũng không được chấp thuận nên quân

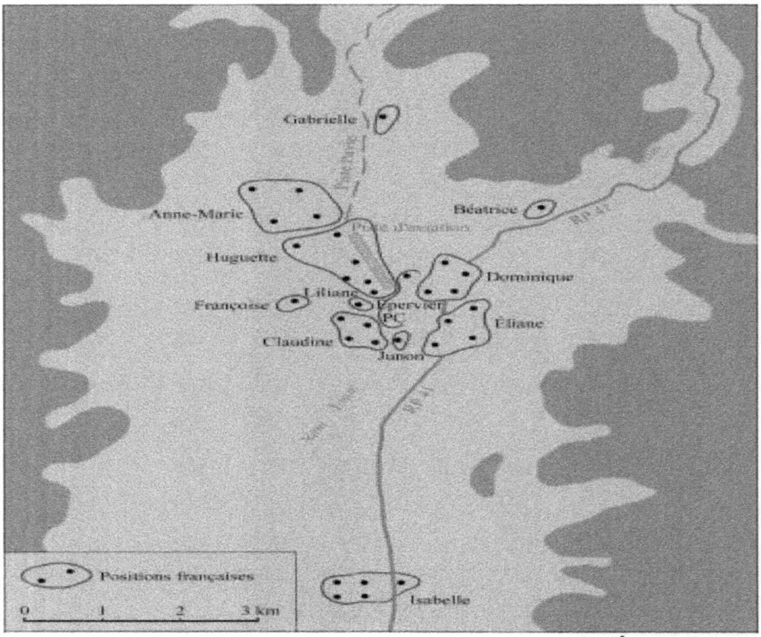

Mỹ phải chịu nhục nhã rút quân vội vã trước sự tấn công của địch quân nghèo khổ giép râu nón cối.

Lần đầu tiên trong chiến tranh Việt Nam (Đông Dương), CSBV sử dụng xe tăng và thiết giáp đánh chiếm Lang Vei và Ban Houei Sane của quân Hoàng gia Lào đầu năm 1968... Và từ đó về sau này, khi con đường mòn HCM thông suốt và tương đối an ninh, cộng quân sử dụng nhiều xe tăng và thiết giáp của Liên Xô chi viện. Quân cộng sản sử dụng ngoài chiến thuật "tiền pháo hậu xung" cố hủ. Nay có thêm chiến thuật "bộ binh tùng thiết", bộ đội đi theo sau xe tăng và thiết giáp tấn công các chiến trường của Quân Khu I và lan toả đến Quân Khu II và III. Đến ngày 30.4.1975 có hàng trăm xe tăng T54 và thiết giáp PT76 của CSBV đã xâm nhập vào nội thành của Thủ Đô Sài Gòn.

(H: phóng đồ phòng thủ của ĐBP với các tiền đồn và PC Bộ Chỉ Huy

Kết Luận: THẤT THỦ ĐIỆN BIÊN PHỦ NGÀY 7.5.1954, PHÁP KÝ ĐƯỢC HIỆP ĐỊNH GENÈVE NGÀY 20.7.1954, NƯỚC VIỆT NAM BỊ CHIA CẮT LÀM ĐÔI - LỊCH SỬ CHIẾN TRANH VIỆT NAM LẠI TÁI DIỄN, HẬU QUẢ XẢY RA TƯƠNG TỰ, MẤT CỨ ĐIỂM CHIẾN LƯỢC KHE SANH NGÀY 9.7.1968 - MỸ CŨNG KÝ ĐƯỢC HIỆP ĐỊNH PARIS NGÀY 27.1.1973 (sau 5 năm) VÀ ĐƯA CHÍNH THỂ VIỆT NAM CỘNG HOÀ VÀO TỬ ĐỊA, HOÀN TOÀN SỤP ĐỔ MẤT NƯỚC TỪ NGÀY QUỐC HẬN 30.4.1975.

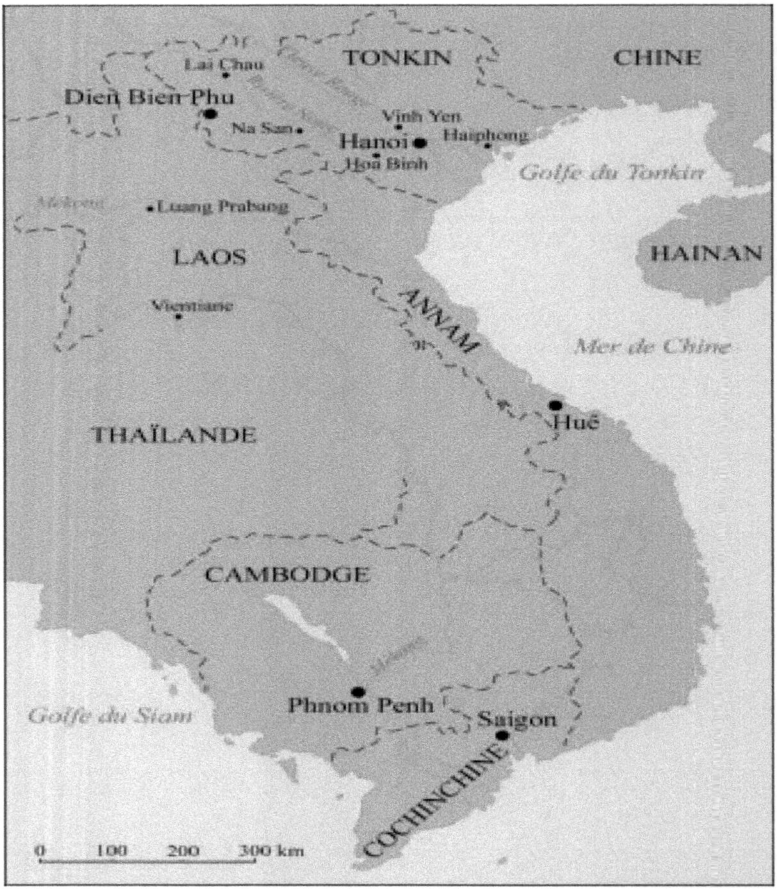

NHẬN THỨC CỨ ĐIỂM CHIẾN LƯỢC
KHE SANH 1968 & ĐIỆN PHỦ PHỦ 1954

Cấp chỉ huy chiến trường của quân cộng sản BV có kế hoạch siết chặt vòng vây cứ điểm chiến lược Khe Sanh - Khe Sanh Combat Base với chiến thuật "tằm ăn dâu".

Cộng quân nhận lệnh của Bộ Chánh Trị và Quân Ủy Trung Ương bằng mọi giá phải chiếm cho bằng được cứ điểm chiến lược này. Chiếm được Khe Sanh là trận chiến thắng bản lề, quyết định thắng lợi chung cuộc tại chiến trường Miền Nam Việt Nam. Bên phía Mỹ lãnh đạo cuộc chiến VN, cũng có nhận định tương tự như vậy, cho nên Tổng Thống Mỹ Lyndon Johnson ra lệnh cũng phải bảo vệ Khe Sanh Combat Base bằng mọi giá: President Lyndon Johnson agreed with Gen. Westmoreland's argument that base should be held at all costs. Chính Tổng Thống Lyndon Johnson cũng khẳng định là ông không muốn cứ điểm chiến lược Khe Sanh trở thành một "American Dien Bien Phu".

Cứ điểm chiến lược khu lòng chảo Điện Biên Phủ năm 1954, quân Việt Minh (CSBV) đánh chiếm được cũng do Đại Tướng Võ Nguyên Giáp làm Tổng Chi Huy luôn có mặt tại chiến trường. Còn cứ điểm chiến lược Khe Sanh, năm 1968, cũng do sự chỉ đạo của Tướng Giáp từ Hà Nội, ra lệnh các đơn vị bao vây phải bằng mọi giá đánh chiếm cho bằng được Khe Sanh để thực hiện ý đồ của Bộ Chánh Trị CSVN chiếm cả Miền Nam Việt Nam.

Kế hoạch tăng viện quân trong lúc cộng quân pháo kích liên tục rất nguy hiểm, không an toàn. Hơn nữa, cứ điểm Khe Sanh lại không đủ rộng để tiếp nhận thêm quân với bộ phận tiếp liệu của Mỹ kềnh càng. Kế hoạch sử dụng vũ khí giết người hàng loạt như vũ khí nguyên tử chiến thuật (không phải dùng bom nguyên tử như ở Hiroshima và Nagasaki - Nhật, năm 1945), hay dùng vũ khí hóa học cũng bị Tòa Bạch Ốc không chấp thuận. Không lẽ để cho Khe Sanh Combat Base bị nướng - thất thủ như Điện Biên Phủ của Pháp năm 1954.

Điều này không thể để xảy ra vì danh dự tối thượng của nước Hiệp Chủng Quốc Hoa Kỳ - đại siêu cường quốc số 1 thế giới với một quân đội hùng mạnh và vĩ đại nhứt thế giới lại để bị thua một quân đội "nón cối giép râu" nghèo nàn phương tiện chiến đấu, và dùng sức người là chính. Ai cũng biết, cộng quân với trang bị vũ khí kém cõi, phương tiện chiến tranh thiếu thốn. Nhưng, cộng quân lại có ý chí quyết chiến thắng hay là sự thúc ép, bắt buộc của đảng cộng sản, của cấp chỉ huy phải liều chết để chiến thắng với mọi giá. Tinh thần quyết chiến tử thủ của quân viễn chinh Pháp trước kia không có, đưa đến thất thủ Điện Biên Phủ nhục nhã. Toàn thể quân trú phòng 11,721 người (kể cả bị thương) còn sống sót và Thiếu Tướng Tư Lệnh Cứ Điểm chiến lược Điện Biên Phủ Christian De Castries cùng Bộ Tham Mưu của ông đều đầu hàng, bị Việt Minh cộng sản bắt làm tù binh. Nay, ở Khe Sanh, quân Mỹ cũng đang đi vào con đường đó của Pháp dù

đội quân Mỹ tinh nhuệ, có nhiều vũ khí, phương tiện quân sự tối tân hơn nhiều so với quân Pháp năm xưa.

(H: Cảnh đổ nát và CS dựng cờ chiến thắng tại chiến trường Điện Biên Phủ).

Nhưng, quân Mỹ là đội quân của giới đại tư bản nhà giàu, giới cậu, luôn quý trọng sanh

mạng (chết nhác), không dám liều chết như cộng quân nên phải tính kế "dĩ đào vi thượng sách" rút lui "bỏ của chạy lấy người". Miễn sao, quân Mỹ ra khỏi cứ điểm chiến lược Khe Sanh gọi là "di tản chiến thuật" để bảo toàn sanh mạng của quân trú phòng.

Đây, cũng là một kế sách hay nhưng quá nhục đối với quân Mỹ hùng mạnh nhứt thế giới. Với cuộc hành quân Charlie từ 19.6 đến 5.7.1968 chủ đích rút bỏ Khe Sanh, thiết lập cầu không vận để đưa toàn thể quân trú phòng về 2 sân bay Phú Bài - Huế hay Đà Nẵng.

Kế hoạch di tản thành công, an toàn là nhờ các pháo đài bay chiến lược B52 dội bom tối đa để không cho CSBV có cơ hội ngóc đầu bắn pháo ngăn cản các đợt triệt thoái - di tản chiến thuật - bằng phi cơ C123 - 130 và máy bay vận tải khác...

LỰC LƯỢNG THAM CHIẾN: QUÂN MỸ & QUÂN CHÁNH QUY CSBV TẠI KHE SANH

Nếu tính từ ngày 21.1.1968, quân Mỹ đã tung ra các cuộc hành quân tìm và diệt địch tại vùng thung lũng Khe Sanh kể cả xung quanh xã Khe Sanh thuộc quận Hương Hóa, tỉnh Quảng Trị, nghĩa là vùng đất có dân sanh sống. Quân Mỹ thiết lập một căn cứ chiến lược gọi là Khe Sanh Combat Base, cách xã Khe Sanh 3 cây số. Trước đó, tại đây đã có Trại Lực Lượng Đặc Biệt, nay quân Mỹ đổ về đây thêm 6 ngàn quân thiện chiến thuộc Sư Đoàn 3 TQLC Mỹ do một ông Tướng 2 sao chỉ huy -Rathvon M. Tompkins.

Tại cứ điểm Khe Sanh có 1 Tiểu Đoàn Biệt Động Quân của QLVNCH - 1 Trại Lực Lượng Đặc Biệt (Dân sự chiến đấu - Civilians Irregular Defense Group - CIDG).

Ngoài lực lượng trú phòng, cứ điểm chiến lược Khe Sanh, còn có Sư Đoàn 1 Không Kỵ-1st Air Cavalry

Division (Airmobile) - III Marine Amphibious Force và US Seventh Air Force (Không lực Mỹ ở Thái Bình Dương với

3 căn cứ Không quân chiến lược: Guam - Okinawa - Thái Lan) làm lực lượng trừ bị và chưa kể đến các đơn vị TQLC khác thuộc Bô Tư Lệnh TQLC I Corp của Mỹ ở Vùng I Chiến Thuật.

(H: Quân Pháp bị bắt làm tù binh tại Điện Biên Phủ đang di chuyển).

Ý đồ của quân Mỹ sử dụng Cứ Điểm Chiến Lược Khe Sanh nhằm đặt Bộ Chỉ Huy bảo vệ toàn vùng giới tuyến như là một căn cứ quân sự của quân chủng TQLC - US Marine Corp của Mỹ tại VN (Ghi chú: QLVNCH có 3 quân chủng: Hải Lục Không Quân, còn Mỹ có đến 4 quân chủng, thêm TQLC. Như vậy TQLC MỸ là quân bộ chiến tinh nhuệ nhứt, trên thế giới chỗ nào khó khăn nguy hiểm nhứt, Mỹ đưa TQLC đến trước. Trên hàng không mẫu hạm Mỹ, ngoài nhân viên hải quân còn luôn có TQLC...).

Về phía CSBV, chúng đưa 4 Sư đoàn chính quy thiện chiến: 304 - 320 - 324 - 325 vào thung lũng Khe Sanh. Bao vây vòng trong với Sư đoàn 304 và 325, vòng ngoài với 2 Sư đoàn 320 và 324. Ngoài ra, quân CSBV còn có Trung Đoàn độc lập 270 - 5 Trung đoàn Pháo binh với 122 khẩu: trung đoàn 16 - 45 - 84 - 204 - 675 sử dụng pháo 152 ly, 130 ly, 105 ly, 100 ly và hỏa tiễn 122 ly... 1 Trung Đoàn Công binh, 1 Tiểu đoàn Công binh độc lập, 1 Tiểu đoàn Truyền tin, Quân y và nhiều đơn vị địa phương...

SO SÁNH VỊ TRÍ VÀ NHIỆM VỤ

CỨ ĐIỂM CHIẾN LƯỢC KHE SANH 1968 & ĐIỆN PHỦ PHỦ 1954

Hai cứ điểm Khe Sanh năm 1968 và Điện Biên Phủ 1954 có nhiều điểm tương đồng và cũng có những điểm dị biệt nhỏ:

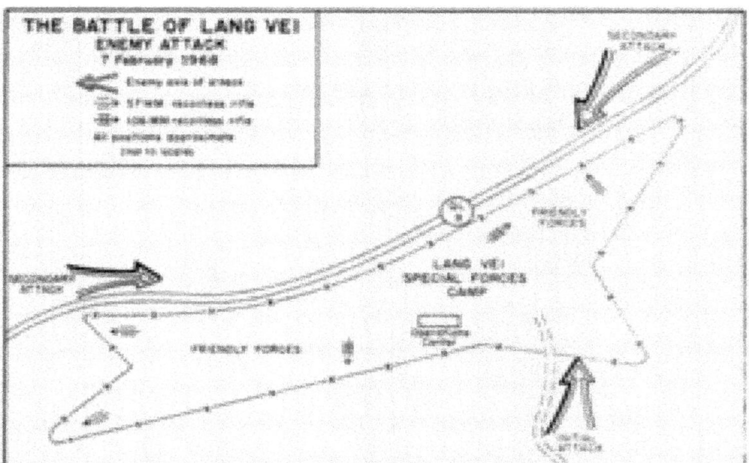

(H: Phóng đồ tấn công Lang Vei với 3 mũi tên trước khi tấn công Khe Sanh).

* - Khi Đại Tướng De Lattre De Tassigny Tổng Tư Lệnh Quân Viễn Chinh Pháp ở Đông Dương chưa qua đời, ông cũng có ý tưởng thành lập một cứ điểm lớn ở vùng sơn cước, thượng du miền Bắc để "dụ", thu hút quân Việt Minh cộng sản đến bao vây để quân Pháp dùng phương tiện chiến tranh vượt trội hơn cộng quân như không quân và pháo binh để "diệt gọn".

Khi Đại Tướng Henri Navarre thay thế Đại tướng De Lattre de Tassigny, ông đã thực hiện kế hoạch xây dựng một tập đoàn cứ điểm tại lòng chảo Điện Biên Phủ với 2 mục tiêu: thứ nhứt, thu hút cộng quân đến chiến trường quân Pháp chọn sẵn như là giăng bẫy để dễ tiêu diệt. Mục tiêu 2 là giải tỏa được áp lực địch vì VMCS (Việt Minh cộng sản) quyết đánh chiếm vùng Luang Prabang - Thủ Đô Lào và các tỉnh miền thượng du Bắc Việt.

Đúng với tiên đoán của Pháp, quân VMCS lập tức bị thu hút, đưa đại quân đến bao bây khi cứ điểm chiến lược Điện Biên Phủ đang ồ ạt đưa quân tới bố phòng. Hướng Bắc với tiền đồn Gabrielle, hướng Nam - Isabelle, Tây Bắc - Anne Marie & Huguette, Đông Bắc - Beatrice & Dominique, Đông - Eliane, Tây - Francoise & Liliane, Tây Nam - Claudine & Junon, Bộ Chỉ Huy - PC ở Trung Tâm, cạnh bờ sông Nậm Rốn.

Tại thung lũng Khe Sanh, CSBV có kế hoạch dùng nơi này thu hút sự chú ý của quân Mỹ khi cộng quân lợi dụng hưu chiến Tết Mậu Thân - năm 1968 mở chiến dịch Tổng Công Kích & Tổng Nổi Dậy Tết Mậu Thân - 1968 tại nhiều tỉnh thành quan trọng của VNCH.

Vì vậy, cộng quân cũng đã chuẩn bị địa thế kỹ lưỡng vùng thung lũng Khe Sanh nhằm giấu ém quân, lương thực, vũ khí... Chúng đã bí mật thực hiện trước vô số hầm hố, địa đạo trong rừng sâu, hóc núi mà chưa bị tình báo Mỹ khám phá. Nhờ thế cộng quân dù bị dội hàng trăm ngàn tấn bom và bị 158,000 quả đạn pháo mà chúng vẫn còn khả năng chiến đấu, dù có bị thiệt hại nặng, sẽ được bổ sung ngay, không bị tiêu diệt như một số cấp chỉ quân Mỹ tiên đoán.

CSBV quấy phá và đánh chiếm cứ điểm Khe Sanh với bất cứ giá nào vì chúng có kế hoạch dương đông kích tây, yểm trợ cho các đơn vị trong chiến dịch Tổng Tấn Công và Tổng Nổi Dậy đánh vào hơn 100 thành phố, tỉnh ly, quận ly trên khắp Miền Nam VN... vào dịp hưu chiến Tết Mậu Thân 1968. Với mục đích chính trị của cộng sản Bắc Việt, chiến dịch Tết Mậu Thân 1968, CSBV còn đánh động tâm lý phản chiến của nhiều người dân Mỹ tại chính quốc.

CSBV dùng chiến thuật dương đông kích Tây nhằm thu hút các giới chức cao cấp Mỹ và VNCH chú tâm vào mục tiêu Khe Sanh, mà sao lãng phòng vệ ở vùng khác, nhứt là nội thành.

Không những mở mặt trận đánh lớn ở Khe Sanh, CSBV cùng lúc còn đánh nhiều nơi ở Vùng I, nhiều tiền đồn, thị xã của Kontum, Pleiku ở Vùng II Chiến Thuật, kể cả Bình Long, Phước Long của Vùng III và vùng biên giới Việt Miên của Vùng IV Chiến Thuật.

Hơn nữa, cứ điểm chiến lược Khe Sanh được thiết lập, quân Mỹ cũng nhằm đương đầu với kế sách CSBV tấn chiếm các tiền đồn vùng địa đầu giới tuyến và đưa quân xâm nhập đánh chiếm các chiến trường khác.

CSBV chuẩn bị kỹ càng địa thế vùng thung lũng Khe Sanh trước khi quân Mỹ đến.

Cộng sản chuyển quân và tiếp liệu bằng xe molotova qua Nam Lào đến đường số 9 và len lõi vào rừng núi di chuyển quân đến thung lũng Khe Sanh vừa nhanh vừa gần. Chúng ta còn nhớ, chiến trường Điện Biên Phủ, cộng quân đã phải sử dụng đến 230,000 dân công dùng xe đạp thồ thay cho ô tô, vận chuyển mọi tiếp liệu từ xa đến qua các đèo núi hiểm trở chập chùng...

*** - Trấn giữ Điện Biên Phủ, quân Pháp sử dụng 16,200 quân**, hơn gấp đôi số quân của Mỹ phòng thủ cứ điểm Khe Sanh, với 6 ngàn quân tinh nhuệ của Sư Đoàn 3 TQLC Mỹ. Tại thung lũng Khe Sanh còn có xã Khe Sanh, chỉ cách có 3 cây số, thuộc quận Hương Hóa, tỉnh Quảng Trị có đầy đủ cơ sở chánh quyền. Ngoài ra, vùng này còn có 1

Tiểu Đoàn Biệt Động Quân QLVNCH, 1 Trại LLĐB lớn với hàng ngàn quân (CIDG). Xa hơn 1 chút có Trại LLĐB Lang Vei cũng là một tiền đồn lớn. Gần Lang Vei và ở đường số 9 Nam Lào có căn cứ quân sự lớn và Trại LLĐB Ban Houei Sane của quân Hoàng Gia Lào, thường cùng phối hợp bảo vệ an ninh vùng cứ điểm chiến lược Khe Sanh.

(H: Tướng De Castries và tất cả Bộ Chi Huy Pháp tại Điện Biên Phủ đầu hàng và bị bắt làm tù binh).

Cấp chi huy cao nhứt ở Điện Biên Phủ là Đại Tá Chistian de Castries và 5 Trung Tá: André Trancart - Tiles Gucher - Pierre Langlais - André Lalande - Charles Piroth... Bên phía Việt minh cộng sản với các tướng Võ Nguyên Giáp - Hoàng Văn Thái - Lê Trọng Tấn - Chu Huy Mân - Vương Thừa Vũ - Hoàng Minh Thảo - Lê Quảng Ba - Song Hào...

Khi cộng quân siết chặt vòng vây, pháo kích ngày đêm làm cho 2 sân bay Mường Thanh và Hồng Cúm gần như bất khiển dụng. Để kích động tinh thần cấp chỉ huy và quân nhân các cấp đang chiến đấu gian khổ tại mặt trận Điện Biên Phủ, gần như tất cả chiến sĩ đều được thăng 1 cấp. Đại Tá De Castries được vinh thăng tại mặt trận lên Thiếu Tướng mà phải thả dù "lon" 1 cặp 2 sao xuống (Pháp không có tướng 1 sao như Mỹ) và quyết định thăng

thưởng của De Castries cũng như 5 Trung Tá lên Đại Tá và nhiều cấp khác...

Ngoài ra, quân Pháp còn thả dù thức ăn, rượu sâm banh để tổ chức rửa lon và tiệc ăn mừng thăng cấp. Địa thế Điện Biện Phủ là một khu lòng chảo, tương đối bằng phẳng có dân cư sinh sống, dài 15 cây số, ngang 5 cây số, có 2 sân bay và có con sông Nậm Rốn chạy giữa thung lũng suốt chiều dọc. Pháp bố trí 5 khu phòng thủ Đông Tây Nam Bắc và khu Trung tâm (PC) - Bộ Chỉ Huy của cứ điểm Điện Biên Phủ ở khu trung tâm, có 1 đại độ xe tăng 18 tấn - Chaffee của Mỹ và thiết giáp. Một đội máy bay 14 chiếc (7 khu trục, 6 liên lạc L.19 và 1 trực thăng), 1 đội xe vận tải 200 xe 10 bánh GMC và các loại xe nhỏ khác...

Ngoài ra, cứ điểm Điện Biên Phủ có 2 tiểu đoàn pháo binh 105 ly (24 khẩu và có thêm 4 khẩu 155 ly), 2 đại đội súng cối 120 ly (20 khẩu), 1 tiểu đoàn công binh, 1 tiểu đoàn quân y...

Trong khi đó cứ điểm chiến lược Khe Sanh nằm trên đồi, địa thế chật hẹp, dài chừng vài cây số và chiều ngang còn hẹp hơn, chỉ có 1 phi trường Ta Con. Và có nhiều tiền đồn, các Trại Lực Lượng Đặc Biệt ở ngoại vi, gần cứ điểm Khe Sanh. Quân Pháp sử dụng chưa tới 5,000 tấn bom với các phi cơ cánh quạt cổ lỗ xỉ của thế chiến 2 do Mỹ viện trợ. Tại Khe Sanh, Mỹ sử dụng trên 1 trăm ngàn tấn bom với các pháo đài bay khổng lồ chiến lược B52 xuất phát từ các căn cứ không quân chiến lược: Guam - Okinawa - Thái Lan. Được biết, lúc bấy giờ, sau Đệ Nhị Thế Chiến, quân và dân

Pháp còn nghèo vì nước Pháp bị quân Đức chiếm đóng, cho nên hầu hết quân trang, quân dụng, vũ khí, đạn dược, máy bay, chiến xa, chiến hạm kể cả tiền bạc, quân Pháp phải xin Hoa Kỳ cung cấp, viện trợ khoảng 80% chiến phí. Tại chiến trường Điện Biên Phủ có sự tiếp giúp của 37 phi công Mỹ và có 2 phi công Mỹ hy sinh. Bên đối phương, CSBV (hay VMCS) cũng có nhiều cố vấn Tàu cộng và Liên Sô đến trợ chiến.

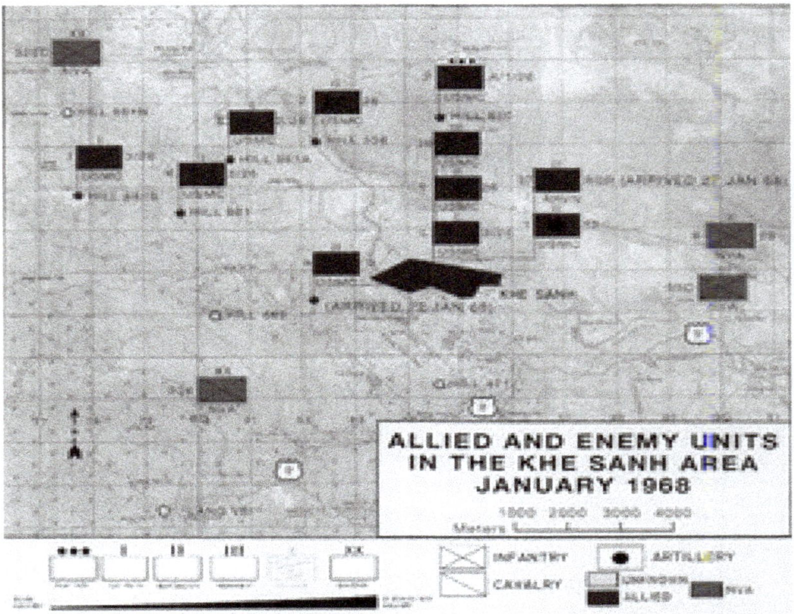

Tính từ ngày chiến trường Điện Biên Phủ bùng nổ, 13.3.54 đến 7.5.1954 là ngày Điện Biện Phủ kéo cờ trắng đầu hàng, quân Pháp còn sống sót 11,721 (kể cả thương binh) và toàn thể Bộ Chỉ Huy của Tướng Đe Castries đều bị bắt làm tù binh, trong đó có gần 1 ngàn chiến sĩ Quân Đội Quốc Gia VN cùng chung số phận.

(H: Phóng đồ 4 Sư đoàn CSBV bao vây vòng ngoài và 11 đơn vị & BCH đầu não Khe Sanh vòng trong).

Về tổn thất nhân mạng, quân Pháp chết trên dưới 2 ngàn, gần 2 ngàn quân mất tích, khoảng 6 ngàn thương binh.

Quân CSBV chết trên dưới 8 ngàn khoảng 15 ngàn bị thương.... Còn cứ điểm chiến lược Khe Sanh, quân Mỹ chết 1,500 quân và 8 ngàn bị thương...Di tản chiến thuật bằng máy bay an toàn thoát ra khỏi địa ngục trần gian Khe Sanh.

NHẬN ĐỊNH CHUNG:

Trước ngày 21.1.1968, nhiều sư đoàn quân chánh quy CSBV (từ 2 đến 4 sư đoàn) lần lần xuất hiện quanh cứ điểm chiến lược Khe Sanh dù quân Mỹ tung ra nhiều cuộc hành quân tìm và diệt địch ở vùng thung lũng Khe Sanh với ý đồ thiết lập cứ điểm chiến lược nơi đây. Quân Mỹ còn mở cuộc hành quân không tập quy mô Niagara phải sử dụng không tập bằng hàng chục pháo đài bay chiến lược B52 từ căn cứ xa như Guam hoặc Okinawa hay TháiLan bay đến oanh kích dữ dội. B52 trải thảm bom xuống các vùng rừng núi kế cận vây quanh cứ điểm chiến lược Khe Sanh trước khi cộng quân siết chặt vòng vây "nhốt" 6 ngàn quân tinh nhuệ TQLC Mỹ trong cứ điểm này. Đến ngày 9.7.1968 cộng quân hoàn toàn làm chủ tình hình quanh căn cứ chiến lược Khe Sanh. Quân trú phòng đã di tản chiến thuật, rút hết ra khỏi Khe Sanh từ ngày 5.7, ngày 9.7.1968, cộng quân mới vào dựng cờ tại sân bay Ta Con (Khe Sanh).

Với trận đánh khốc liệt dai dẳng trên dưới 6 tháng và số tử vong cao nhứt trong lịch sử chiến tranh Việt Nam mà quân Mỹ đã gặp phải tại Khe Sanh Combat Base: 1,500 chết và hơn 8 ngàn bị thương. Quân Mỹ tham chiến tại chiến trường Khe Sanh lên đến 45 ngàn quân (theo Wikipedia) với các đơn vị thiện chiến sừng sỏ Sư Đoàn 3 Thủy Quân Lục Chiến, Sư Đoàn 1 Không Kỵ, đơn vị 7 Không Quân (US Seventh Air Force), đại đơn vị III US Marine Amphibiouys Force...

Các nhà báo và các nhà quan sát thời cuộc so sánh trận chiến khốc liệt tại Cứ Điểm chiến lược Khe Sanh - Khe Sanh Combat Base, như là một Điện Biên Phủ thứ 2. Việt Minh (CSBV) đã chiến thắng quân viễn chinh Pháp năm 1954 tại lòng chảo Điện Biên Phủ, đi đến ký kết Hiệp Ước Đình Chiến

Quốc Tế tại Genève-Thụy Sĩ ngày 20.7.1954, kết thúc chiến tranh Đông Dương (Việt - Miên - Lào).

Căn cứ chiến lược Khe Sanh, năm 1968, không bị thất thủ như căn cứ chiến lược ở khu lòng chảo Điện Biên Phủ, năm 1954. Vì không lực của Quân đội Mỹ là một không lực hùng mạnh vĩ đại nhứt thế giới, ngăn chặn được chiến thuật biển người cố hữu của quân cộng sản ở mọi nơi như trận chiến Cao Ly, năm 1950 - 1953. Trận Điện Biên Phủ năm 1954, CSVN cũng sử dụng biển người với quân Pháp đã thành công... Nhưng, CSBV cũng đạt được quyết tâm chiếm được Khe Sanh dù phải trả giá đắt. Và quân Mỹ sử dụng kế hoạch di tản chiến thuật thành công, không bị thất thủ nhục nhã như quân Pháp năm 1954.

Từ sự bỏ ngõ Căn Cứ Khe Sanh, Mỹ cũng kết thúc chiến tranh Việt Nam bằng Hiệp Định Quốc Tế Paris ký ngày 27.1.1973. Sau đó quân CSBV không thi hành, không tôn trọng chữ ký của họ, CSBV xé bỏ Hiệp Định Paris 1973, đưa róc toàn thể lực lượng quân chánh quy của chúngở Miền Bắc vào xâm lược Miền Nam VN, chính thể và lãnh thổ Việt Nam Cộng Hòa bị CSBV cưỡng chiếm từ ngày 30.4.1975.

Năm 1954, quân viễn chinh Pháp để thất thủ cứ điểm chiến lược Điện Biên Phủ ngày 7.5.1954 lúc Hội Nghị Quốc Tế Genève tại nước Thụy Sĩ đang bàn bạc sôi nổi "cò kè bớt 1 thêm 2" đến hồi phải kết thúc hội nghị về chiến tranh Đông Dương mà quân Pháp đang sa lầy. Nếu quân Pháp thắng Việt minh cộng sản ở lòng chảo Điện Biên Phủ, Pháp còn ở thế thượng phong đòi hỏi cho mình nhiều điều lợi hơn. Pháp còn sức để giải quyết các cuộc trường kỳ kháng chiến dành độc lập của các nước Bắc Phi: Algérie - Maroc - Tunisie, cũng đến hồi quyết liệt.

Các nước thuộc địa khác của Pháp ở Phi Châu cũng đang học bài học Đông Dương, rục rịch dương cao ngọn cờ đòi chủ quyền độc lập. Đến năm 1960 Pháp phải rút lui trao trả độc lập cho 17 nước Phi Châu và năm 1967 Pháp trả độc lập cho tất cả các nước thuộc địa còn lại.

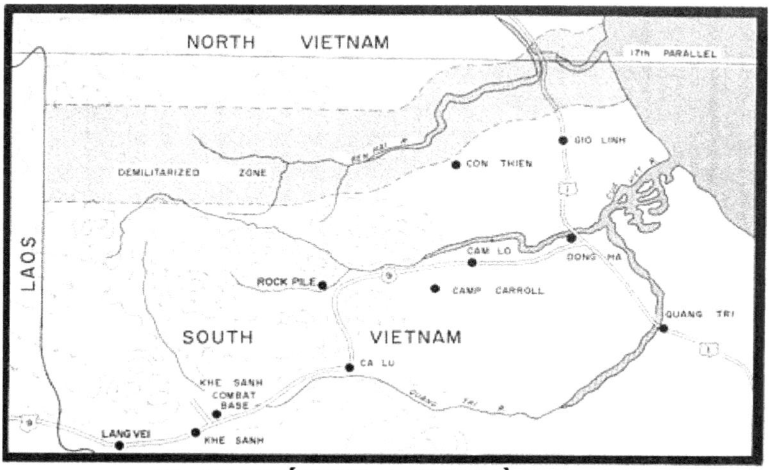

(H: VỊ TRÍ KHE SANH VÀ LANG VEI)

Nếu Việt Minh Cộng Sản chiến thắng Điện Biên Phủ, tất nhiên họ chủ động giành phần thắng cho phe mình, Pháp phải chấp nhận những điều thua thiệt, ký nhanh. Vì đã để thất thủ cứ điểm chiến lược Điện Biên Phủ, Pháp phải giải quyết cho xong vấn đề Đông Dương nên Pháp đã đặt bút ký vào Hiệp Định Quốc Tế Genève ngày 20.7.1954. Và chia đôi đất nước Việt Nam tại vỹ tuyến 17, lấy dòng sông Bến Hải thuộc tỉnh Quảng Trị làm cái mốc chia cắt hai miền đất nước Việt Nam thành 2 vùng đất nước có chủ quyền, chính thể Quốc Gia và cộng sản hoàn toàn khác biệt.

Thực dân Pháp qua Hiệp Định Genève phải rút toàn thể quân viễn chinh về mẫu quốc để kịp đối phó với chiến trường Bắc Phi đang quyết liệt. VMCS đang trên đà chiến thắng ở Miền Bắc, nhưng không thể chiến thắng nhanh được các chiến trường miền Trung, miền Nam, nên CSBV ký ngay với âm mưu và có kế hoạch sẽ thôn tính nốt nước Việt Nam sau này. CSBV đã toại nguyện vào ngày 30.4.1975 đã chiếm toàn thể lãnh thổ Miền Nam Việt Nam.

Quân Mỹ để mất cứ điểm chiến lược Khe Sanh 1968 cũng giống như Pháp thất thủ Điện Biên Phủ 1954, Mỹ cũng đạt được ký kết Hiệp Định Paris ngày 27.1.1973 "phủi tay" trách nhiệm ở chiến trường Việt Nam, rút hết quân về nước "trong danh dự" và nhận lại tất cả tù binh Mỹ bị CSBV bắt giữ. Như vậy, sớm muộn gì cộng sản Bắc Việt cũng sẽ chiến thắng vì quân Mỹ rút hết ra khỏi VN và cắt đứt mọi viện trợ cho VNCH thì chắc chắn chính thể VNCH phải "tắt thở" một ngày nào đó và ngày đó là ngày 30.4.1975.

CHƯƠNG BỐN
(142 - 209)

TRỞ LẠI CHIẾN TRƯỜNG XƯA LẦN HAI
CHÂU ĐỐC - KIÊN GIANG - AN XUYÊN
NẾM TRẢI NHỮMNG TRẬN PHỤC KÍCH
GIẬT MÌN - THUỶ LÔI - PHÁO KÍCH

TRỞ LẠI CHIẾN TRƯỜNG XƯA

Lần đầu tiên, với sự đề phòng bất trắc hay gặp sự rắc rối khó khăn trong chuyến trở về quê hương, một người bạn thu xếp mua vé cho tôi trong chuyến du lịch Việt Nam từ Los Angeles tháng 6 năm 2010, cách nay hơn 14 năm. Hảng du lịch ở hải ngoại thường có đầu mối làm ăn với trong nước và là đi tập thể cho nên vấn đề kiểm soát an ninh đối với Việt Nam cũng có phần dễ dãi.

Sau gần 20 năm xa quê hương, khi đặt chân xuống phi trường Tân Sơn Nhất, tôi cảm thấy có sự thay đổi lớn quá, khách du lịch vãng lai tấp nập. Năm xưa, chiến tranh còn ác liệt có mấy ai ở nước ngoài dám đến Việt Nam du lịch chỉ có cánh nhà báo hay du học sinh, thương gia có làm ăn với Việt Nam, nhân viên của chánh phủ đi công tác, còn đại đa số gồm toàn những người mặc quân phục tới lui tấp nập.

Sài Gòn năm 2010 đã lột xác với những cao ốc to sầm, đường sá đầy bụi bặm chật ních xe cộ, đa số xe lưu thông là xe gắn máy tung khói bụi mịt mù trời đất, ai cũng có khẩu trang che mũi miệng, chen chúc xê dịch từng thước đất vào giờ cao điểm giao thông... Việt Nam đã thay đổi lớn, quan trọng nhứt, người giàu, đại gia tăng vọt và tầng lớp bình dân, nhà nghèo, giới nông dân bám đất ruộng lại nghèo hơn xưa.

Theo chương trình, sau một vòng đi tua Phan Rang - Phan Thiết - Tháp Chàm - Cam Ranh - Nha Trang - Đà Lạt và trở lại Sài Gòn ngơi nghỉ để chuẩn bị trở về lại Hoa Kỳ.

ẤP BÀ BÀI - VĨNH NGUƠN CHÂU ĐỐC KHÓ QUÊN

Nhân cơ hội ở Sài Gòn một tuần, tôi đi về thăm lại quê hương cũng là nơi chôn nhau cắt rún của tôi - ấp Bà Bài thuộc xã Vĩnh Nguơn, tỉnh Châu Đốc. ***(H: Bốn anh chị em chúng tôi, từ trái: thứ 7, thứ 9, thứ 11 và tôi thứ 10, đứa em trai út chết sớm lúc mới 7 tuổi, năm 1947. Nay anh 7 của chúng tôi đa quá vãng năm 2011 - chị thứ 9 mất 2017, chừng nào đến phiên tôi - cô em gái út cũng qua đời năm 2022 trên 83 tuổi, kết thúc "gia phả" gia đình họ Trần - ấp Bà Bài, chúng tôi lớn lên và hứng chịu muôn vàn khổ lụy trong chiến tranh huynh đệ tương tàn).***

Hình này tại chùa Bồng Lai, cạnh cây cầu bắc ngang kinh Vĩnh Tế - ấp Bà Bài mà khi xưa không có. Nay, ấp Bà Bài chỉ có chùa Bồng Lai xây cất quy mô, không có một nhà dân vì còn sợ nạn "cáp duồn" của người Miên muốn đòi lại đất - chỉ cất chòi ở tạm lo ruộng rẫy, đánh bắt cá, hết mùa trở về nhà ở xa cách 5 - 10 cây số - Bốn anh chị em ruột, nay chỉ còn tôi sống già ở Mỹ còn mấy ngày nữa qua hàng U100).

Tại Ấp Bà Bài, từ năm 1963 đến năm 1975 là vùng "oanh kích tự do" vì Việt Cộng từ Cam Bốt thường sử dụng vùng đất này làm chỗ dừng quân hay trú quân dài hạn. Nơi này, một trong vài tuyến đường nữa, VC từ Miên xâm nhập vào tỉnh Châu Đốc, mà điểm dừng chân lý tưởng của chúng là ấp Bà Bài, dọc bờ kinh Vĩnh Tế.

Với con kinh Vĩnh Tế sâu và rộng là vật cản hữu hiệu - chướng ngại vật thiên nhiên, chặn đường xe thiết giáp, các loại cơ giới và làm chậm lại sự di chuyển của bộ binh. Hơn nữa, từ đó rút quân sang đất Miên lại rất gần vô cùng thuận tiện, không quá 1 cây số rưỡi, lại ở thế đất có nhiều cỏ lát cao che phủ quanh năm, Việt Cộng rút quân về đất Miên là an toàn khu của chúng. Đặc biệt về lương thực, hậu cần, vùng này có nhiều lúa gạo, chuyên canh tác lúa Thần Nông và thực phẩm: tôm cá, rắn rùa lươn, gọi là chim trời cá nước vô cùng phong phú, có đầy dẫy khắp đồng ruộng. Còn về rau xanh có vô số như rau nhúc, rau muống, bông điên điển, bông súng hoang dã tha hồ mà dùng. Nói về lương thực, khu vực này có kho dự trữ khổng lồ trong thiên nhiên trời đất, nuôi cả một đạo quân lớn cấp Sư Đoàn hay Quân Đòan rất dễ dàng, không cần tiếp tế lương thực từ xa đưa tới.

Về mặt chiến thuật, Việt Cộng cũng như quân cộng sản Miên - Khờ Mẻ Đỏ của Pôn Pốt, năm 1978, 1979, đã lợi dụng địa thế hiểm yếu này đặt Bộ Chỉ Huy tiền phương, đầu não của Sư Đoàn hay Quân Đoàn của Khờ Me Đỏ làm bàn đạp xua quân tấn công pháo kích vào tỉnh lỵ Châu Đốc và các vùng lân cận quan yếu.

Từ ấp Bà Bài, theo đường chim bay, tới tỉnh lỵ Châu Đốc xấp xỉ 10 cây số, đến Núi Sam chừng 4 cây số và đến thị trấn Nhà Bàn - điểm đầu mối của vùng Thất Sơn Châu Đốc, cách chừng 6 cây số. Cách vùng biên giới vài cây số, trên đất Miên, có Casino Tà Mâu, nổi tiếng nhứt ở Đông Dương về sự trấn lột sạch sành sanh dân chơi cờ bạc hay đá gà, nếu đã vay nợ nóng, có thể bị hành hạ, giam cầm cả mất mạng nữa...(đài VOA phổ biến tin gần đây). Nếu ở đầu kinh Vĩnh Tế (xã Vĩnh Nguơn - Châu Đốc), từ ngôi đình làng đi thẳng theo đường chim bay chừng 4-5 cây số. Hiện nay, khu vực này cũng là khu chợ trời - chợ biên giới, chuyên buôn bán đồ lậu tuồn sang Việt Nam.

Tôi về thăm lại quê hương Bà Bài, năm 2010 vẫn chưa có những người từ bỏ nơi này năm xưa trở về cất lại nhà ở. Mọi người tản cư đi nơi khác an ninh hơn, như đại gia đình chúng tôi (kể cả bà cohn ruột thịt) có gần cả trăm người tản cư ra tỉnh lỵ Châu Đốc từ năm 1947. Nhiều gia đình cũng rời ấp Bà Bài đi nhiều nơi khác như cất nhà theo dọc tỉnh lộ từ Núi Sam đi Nhà Bàn, đường di vào các quận Tịnh Biên, Tri Tôn (vùng 7 núi) hay cất nhà ở gần Bến Đá Núi Sam, Nhà Bàn...

NHỚ LẠI BẠC LIÊU

Đầu năm 1963, từ Bộ Tư Lệnh của Sư Đoàn 21 Bộ Binh trong tỉnh lỵ Bạc Liêu, tôi nhận Sự Vụ Lệnh

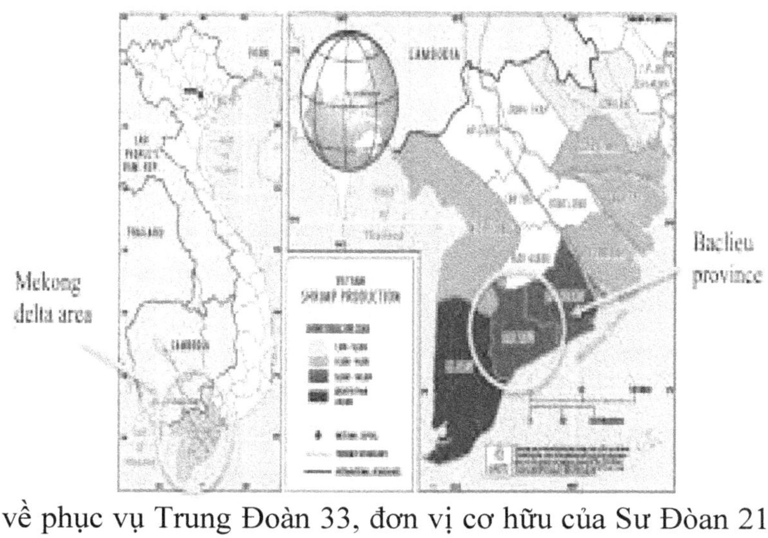

về phục vụ Trung Đoàn 33, đơn vị cơ hữu của Sư Đòan 21

Bộ Binh (SĐ 21 có 3 Trung đoàn 31 - 32 - 33...). Lúc bấy giờ, Bộ Chỉ Huy Trung Đoàn 33 Bộ Binh đặt cạnh đầu cầu Hoàng Diệu (sau này là Quân Y Viện Long Xuyên) - đối diện chênh chếch với cửa chính trường Trung học Thoại Ngọc Hầu.

Tất cả 13 sĩ quan mới ra trường Thủ Đức - Đà Lat và Đồng Đế (Khóa 13 Thủ Đức - Khóa 16 Đà Lạt và Khóa 3 Đồng Đế - Nha Trang), về trình diện cũng là lúc Bộ Chỉ Huy Trung Đoàn 33 BB có lệnh di chuyển về đóng bản doanh trong vòng thành, sát bên Trung Tâm Cải Huấn tỉnh Châu Đốc (đã mất tên tỉnh thời Đệ Nhất VNCH). Được lệnh theo đoàn xe di chuyển về Châu Đốc, chúng tôi sẽ được bổ nhiệm về 3 tiểu đoàn cơ hữu của Trung đoàn 33 (lúc này 1 trung đoàn có 3 tiểu đoàn, sau này lên 4 tiểu đoàn). Đến Châu Đốc đã là ngày 29 Tết, các tân sĩ quan được nghỉ Tết 3 ngày, sẽ được bổ nhiệm về các đơn vị sau Tết.

Mỗi người đều có số (giày dép, quần áo cũng còn có số mà), sau nhiều năm tôi không có dịp ăn Tết với cha mẹ già và đại gia đình của tôi ở quê nhà - xứ mắm Châu Đốc. Nay được về nhà ăn Tết, còn gì hạnh phúc cho bằng, tôi còn gặp nhiều học sinh mà tôi từng dạy học ở Châu Đốc nhiều năm cho nên tôi có hàng trăm (có thể đến cả ngàn, tôi dạy sinh hoạt học đường cả trường tiểu học khoảng 20 lớp và có một thời gian dạy lớp Nhứt - lớp 5) học trò của tôi còn đang đi học tại Châu Đốc hay đã đi học xa ở Sài Gòn, Cần Thơ ... cũng về Châu Đốc ăn Tết, chúng tôi gặp lại nhau vô cùng vui vẻ hạnh phúc, dịp may hiếm có.

Trong cái rủi có cái may, khi trình diện Bộ Tư Lệnh Sư Đoàn 21 BB ở Bạc Liêu, 3 khóa: Thủ Đúc - Đà Lạt - Đồng Đế có trên dưới 40 sĩ quan mới ra trường, chờ đợi được bổ nhiệm về các đơn vị.

Nghe tin đồn, có nhiều tân sĩ quan "chạy chọt" làm việc chỗ tốt khỏi phải ra đơn vị tác chiến, nghe nói danh sách sĩ quan đi các đơn vị trình lên Tư Lệnh Sư Đoàn là Đại Tá Bùi Hữu Nhơn. Theo tôi nghe ngóng, hình như có vấn đề "chạy chọt" đó, Đại Tá Tư Lệnh ra lệnh làm lại danh sách sĩ quan ra các đơn vị và chú ý các sĩ quan có quê gần nơi đóng quân Trung đoàn nào thì ưu tiên cho về Trung đoàn đó. Còn các sĩ quan sanh trưởng không phải vùng Hậu

(H: Nhà hát & công viên Cao Văn Lầu - Bạc Liêu)

Giang thì tuỳ nhu cầu các Trung đoàn mà bổ nhiệm thêm. Vì vậy, chúng tôi phải chờ đợi ra đơn vị hơi lâu, ở nhà vãng lai của Sư Đoàn mất gần 2 tuần.

Lúc này cận ngày Tết Nguyên Đán, chúng tôi cũng muốn đi về đơn vị ngay để ăn Tết ở đơn vị đầu tiên trong đời quân ngũ. Cả tuần chờ đợi cũng chưa nhúc nhích, chiều chiều chúng tôi tụm năm tụm ba ra phố Bạc Liêu chơi hay ăn nhậu. Tình cờ tôi gặp vài nam nữ học sinh trường Phước Kiến ở Chợ Lớn, đang về quê ăn Tết, đánh vũ cầu trên bãi cỏ, chào hỏi và mời tôi đánh vũ cầu với các em cho vui.

Tôi mãi mê theo trái cầu, chẳng may sụp một ổ gà, bàn chân trái bị bong gân, tôi được các em gọi xe lôi đưa tôi về nhà vãng lai, tưởng đâu bị bong gân nhẹ. Nào ngờ, bịnh xá cho biết vụ bong gân này phải chửa trị lâu, tôi vội tìm hỏi các ông lang Đông Y chửa bằng thuốc rượu và cả ngoại khoa khác như bó ngải...

Tôi may mắn gặp một gia đình của một ông thầy bất đắc dĩ, có thứ thuốc rượu này chỉ dùng để làm phước.

Mỗi ngày, từ nhà vãng lai, tôi phải đi xe lôi đến nhà ông bác này. Cả gia đình, nhứt là bà ngoại các cháu, và ông bà chủ nhà, cám cảnh, tội nghiệp, bảo tôi ở lại đây, chừng nào có Sự Vụ Lệnh đi về đơn vị mới, sẽ đi. Bây giờ, để việc chửa trị cho dễ và tránh di chuyển nhiều mới mau bình phục, tôi vô cùng xúc động và cảm kích tấm lòng tốt của gia đình. Tự nhiên, ân phúc từ trên trời rơi xuống quá bất ngờ, ăn ở miễn phí lại được chửa trị chăm sóc tận tình chu đáo.

Hàng ngày, trước khi đi học và đi học về, bà ngoại đưa cháu gái đang học lớp đệ tam, khoảng 16 tuổi, nhỏ hơn tôi đúng một giáp, dùng nước nóng pha muối lau sạch chỗ bong gân và sau khi bó ngải lại lau chung quanh bàn chân đang sưng húp lên. Dù có đau tôi cũng nín thinh vì trông bàn tay nhỏ nhắn của cô nữ sinh 16 tuổi như bàn tay của nàng tiên "cứu độ" kẻ đang khốn khổ vì bong gân, đi đứng khó khăn phải có nạn hay phải có người dìu...Cô nữ sinh hàng ngày phải lo bưng dọn cơm cho tôi một ngày 3 bữa suốt luôn 4 ngày, bạn từ nhà vãng lai Sư Đoàn đến cho biết, tất cả phải trình diện Đại Tá Tư Lệnh - Trung Tá Tư Lệnh Phó - Thiếu Tá Tham Mưu Trưởng và mỗi tân sĩ quan nhận được Sự Vụ Lệnh được bổ nhiệm về đơn vị.

Có nhiều người bạn được Sự Vụ Lệnh vội vả ra đi bằng xe đò vì cả 3 Trung Đoàn đều trú đóng ở Cà Mau, Chương Thiện và Long Xuyên, cách Bạc Liêu xa nhứt cũng trên dưới 100 cây số. Vì bị bong gân không đi dễ dàng, tôi phải đợi đoàn công voa của Trung Đoàn 33 - ở Long Xuyên đến nhận tiếp liệu phẩm của Sư Đoàn, tôi sẽ tháp tùng về đơn vị, được biết phải đợi thêm 3 ngày nữa - ngày 28 Tết Ta mới có đoàn xe này đến Bạc Liêu, càng tốt cho tôi.

Lại có số may, có cơ hội đến nhà ân nhân cám ơn và ở tiếp 3 ngày nữa, cả nhà kể cả cô nữ sinh xinh đẹp này đều quý mến tôi.

Sau này về đơn vị, có dịp nhớ lại, nếu bà ngoại giới thiệu hay làm mai cô nữ sinh bé bỏng này chỉ nuôi gạo 2 năm nữa đúng 18 tuổi thì có quyền lấy chồng sĩ quan, vì thời chiến "gái khôn tìm chồng giữa chốn ba quân".

Bà ngoại và ba má cô gái cứ hỏi mãi tôi có gia đình chưa, có ý muốn gã cô cháu ngoại? Nhưng, bà e ngại, không nói ra. Thật tình mà nói, với tuổi 28 rồi, nếu bà giới thiệu cháu ngoại quá trẻ đẹp chắc lúc đó, tôi không thể "cầm lòng đặng", khó từ chối vì là ân nhân và cô lại xinh đẹp bé bỏng, "búp bê" nữa. Thế mới biết, người xưa nói không sai:

Hữu duyên thiên lý năng tương ngộ

Vô duyên đối diện bất tương phùng

Dịch nghĩa

Có duyên ngàn dặm xa còn gặp

Không duyên đối mặt vẫn cách lòng.

(Có dịp, tôi sẽ viết lại giai thoại "văn chương" hữu duyên và vô duyên).

Sau vài năm về làm việc tại Cần Thơ, tôi có nhờ một người bạn gốc Bạc Liêu hỏi tin tức, được biết cô gái năm xưa đó, mấy năm sau thi đậu Tú tài 2 đi làm việc tại Toà Hành Chánh tỉnh Bạc Liêu, cô có chồng sĩ quan Thiết Giáp đang đóng quân ở Bạc Liêu. Sau biến cố nghiệt ngã 30.4.1975, gia đình cô cậu này nếu được sang Hoa Kỳ định cư như gia đình chúng tôi thì Trời xanh "bất phụ hảo tâm nhân" không phụ người tốt có lòng nhân từ, nếu chúng tôi gặp lại nhau thì vui biết mấy, cả hai chúng tôi đều có gia đình, lại càng vui hơn.

VỀ CHÂU ĐỐC

Chúng tôi về tới Long Xuyên và biết ngày hôm sau, Bộ Chỉ Huy Trung Đoàn sẽ di chuyển về Châu Đốc và Thiếu Tá Trung Đoàn Trưởng ra lệnh chúng tôi sẽ trình diện và nhận Sự Vụ Lệnh về các tiểu

đoàn.

(H: Miếu Bà Chúa Xứ Núi Sam - Châu Đốc)

Sau bốn ngày ăn Tết sum vầy với gia đình thật hạnh phúc. Đến ngày Mồng Bốn, 13 anh em chúng tôi trình diện Thiếu Tá Nguyễn Văn Thanh - Khóa 2 Võ Bị Đập Đá cùng khóa với Trung Tướng Nguyễn Văn Mạnh. Sau khi bắt tay chúng tôi, ông Trung Đoàn Trưởng liếc nhanh qua và hỏi tôi tại sao phải băng chân, không đi giày được mặc dù tôi cũng mặc quân phục số 2, đội cát-kết (casquette) như tất cả các bạn. Ông Trung Đoàn Trưởng ra lệnh cho Trung úy Trưởng Ban Quản Trị, bổ nhiệm mỗi tiểu đoàn 4 sĩ quan chia đều 3 khóa. Còn ông Chuẩn úy này, ông Trung Đoàn Trưởng chỉ tôi, ở lại Bộ Chỉ Huy Trung Đoàn, sẽ tính sau. Ông Trung Đoàn Trưởng ra lệnh xong, bắt tay chúng tôi một lần nữa. Thế là chấm dứt buổi trình diện mà tôi nơm nớp lo sợ, nếu đi ra Tiểu đoàn làm sao tôi đi hành quân khi chân còn bong gân, không mang được giày.

Hôm sau, 12 bạn đi ra 3 tiểu đoàn, còn tôi được ở lại tại Bộ Chỉ Huy Trung Đoàn. Hàng ngày, giờ làm việc, tôi phải có mặt tại Bộ Chỉ Huy như là đi làm việc. Hết giờ hành chánh, tôi cũng đi xe lôi về nhà ăn cơm và tối ngủ lại tại nhà vì tôi chưa nhận nhiệm vụ gì tại Bộ Chỉ Huy Trung đoàn.

Tôi đoán vị Trung Đoàn Trưởng, có cảm tình hay tôi nghiệp, thương hại một sĩ quan mới ra trường lại gặp một tai nạn lảng nhách. Ông sếp có tâm nhân ái, thấy chân tôi còn đau chưa lành nên gián tiếp cho tôi nghỉ thêm vài ngày, Và có thể ông đã chủ đích sẽ dành cho tôi một chỗ làm việc tốt không phải lội bùn sình vất vả mà chân chưa thật lành như xưa.

Tôi quả có phúc đức gặp được một vị chỉ huy đầu đời binh nghiệp vô cùng đạo đức đã tận tình giúp tôi.

Khi mang được giày, Thiếu tá Trung Đoàn Trưởng bổ nhiệm tôi vào Đại đội trọng pháo của Trung đoàn. Lúc bấy giờ, bảo vệ trực tiếp Bộ Chỉ Huy Trung đoàn chỉ có đại đội trọng pháo (sử dụng súng cối 81, súng SKZ 57 ly...) và yểm trợ các tiểu đoàn hành quân.

Theo bảng cấp số, đại đội trọng pháo có bốn sĩ quan, gồm Đại đội trưởng, đại đội phó kiêm nhiệm thêm một trung đội và hai trung đội trưởng lại mà hiện tại Đại đội trọng pháo chỉ có hai sĩ quan và thiếu uý đại đội phó đang đi học Khoá Đại đội trưởng. Đại đội trọng pháo chỉ còn một sĩ quan cấp Trung uý Đại Đội Trưởng và có tin ông sẽ vinh thăng đại uý tháng sau.

Như vậy, đại đội trọng pháo hiện chỉ có một sĩ quan nên Thiếu tá Trung đoàn trưởng bổ nhiệm tôi về đại đội trọng pháo cũng là điều rất hợp lý, đại đội có nhiệm vụ bảo vệ an ninh Bộ Chỉ Huy Trung Đoàn và yểm trợ các tiểu đoàn về hỏa lực súng cối 81 ly, đại bác 57 ly không giật...

Sau vài tháng, Thiếu uý đại đội phó mãn khoá học trở về tôi được bổ nhiệm chức vụ Trưởng Ban 5 - Chiến Tranh Tâm Lý (sau này gọi là Khối Chiến Tranh Chánh Trị của Trung Đoàn), thay thế Đai úy Lưu Kim Châu - Khóa I Thủ Đức đi học trường Chỉ Huy Tham Mưu ở Đà Lạt. Một thời gian ngắn sau, tôi kiêm nhiệm Trưởng Ban An Ninh Trung Đoàn. Một chuẩn úy mới ra trường mấy tháng nhận một một lúc 2 chức vụ thay thế chức vụ của một Đại Úy, có 2 xe jeep. Lúc bấy giờ, bị chánh phủ Mỹ cắt bớt viện trợ, nhứt là xăng dầu, đạn dược nhằm áp lực Tổng Thống Ngô Đình Diệm về chánh trị. Các xe đi làm việc chỉ được cấp một nửa xăng, mà tôi có 2 xe, tôi dồn lại sử dụng một chiếc cho nên cũng dư dả xăng tha hồ mà lái vung vít bát phố hay cuối tuần đi chơi xa Châu Đốc - Cần Thơ.

Khi Bộ Chỉ Huy Trung Đoàn 33 di chuyển từ Long Xuyên về Châu Đốc, đặc biệt là vùng Bảy Núi, trung đoàn thường mở các cuộc hành quân tảo thanh vì Việt Cộng thường phục kích, bắn sẻ hay đặt mìn ven lộ, đường đi từ Nhà Bàn đến Trung Tâm Huấn Luyện Chi Lăng và đường lên Trại Lực Lượng Đặc Biệt ở trên Núi Cấm.

Hơn nữa trước đó không lâu, Việt Cộng đặt mìn phá hư hại nặng nhà máy điện của Thị Xã Châu Đốc. Trung Đoàn chủ lực 33 về đây có nhiệm vụ trước mắt "dọn sạch" những đám quân du kích VC ở vùng xung quanh núi Sam, vùng sâu của kinh xáng Vịnh Tre và kinh xáng Cây Dương, từ bảy núi chúng về hoạt động kinh tài, tuyên truyền dụ dân vào bưng biền và phá rối an ninh Thị xã Châu Đốc...Nếu chúng đi ra gần Cái Dầu là bị lực lượng địa phương Bảo An - Dân Vệ (gốc Hòa Hảo - không đội trời chung với VC) sẽ hốt hết. Cái nôi của lực lượng võ trang của Hòa Hảo do Thiếu Tướng Hòa Hảo Lâm Thành Nguyên (Hai Ngoán) chỉ huy đặt bản doanh tại Cái Dầu và Bình Mỹ cũng gần đó, năm xưa.

Khoảng rằm tháng giêng âm lịch, dân quê còn ăn Tết, được tin tình báo, nhiều cán bộ VC cũng về khu vực này ăn Tết và nhận tiếp tế, một tiểu đoàn của Trung Đoàn 33 mở cuộc hành quân lục soát vùng sâu của 2 con kinh Cây Dương và Vịnh Tre này, tóm được nhiều cán bộ kinh tài, trong trong có chị B. con gái Thầy giáo M., có em trai cùng học với tôi ở tiểu học.

(H: Châu Đốc nổi tiếng là Xứ Mắm- khu chợ bán nhiều loại mắm)

Khi tôi về thăm quê hương Châu Đốc, xe đò chạy ngang qua hai kinh xáng này, như một cuốn phim quay chậm hình ảnh hành quân xưa.

Một lần khác, đoàn xe chiếu phim của tôi và đại diện Trung Đoàn, gồm có 2 chiếc xe Jeep, một dodge 4 và một xe GMC, sau 2 đêm công tác, từ Trung Tâm Huấn Luyện Chi Lăng trở về Châu Đốc chạy ngang qua mõm Núi Voi, trong xã Thới Sơn - thị trấn Nhà Bàn, cách văn phòng Hội Đồng Xã vài trăm thước, VC giật mìn trật lất chiếc xe tôi đi không hề hấn gì, chúng còn bắn thêm hàng chục phát súng, rồi co giò chạy lên núi lớn trốn mất, Hội Đồng Xã Thới Sơn báo động, một tiểu đội Nghĩa quân chạy đến tiếp cứu, 4 chiếc xe của chúng đã "bình an" chạy đến chợ Nhà Bàn, ngồi nghỉ ngơi uống nước rồi đi tiếp về Bộ Chỉ Huy Trung Đoàn ở thị xã Châu Đốc.

Về Châu Đốc lần này, tôi cũng quyết tâm thăm lại nơi mình bị phục kích đầu tiên ở mõm núi Voi. Ở Thất Sơn có Núi Voi (nhỏ xíu, gần chợ Nhà Bàn) mà lại có Núi Tượng nữa mới vui (voi cũng gọi là tượng, chỉ thứ thú hoang dã to nhứt). Núi Tượng là ngọn núi lớn có trong 7 núi (Thất Sơn). Núi Tượng là Thánh Địa của Đạo Tứ Ân Hiếu Nghĩa, núi Tượng là núi cuối cùng của vùng Thất Sơn, gần xã Lạc Quới - trên bờ kinh Vĩnh Tế. Núi Tượng cách kinh Vĩnh Tế chừng 4 cây số, cũng là nơi quân Khơ Me Đỏ đã tràn qua đây giết đồng bào - tín đồ đạo Hiếu Nghĩa lên đến nhiều ngàn người (từ 3-7 ngàn), hiện nay còn nhiều đầu lâu, xương của những nạn nhân bị cộng sản Miên tàn sát man rợ được thờ cúng tại Thánh Địa này.

Từ tháng 3 đến tháng 7 năm 1963, Trung Đoàn 33 được Sư Đoàn điều về vùng đất ruộng, cuối chân Núi Tượng để giữ an ninh cho một con kinh đào từ Tri Tôn vòng qua núi Tượng và thông với một kinh từ kinh Vĩnh Tế (xã Lạc Quới) chạy vào, tạo nguồn nước ngọt cho canh tác và vùng rừng núi này có đủ nước ngọt cung cấp cho người dân tiêu dùng...

Tổng Thống Ngô Đình Diệm và phái đoàn chánh phủ cùng với ngoại giao đoàn, lên đến hàng trăm người đến vùng giáp mối 2 con kinh này mà BCH Trung Đoàn 33 chịu trách nhiệm thuyết trình bằng tiếng Pháp, không có thông dịch viên. Công tác đào con kinh chiến lược này là Quốc Sách của nền Đệ Nhất Cộng Hòa có ảnh hưởng cả vùng Thất Sơn. Dân công gọi là người dân ở toàn tỉnh An Giang bị bắt "làm sâu" luân phiên nhau, mất mấy năm mới hoàn thành, từ cầu Cây Me - Tri Tôn đi đến cuối núi Tượng, hàng chục cây số. Khi Trung Đoàn 33 về đây con kinh đào này chỉ còn khoảng 2 cây nữa sẽ tiếp giáp với con kinh có sẵn, từ kinh Vĩnh Tế chạy qua vòng ngoài chân núi Tượng.

Hàng ngàn dân công luân phiên nhau tiếp tục làm trong nhiều tháng khi có Trung đoàn 33 giữ an ninh thêm an tâm, đào đất bằng tay, xe cơ giới rất hiếm. Theo kế hoạch phải hoàn thành công tác trước mùa nước lũ đến tháng 7 - 8 âm lịch. Cả 3 tiểu đoàn cơ hữu của Trung Đoàn 33 phải mở liên miên các cuộc hành quân xung quanh vùng 7 núi nhằm giữ an ninh xa gần tuyệt đối cho dân công.

Chẳng may cũng có một trung đội của 1 Tiểu đoàn phục kích đêm sát chân núi Tượng, bị VC đột kích giết chết vài chiến sĩ hốt trọn nửa tiểu đội của trung đội này, lại có Trung Đội Trưởng, một Chuẩn Úy cùng khóa 13 với tôi (anh Huỳnh Văn Cứng, gốc Long An).

Tôi cũng cố gắng nhờ cháu tôi chở bằng xe gắn máy Honda đi từ Nhà Bàn tới Tri Tôn, đến đầu kinh đào năm xưa - cầu Cây Me, tôi dừng lại quan sát và vô cùng bùi ngùi cảm xúc, mới đó mà gần 50 năm trôi qua như giấc mộng.

Sau Lễ cắt băng khánh thành con kinh đào lịch sử này, Bộ Chỉ Huy Trung Đoàn 33 lại quay về địa điểm bản doanh cũ ở An Giang. Thời gian này, ở An Giang (Châu Đốc sáp nhập với Long Xuyên). Thời điểm này là thời điểm "rèn cán chỉnh quân", ngơi nghỉ nhiều và tổ chức học tập chánh trị hàng tuần vào chiều thứ 5 mà tôi là người chịu trách nhiệm tổ chức điều hợp đúng với lịch học tập chánh trị của Sư Đoàn gởi xuống và đã thông qua ông Trung Đoàn Trưởng. Tôi biên soạn lại và vận động với trường trung học Thoại Ngọc Hầu đưa các các nữ sinh trong Ban Văn Nghệ của nhà trường qua giúp vui vào mỗi buổi học tập chánh trị. Lúc này, trong Quân Đội đặt trọng tâm vào học tập chánh trị vì tình hình chánh trị trong nước cũng như quốc tế giao động đối với chế độ bne62n Đệ Nhất Việt Nam Cộng Hoà.

Lần thứ hai, Bộ Chỉ Huy Trung đoàn 33 về An Giang kéo dài được khoảng 3 tháng, Bộ Chỉ Huy Trung Đoàn lại di chuyển nữa, về Thị Xã Sóc Trăng - tỉnh Ba Xuyên.

VỀ TỈNH LỴ BA XUYÊN

Bộ Chỉ Huy trung Đoàn 33 được đóng trong ngôi biệt thự to rộng và khang trang, có hàng rào xây kiên cố bao quanh, cách chưa tới trăm mét là Tòa Hành Chánh tỉnh Ba Xuyên. Một đơn vị tác chiến mà được đóng tại một khu vực hành chánh an ninh như tuyệt đối thì vui vẻ biết bao. Bộ Chỉ Huy Trung Đoàn ở đây cũng không lâu, vài tháng sau, khoảng tháng 9 tháng 10 năm 1963, Trung Đoàn được lệnh mở cuộc hành quân đưa 3 tiểu đoàn cơ hữu về vùng Chà Là-Giá Ngựa, trên bờ sông Bảy Háp - con sông dài đi từ Thị xã Cà Mau đến quận cuối cùng của tỉnh An Xuyên, gần Mũi Cà Mau, là Năm Căn.

Trở Lại ChiếnTrường Xưa - Miền Tây, tôi hồi tưởng những ngày sau khi tốt nghiệp Liên Trường Võ Khoa Thủ Đức (từ 15.3 đến 28.12.1962) Khóa 13 - Ấp Chiến Lược, được bổ nhiệm về Trung Đoàn 33 Bộ Binh - đơn vị đầu tiên trong cuộc đời binh nghiệp, trình diện đơn vị tại Long Xuyên. Kế tiếp Trung đoàn 33 chuyển quân và hoạt động chánh thức tại Châu Đốc. Tác giả có nhiều ấn tượng và kỷ niệm vui đẹp tại địa phương Châu Đốc cũng là quê hương yêu qúy của tôi.

Chiến sự nóng bỏng nhứt của Khu 42 Chiến Thuật do Sư Đoàn 21 Bộ Binh trách nhiệm - Cà Mau, cũng là chiến địa cuối cùng, tác giả thuyên chuyển, đổi vùng và đổi công tác phục vụ, chuyên trách về thông tin báo chí kể cả phát thanh của Quân Đoàn 4 & Vùng 4 Chiến Thuật, trú đóng tại Tây Đô Cần Thơ. Những địa phương khác trong khu vực trách nhiệm của Trung Đoàn 33 Bộ Binh mà tác giả có đề cập đến trong bài này, như là điểm xuyết hoa lá cành cho thêm phong phú Trở Lại Chiến Trường Xưa - Miền Tây.

(H: Hồ nước ngọt Tịnh Tâm)

SỰ BỐ TRÍ 3 TRUNG ĐOÀN CỦA SƯ ĐOÀN 21 BỘ BINH

Các đơn vị của Sư Đoàn 21 Bộ Binh được phân vùng, tùy lúc, rất tế nhị và hiệu quả, mỗi trung đoàn trách nhiệm một khu vực nhứt định và cũng được luân chuyển đổi vùng hoạt động hợp lý.

Khi Trung Đoàn 33 BB trú đóng ở Long Xuyên, Sư Đoàn 21 không còn chú tâm nhiều đến vùng Thất Sơn và lãnh thổ Châu Đốc, nay tạm ổn. Lúc bấy giờ (năm 1963), vùng Hậu Giang với các tỉnh An Giang - Kiên Giang - Phong Dinh và Ba Xuyên, Trung Đoàn 33 chịu trách nhiệm bình định diện địa tiếp giúp các đơn vị địa phương, được xem là một đơn vị lưu động của Sư Đoàn 21, không đóng chốt cố định như Trung đoàn 31-32.

Trung đoàn 31 trú đóng ở tỉnh lỵ Chương Thiện, địa phận tỉnh Chương Thiện có nhiều căn cứ địa, mật khu VC vì nơi đây còn hoang vu, cỏ, lau sậy cao ngập đầu, kinh rạch chằn chịt, nhà dân thưa thớt, có những tuyến đường giao liên, thông thương như màn nhện với địa phận tỉnh Kiên Giang có Rừng U Minh Thượng và Hạ bao phủ. Những đơn vị du kích, đơn vị cơ động địa phương ở vùng này thường né tránh các cuộc hành quân lớn của chủ lực quân VNCH. VC thường trốn lách qua lại 2 tỉnh Kiên Giang và Bạc Liêu, rất thuận lợi cho chiến tranh du kích. Vì vậy, Trung Đoàn 31 như dính chặt khu vực này để bảo vệ xã ấp, khu trù mật, dinh điền do chánh phủ thiết đặt ở Vị Thanh - Hỏa Lựu, bảo toàn sự an ninh cho địa phương...

Trung đoàn 32 chỉ chịu trách nhiệm vùng lãnh thổ của tỉnh An Xuyên (Cà Mau) cũng đủ "mệt" rồi vì nơi đây quá rộng, có Rừng U Minh Hạ vô cùng hiểm trở cũng là cái ổ của Việt Minh cộng sản. Nơi này là khu vực tập kết VC năm 1954 sau Hiệp định Genève, các đơn vị, cán bộ các cấp để đưa ra miền Bắc cộng sản, đúng theo tinh thần Hiệp Định Genève năm 1954. Nơi đây, cộng sản ém lại nhiều quân và vũ khí đạn dược cũng như các cán bộ chánh trị để ở lại với âm mưu trường kỳ mai phục – trường kỳ kháng chiến, đánh chiếm miền Nam sau này. Vì vậy, tất cả mọi xã ấp của tỉnh An Xuyên đều có nhiều cán binh VC "chém vè" ở lại, lúc bấy giờ chúng chung sống với gia đình tương đối hợp pháp, tạm thời che mắt chánh quyền.

TRUNG ĐOÀN 33 HÀNH QUÂN VÙNG SẢN XUẤT XI MĂNG KIÊN LƯƠNG - KIÊN GIANG

Từ An Giang, được lệnh Sư Đòan, Trung đoàn 33 phải cấp tốc mở cuộc hành quân giải tỏa áp lực địch nhằm phá hoại nhà máy sản xuất chất liệu làm xi măng tại quận Kiên Lương, thuộc tỉnh Kiên Giang và gần Hà Tiên (Kiên Giang - có biên giới với Miên).

Một đại đội Bảo An bảo vệ an ninh cho nhà máy đã bị VC tấn công thường xuyên và vừa bị VC đột kích đẫm máu làm thiệt hại đơn vị này khá nặng. Hơn nữa, nhiều đơn vị VC ở chung quanh khu vực khai thác chất liệu sản xuất xi măng, chúng thường len lỏi từ các "hòn" lớn nhỏ ở vùng biển và các rừng chồi, đồi quanh vùng, thường tấn công các đồn bót của quận Kiên Lương.

Trung đoàn 33 về Kiên Lương, đặt Bộ Chỉ Huy Hành Quân tại quận lỵ, có kế hoạch mở các cuộc hành quân thường xuyên xung quanh vùng này và đi xa đến xung quanh quận lỵ Hà Tiên - một nơi có nhiều danh lam thắng cảnh và di tích lịch sử. Hà Tiên còn là cái nôi đánh bắt và nuôi đồi mồi, cũng như sản xuất sản phẩm làm từ đồi mồi... Về hướng tỉnh lỵ Rạch Gia, Trung đoàn 33 cũng thường tung ra các cuộc hành quân lục soát cấp tiểu đoàn các khu vực có nhiều cán binh VC hoạt động.

Tại vùng Kiên Lương, Trung Đoàn 33 đã ở đây gần đúng một tháng, thường xuyên mở các cuộc hành quân bình định, lục soát, bảo vệ cho các đơn vị địa phương xã ấp và các đồn bót của Bảo An - Dân Vệ. Các cuộc hành quân thường là cấp tiểu đoàn vì trong một phạm vi lãnh thổ hẹp và vài lần mở cuộc hành cấp Trung đoàn trong một vùng rộng lớn.

Các cuộc hành quân bắt đầu từ sáng sớm, đến khoảng 4 giờ chiều, các tiểu đoàn đều rút quân về nơi đóng quân của đơn vị, không có hành quân qua đêm. Lúc này các đơn vị VC chưa lớn mạnh, chưa có nhiều vũ khí mới, tối tân. Sau cuộc đảo chánh 1.11.1963, các thứ vũ khí mới từ miền Bắc chuyển tải vào miền Nam dồn dập tại khắp các vùng ven biển, vùng biên giới Miên, Lào, lợi dụng chánh thể VNCH chưa ổn định chánh trị, còn lơ là đối phó với quân CSBV ngoại nhập hơn là nội tình trong nước.

Cuộc hành quân vùng Kiên Lương chấm dứt, giao trách nhiệm cho các đơn vị địa phương.

VỀ CÀ MAU

Trung Đoàn 33 rút về đóng quân ở Rạch Sỏi - Rạch Giá, chuẩn bị cho cuộc hành quân cấp Trung Đoàn vào vùng Rừng U Minh Thượng và tới cả vùng Rừng U Minh Hạ ở Cà Mau, giao tiếp với Trung Đoàn 32. Mở cuộc hành quân lớn cấp Trung đoàn phá nát nhiều căn cứ địa, hậu cần của VC ở trong rừng U Minh Thượng và Hạ. Trung Đoàn được ngơi nghỉ vài ngày tại Rạch Sỏi, chúng tôi, có dịp "bát phố" Rạch Giá cùng la cà các quán ăn quán nhậu của tỉnh lỵ Kiên Giang và vùng Rạch

Sỏi cũng khá nhộn nhịp. Lúc này, tôi đã đi thăm dân cho biết sự tình và đặc biệt tôi có nhiều kỷ niệm ở vùng Rạch Sỏi này.

Tôi nhớ lại, cuộc hành quân lớn cấp Trung đoàn xuyên qua Rừng U Minh Thượng và tiến xuống vùng U Minh Hạ, di chuyển dọc theo con sông Trẹm (Trèm Trẹm), nước đục ngầu màu đỏ sậm phù sa (Rừng U Minh ngàn đời vẫn đỏ).

Đến quận lỵ Thới Bình hay Sông Ông Đốc, Trung đoàn đặt Bộ Chỉ Huy Hành Quân tại đây và được nghỉ ngơi trọn buổi chiều, chuẩn bị cho cuộc hành quân hôm sau vùng chung quanh quận lỵ. Đến xế trưa, các đơn vị trở về chỗ đóng quân chuẩn bị cho cuộc hành quân quy mô hơn có cả phi cơ bao vùng yểm trợ tấn công VC ở các căn cứ địa, mật khu có bệnh xá, trung tâm huấn luyện gần đó.

Ba tiểu đoàn tiến hành cuộc hành quân rất nhịp nhàng và đã tới tấp báo cáo về Bộ Chỉ Huy diễn tiến chiếm các mục tiêu với sự thắng lợi và thu nhiều chiến lợi phẩm cũng như bắt được hàng chục tù binh... Lúc này, các đơn vị địa phương của VC trang bị còn thô sơ, mìn nội hóa, đạp lôi, súng ngựa trời, súng 2 nòng, súng trường Mas 36 cổ lỗ xỉ của Pháp, thời Đệ Nhị Thế Chiến và carbine M1, garant...

Đến từ tháng 2 năm 1964, sau cuộc đảo chánh 1.11.1963, các đơn vị VC ở miền Nam, các Vùng Chiến Thuật, được CSBV trực tiếp hà hơi tiếp sức xâm nhập vũ khí mới, tối tân. Chúng xâm nhập, đặc biệt bằng đường biển mà Rừng U Minh là cửa ngõ CSBV đưa vũ khí vào Nam qua vùng này. Từ đất, biển của Miên tuồn vũ khí và các cán bộ vào đường biên giới 2 nước và đường biển, kể như gần nhứt, tương đối dễ dàng thuận tiện.

TRUNG ĐOÀN 33 HÀNH QUÂN BAO VÙNG U MINH HẠ - CÀ MAU

(H: Trung Tâm Thành Phố Cà Mau)

Ngoài vấn đề chánh trị toàn diện không kể đến vì tôi ở đơn vị nhỏ cấp Trung đoàn và ở xa Thủ Đô Sài Gòn nên sự hiểu biết về vấn đề này rất hạn hẹp. Ở vùng đất cuối cùng của Tổ Quốc - Cà Mau, chúng tôi thấy rõ *sự tai hại của cuộc đảo chánh bạo lực giết chết Tổng Thống Ngô Đình Diệm và bào đệ - Cố Vấn Ngô Đình Nhu, hay còn gọi là cuộc cách mạng 1.11.1963 thành công đã giúp CSBV đưa cán binh, vũ khí đạn dược vào Nam dễ dàng hơn trước vì phe ta mải mê lo đánh phe mình quên đối phương CSBV gian ác lợi dụng thời cơ ngàn năm một thuở này.*

Cuộc hành quân vùng U Minh Thượng và Hạ kéo dài chừng 5 ngày, Trung đoàn trở về Rạch Sỏi nghỉ ngơi thêm vài ngày và di chuyển về Sóc Trăng. Từ Sóc Trăng, Trung đoàn 33 ở yên không lâu và được lệnh chuyển quân, đổi vùng hoạt động thay Trung đoàn 32 ở An Xuyên - Cà Mau. Nhiệm vụ chính của Trung đoàn 33 là thiết lập một căn cứ quân sự mới mà sau này thường gọi là căn cứ hỏa lực, trấn ngự vùng Chà Là - Gía Ngựa, nơi đây đã có 1 trung đội pháo binh 105 ly yểm trợ vùng này. Nhưng, tình hình chiến sự càng ngày càng leo thang, một Đại đội Bảo An (sau này gọi là Địa Phương Quân) bảo vệ an ninh cho trung đội pháo binh bắt đầu "lạnh cẳng" vì VC hoạt động công khai, cách đồn Báo An chưa tới 1 cây số, ban ngày tương đối còn an ninh, ban đêm kể như VC làm chủ tình hình. Không những tại Chà Là Giá Ngựa mà toàn tỉnh An Xuyên, chỉ có quận Châu Thành còn có an ninh về đêm. Tất cả các quận còn lại của An Xuyên, chánh quyền quốc gia chỉ có thể kiểm soát an ninh ban ngày các xã ấp gần đồn bót hay gần quận ly. Còn về đêm thì chào thua, không thể sử dụng pháo binh thường xuyên, chỉ cái vụ tiếp tế đạn cho pháo binh đi bằng đường sông cũng rất nguy hiểm vì VC đặt thủy lôi nhiều nơi hoang vắng trên sông Bảy Háp đã phá huỷ nhiều tàu của Hải Quân chưa nói về sự mất mạng...

Trung đoàn 33 kéo róc hết các đơn vị cơ hữu, ngoài trừ vài bộ phận chuyên môn còn ở lại hậu cứ Sóc Trăng. Bộ Chỉ

Huy Hành Quân của Trung đoàn tạm đặt gần sân quần vợt của tỉnh An Xuyên (Thị xã Cà Mau), sau này trở thành hậu trạm - điểm liên lạc với Trung đoàn 33 ở Chà Là.

Muốn đưa quân vào Chà Là, Trung Đoàn 33 phải mở cuộc hành quân lớn vì 2 bờ sông Bảy Háp vùng này hay đến quận Năm Căn, VC đã thiết đặt nhiều địa điểm hoạt động ngày cũng như đêm. Cuộc hành quân lớn này có phi cơ bao vùng và có Hải Quân hộ tống một đoàn công voa ghe tàu hàng chục chiếc chở quân cả Trung đoàn đầy đủ 3 tiểu đoàn cơ hữu.

Cuộc hành quân này có thể gọi là cuộc hành quân như con cuốn chiếu vì cả đoàn công voa hơn 20 tàu của Hải Quân và tàu ghe gắn máy đuôi tôm của dân được trưng dụng - nghĩa là có trả tiền mướn tàu và ghe tư nhân trong cuộc hành quân này. Nhưng các chủ ghe tàu rất lo sợ vì nơm nớp sợ VC cho nổ thủy lôi thì kể như tài sản của họ sẽ mất trọn, dù chánh phủ có bồi thường, nhưng phải qua nhiều thủ tục hành chánh phiền phức, chờ đợi lâu?

Trước khi cuộc hành quân bắt đầu bằng đường sông, một tiểu đoàn chia đều trên 2 bờ sông di chuyển lục soát trước chừng 3 cây số, dừng quân lại xuống ghe tàu, một tiểu đoàn khác lên thay. Vì vậy, con đường hành quân này, từ Thị xã Cà Mau tới vùng Chà Là khoảng 10 cây số mà cuộc hành quân khai diễn đúng 7 giờ sáng, mãi cho đến gần 4 gờ chiều mới tới Chà Là. Ông Trung Đoàn Trưởng ra lệnh dựng trại gấp rút, đào công sự phòng thủ ngay, tạm thời trú quân qua đêm vì nếu trời sụp tối thì đàn muỗi hàng vạn hàng triệu con mở "cuộc hành quân" tấn công con người. Vì vậy khu vực này muỗi kêu như sáo thổi là như vậy đó. Ông Trung đoàn trưởng còn gọi tất cả sĩ quan lại họp và ra lệnh là đơn vị phải chịu nhiều khổ cực lúc ban đầu khi đơn vị đóng quân chưa hoàn chỉnh hệ thống phòng thủ. húng ta phải kiểm soát chặt chẽ và đốc thúc anh em binh sĩ đào công sự và giao thông hào chung quanh Bộ Chỉ Huy Hành Quân cũng như ông

Trung đoàn trưởng chỉ chỗ làm vọng gác giặc, vòng ngoài, các vọng gác phải gác đôi vì địch sẽ xâm nhập trước tiên.

(H: Bờ kè đất mũi Cà Mau ngăn chặn xói mòn, sóng biển đánh vào)

Qua kinh nghiệm của một sĩ quan lớn tuổi, ông nói đêm nay, mình mới đến, VC có thể đến tấn công quấy phá để thăm dò như là chào đón vậy! Các cấp chỉ huy ráng chịu cực đêm nay, kiểm soát lính gác cho kỹ vì hành quân cả ngày, anh em binh sĩ dễ ngủ gục. Nơi này, lính gác còn trùm vào đầu một cái túi lưới chống muỗi, tay phải mang vớ nên còn dỗ giấc ngủ nữa.

Ông Trung Đoàn Trưởng đoán như thần, khoảng 2 giờ khuya, chừng một tiểu đội du kích mò đến Bộ Chỉ Huy, chúng bị phát hiện và lính gác nổ súng báo động, VC tung lại vài quả lựu đạn và bắn hàng chục phát đạn vào Bộ Chỉ Huy và trạm gác, nhưng không có ai bị thương.

Sáng hôm, trong khi các sĩ quan ăn sáng, ông Trung Đoàn Trưởng nhắc lại chuyện VC "thử sức" với trung đoàn đêm vừa qua. Chúng tôi là sĩ quan trẻ mới ra trường chưa lâu, chưa có nhiều kinh nghiệm tác chiến đều hết lòng khâm phục ông Trung Đoàn Trưởng, tiên đoán như Thần.

Tại cứ điểm CHÀ LÀ, lúc bấy giờ, ngoài 2 nhiệm vụ là Trưởng Ban Chiến Tranh Tâm Lý và Trưởng Ban An Ninh, tôi còn được chỉ định trông coi khâu ẩm thực của Bộ Chỉ Huy trung đoàn kể cả 4 cố vấn Mỹ. Trung đoàn có cất một nhà ăn mà chúng tôi gọi là câu lạc bộ sĩ quan, nói cho oai. Nhà ăn này cất xong coi cũng đẹp ra phết, dù chỉ có tre và lá dừa nước, lại ở gần đường đi qua lại của người dân, gần một con kinh có cái cầu khỉ cheo leo và cũng gần bờ sông nữa.

Thật tình mà nói, những lúc rảnh rang, tôi ngồi tại câu lạc bộ, nhâm nhi chai bia, ngắm cảnh dân chúng qua lại hay ghe thương hồ xuôi ngược cùng với những giề lục bình nổi trôi theo dòng nước cũng thấy lòng mình cũng nao nao nhớ gia đình cha mẹ. Vào buổi chiều tà, hàng trăm, hàng ngàn chim cò bay về kêu chíu chít, trú trong "vườn chim", gần Trung Đoàn cũng gợi cảm lắm, hồn thơ trong tôi cũng từng nổi lên ở chỗ khỉ ho cò gáy này.

Đến ngày cuối tuần, tôi quan sát thấy có cái gì là lạ, các cô gái hay phụ nữ nói chung, khi qua lại trước Câu Lạc Bộ thường ăn diện bộ cánh mới, quần lảnh Mỹ A láng coóng, nón lá cũng mới nữa. Tôi nghiệm ra rằng, phụ nữ diện đẹp là để cho phái nam ngắm nghía. Lính lác ở đây lâu ngày cũng chai mặt rồi, không cần "ra mắt - chào hàng" nữa mà ra mắt các ông chủ lực quân mới tới, có ý nghĩa hơn. Một nghĩa nào đó, người xưa đã từng nói "gái khôn tìm chồng giữa chốn ba quân". Nhưng đối với tôi, dưới con mắt của người cán bộ của ngành tình báo tâm lý chiến, tại địa phương này, người dân ở đây đã sống lâu đời với Việt Minh cộng sản cũng như là vùng tập kết quân của VMCS đưa ra Bắc năm 1954.

Vì vậy, chúng ta phải tìm hiểu rõ dân tình địa phương vì "biết người biết ta trăm trận đánh trăm trận thắng" như Tôn Tử Binh Pháp có đề cập. Sáng hôm sau, tôi rủ người bạn Trưởng Ban 2 cùng với tôi ở chung một hầm trú, mặc đồ bà

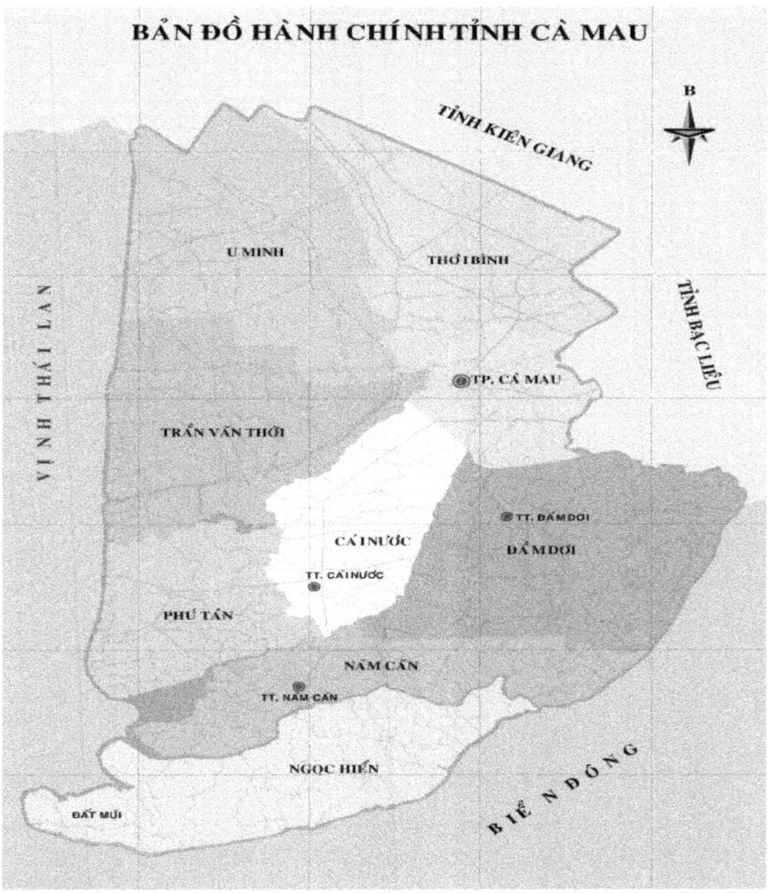

ba, lận colt trong bụng và có 2 cận vệ đi theo "thăm dân cho biết sự tình".

Vừa qua chiếc cầu khỉ, vài chục thước, một ngôi nhà ngói xưa cũng đầy rêu phong, dù cũng đã có nhiều lần ăn pháo, nhưng đã sửa lại khi vùng này trở lại hòa bình sau năm 1954. Chúng tôi vừa đến trước nhà Bác ba, đầu còn để củ tỏi - xi-nhông, khăn rằn choàng cổ. Từ trong nhà, bác lật đật chạy ra mời chúng tôi vào nhà uống nước trà quạu mà bác mới mua hôm qua. Tôi thấy trong khu vực này, con nít tụ tập chơi đùa đông cùng với các cụ già lớn tuổi và phụ nữ, không có bóng dáng thanh niên, trai tráng, họ ở đâu? Có vấn đề rồi, tôi có linh tính và suy đoán, các thanh niên trai tráng ở vùng này có thể là du kích VC nên tránh né, ban ngày rút vô bưng, mật khu... Ban đêm về nhận tiếp tế nhu yếu phẩm và gần vợ con...

Trong nhà bác vẫn còn bộ trường kỷ rất cổ xưa, dù không còn màu sắc tươi sáng nữa vì qua 9 năm của cuộc chiến (1945 - 1954), bộ trường kỷ này cũng từng được ngâm ở ao nước sau hè. Từ trong bếp, bưng ra một dĩa bánh ích, cô út - con gái rượu của bác Ba cuối đầu chào chúng tôi và bác Ba vội vã mời chúng tôi ăn bánh ích vì gia đình cũng có gói bánh tét, bánh ích chuẩn bị ăn Tết.

lại trở ra lần nữa, mang ra một bình trà nóng và 4 cái chung uống trà, đặt lên bàn. Bây giờ, tôi mới có thì giờ quan sát cô thôn nữ, nhìn qua biết cô đã từng trải qua " lửa khói" rồi, có bàn tay trắng đẹp dù ở nhà quê, gương mặt trái soan, rất có duyên, vòng số 1, số 3 đều nẩy nở rất hấp dẫn, lại mặc quần Mỹ A đen láng mướt và chiếc áo bà ba cũng mới để lộ vòng số 1 rất thu hút. Khi cô út trở vô nhà sau, Bác Ba mới giới thiệu, cô út đã có 2 con, hiện giờ chồng đang đi làm ở Cà Mau (?). Cô chăm sóc cha mẹ

Cô chăm sóc cha mẹ già và con nhỏ của cô, còn các anh chị khác có gia đình đều ở riêng nhiều nơi kể cả ở Sài Gòn nữa. Chúng tôi hỏi bất cứ ai cũng đều nói ba "sắp nhỏ" đi làm xa, giấu nhẹm họ ở trong bưng ban ngày, ban đêm mò về nhận tiếp tế sanh thêm con.

Thật là thú vị, khu vực này, thường thiếu nước ngọt tiêu

dùng, nhà nào khá giả có đến hàng chục "mái vú" to chứa nước mưa hay có xây hồ chứa nước ngọt sử dụng khi vào thời điểm nắng hạn. Người ta chỉ quan sát nhà nào có nhiều lu khạp chứa nhiều nước mưa thì biết chắc gia đình đó có ăn có để - khá giả.

Một đặc điểm khác, đa số các phụ nữ vùng này đều có làn da trắng mịn trông rất bắt mắt, dù cực nhọc lam lủ việc đồng áng, thiếu nước ngọt để tắm mà phải dùng nước lợ - nửa ngọt nửa mặn - của nước biển, có thể làm cho làn da bị khô hay còn "mốc thếch" nữa.

Nhưng, kỳ lạ thay! nhiều phụ nữ vùng này đều có làn da trắng đẹp mịn hồng hơn các vùng nhà quê khác. Tôi tìm hiểu, tại đây - Chà Là còn có cái tên khác là Giá Ngựa nữa - đúng ra phải là Giá Ngự, nghĩa là có Vua đến đây. Được biết, khi Vua Gia Long bị quân Nguyễn Huệ đánh đuổi từ vùng Sài Gòn, nhà vua cùng đoàn tùy tùng hàng mấy trăm người, trong đó có nhiều cung phi mỹ nữ mang theo. Trước khi chiến thuyền của vua Gia Long bôn tẩu tỵ nạn chạy ra đảo Phú Quốc hay sang Thái Lan, không thể đem theo hết người đẹp. Số người đẹp không đi theo được, phải để lại vùng này "làm quà" cho dân quê địa phương tay lấm chân bùn cưới làm vợ. Vì vậy, có thể khu vực Giá Ngựa này sản sinh ra các hâu duệ phái nữ có nước da trắng ngần tiêu biểu cho giới quý phái? Tại đây còn có một cái giếng nước ngọt tương truyền là đoàn quân của vua Gia Long đào mới có đủ nước ngọt sử dụng.

CĂN CỨ CHÀ LÀ HỨNG CHỊU MỘT TRẬN PHÁO KÍCH DỮ DỘI NHỨT CỦA MIỀN TÂY NĂM 1964

Sau mấy ngày ăn Tết Nguyên Đán vui vẻ bình thường - tháng 2 năm 1964 - tối ngày mồng 4 Tết, khoảng 2 giờ sáng VC pháo kích vào chỗ đóng quân của Bộ Chỉ Huy đợt đầu chừng 6 quả súng cối 81 ly, ngưng chừng vài phút, các pháo thủ VC như điều chỉnh lại toạ độ chính xác, bắn tiếp thêm mấy chục quả nữa vào Bộ Chỉ Huy Trung đoàn và vị trí của súng đại bác 105 ly. Một quả rơi trúng cần anten của trung tâm truyền tin làm hư hại máy liên lạc với Sư Đoàn, Truyền Tin cấp tốc lấy máy dự phòng ra thay thế liền. Chỗ này có một Trung sĩ Truyền Tin chết, một quả rơi đúng vào câu lạc bộ, phá sập toàn bộ câu lạc bộ.

May mắn lại đến với Đại úy Mạch đang ngủ tại đây, mới về trình diện Trung đoàn chờ bổ nhiệm ra tiểu đoàn. Ông mắc tiểu, ra gốc dừa cách câu lạc bộ chừng 10 thước, đúng lúc VC pháo kích lần đầu. Ông nằm nán lại tại gốc dừa, nhờ thế ông tránh được pháo đợt 2. Ông thoát chết vì chiếc ghế bố xếp ông nằm ngủ và cái mùng kể như tan tành hết. Trên nóc hầm ngủ của chúng tôi, xây dưới tàng của nhiều cây dừa cũng bị 2 quả đạn chạm vào cành dừa nổ tung trên không, miếng đạn rơi rào rào trên nóc hầm. Trung Tá Trung Đoàn

Trưởng đã ra lệnh 2 khẩu pháo binh chuẩn bị bắn trực xạ khi VC mới bắn 6 quả đợt đầu.

Chiến thuật cố hữu của VC thường sử dụng tiền pháo hậu xung. Các trạm gác và tất cả mọi chiến sĩ đều phải lấy vũ khí xuống các giao thông hào sẵn sàng chiến đấu chống VC có thể tấn công bộ chiến. Với mấy chục quả súng cối 81 ly pháo kích (lúc bấy giờ VC chưa có súng cối mới 82 ly của TC) vào một đơn ở Cà Mau, trong lúc Miền Tây của Vùng 4 Chiến Thuật chưa có một đơn vị nào bị pháo kích dữ dội như thế từ trước tới thời điểm đó, nhưng thiệt hại không đáng kể. Sau này, một đơn vị bị pháo hàng trăm quả đại bác, hỏa tiễn là chuyện bình thường khi chiến tranh gia tăng cường độ ác liệt đẫm máu.

Trong lần về quê lần đầu năm 2010, sau vài tuần tôi đã về lại Hoa Kỳ, ông anh Bảy của tôi qua đời và ước muốn của anh cũng được toại nguyện vì anh gặp lại tôi lần chót.

Tháng 3 năm 2017, bà chị thứ chín đang nằm chờ tử thần rước đi. Trước đó, khi còn tỉnh, bà chị chín cũng muốn tôi về để chị em gặp lại nhau lần cuối. Chúng tôi có truyền thống anh chị em ruột rất quyến luyến qúy trọng và thương yêu hy sinh cho nhau. Tôi cũng cố thu xếp về thăm chị lần cuối này. Đến ngày thứ 4, chị tôi tắt thở, các cháu lo tang sự mẹ chúng nó, chị tôi có đến 12 đứa con đều thành danh nên tổ chức đám tang tại nhà suốt 3 ngày, có đến trên dưới 1 ngàn lượt người thân quen, chòm xóm cũng như đồng đạo Cao Đài đến phúng viếng và đưa linh cửu đến nghĩa trang của tư nhân ở Tây Ninh.

TRỞ LẠI CÀ MAU (AN XUYÊN) - ĐẾN TẬN ĐẤT MŨI CÀ MAU

Sau lễ tang, các cháu thấy tôi muốn viếng lại chiến trường xưa mà lần trước thăm gia đình, chưa đi đến. Nay tôi muốn tiếp tục thăm những địa danh quen thuộc gắn chặt với cuộc đời binh nghiệp của mình để hồi tưởng, ôn nhớ một thời trai trẻ đã qua hơn nửa thế kỷ trước. Bài trước, tôi có nói về Châu Đốc. Ai cũng biết Châu Đốc là cái nôi của các loại mắm, khô, nước thốt nốt, đặc biệt từ tháng 8 đến tháng 10 là mùa cá linh "rộ" khi nước ở Biển Hồ - Miên chảy mạnh xuống vùng hạ lưu Châu Đốc.

Từ Cần Thơ, tôi cũng có đi đến Chợ Nổi Cái Răng, nổi tiếng trong nước, đi tua sinh thái vào tận vườn cây ăn trái vui hưởng không khí trong lành của miền sông nước hữu tình, cây xanh tươi tốt quanh năm. Về Sóc Trăng thăm lại Bãi Xàu với món đặc sản đuông chà là, lướt nhìn lại đài phát thanh Sóc Trăng mà tôi có dịp làm việc vài năm với chương trình Tiếng Nói Vùng IV Chiến Thuật, nhớ lại các cô xướng ngôn viên trẻ đẹp năm xưa mà hình bóng còn đọng trong tim tôi. Đến Vũng Thơm (thuộc quận Kế Sách - Ba Xuyên) - cái nôi sản xuất "mè láu, bánh pía độc đáo, lạp xưởng Quảng Trân ngon tuyệt". Về Bạc Liêu, tôi đến viếng ngôi biệt thự sang trọng thời xưa có một không hai ở miền Tây của công tử Bạc Liêu, nổi tiếng chơi ngông, đến công viên và nhà hát Cao Văn Lầu - ông Tổ của bài ca vọng cổ muồi rệu ngày nay mà nguyên thủy là bản Dạ Cổ Hoài Lang của ông Sáu Lầu. Trở lại Cà Mau, vô vàn nỗi nhớ và kỷ niệm nên thơ tuyệt vời đời binh nghiệp của tôi. Ở trọ khách sạn, dùng gáo dừa múc nước tắm trong lu hay khạp vì chưa có hệ thống nước máy như sau này. Tại Cà Mau, tôi cũng suýt chết bị VC giựt mìn đường bộ và đường thủy, cũng như nằm dưới trận mưa pháo kích, tôi vẫn "bình an vô sự". Nói đến Cà Mau, tôi nhớ rõ mồn một cái quán đơn sơ, trống trước trống sau bên vệ đường gần bến xe mới Cà Mau của Bà Sáu Mập với những món ngon nổi tiếng nhứt ở Cà Mau, có thể nổi tiếng cả miền Tây. Với những con cá lóc "có râu - biết nói" to tổ chảng và cá rô là loại cá ông bà nội ngoại hay hàng cố nội cố ngoại của loại cá rô mà vùng khác không có, thịt ngọt, dày cơm, ăn rất đã cái miệng và cái bao tử.

Qua các món ăn đặc sản đầu cá lóc nấu canh chua, mình cá lóc thì nướng để cuốn bánh tráng, cá rô kho tộ. Ối giời ơi! trên đời này, tôi nghĩ (lúc bấy giờ) không có món ăn nào ngon ở các nơi khác sánh kịp vì là món ăn vua, đặc sản của Bà Sáu Mập ở Cà Mau.

Lần này tôi vô cùng may mắn được đặt chân đến Đất Mũi Cà Mau, miền đất cuối cùng của Tổ Quốc. Còn địa đầu của đất nước - Ải Nam Quan, có biên giới với Trung Hoa, tôi chưa đến bao giờ mà đã đến được huyện Phù Yên của tỉnh Sơn La khi bị lưu đày trong ngục tù cải tạo VC nghiệt ngã. Lần này, tôi có nhiều thì giờ, còn được hơn 10 ngày nữa mới trở về Mỹ, con trai trưởng của bà chị chín, nay cũng ngoài 60, cháu về hưu và còn đi dạy ngành nông nghiệp ở nhiều trường đại học ở trong nước cùng vài trường đại học nổi tiếng của các nước khác. Vợ của cháu cũng Tiến sĩ nông nghiệp còn dạy tại Viện Đại Học Cần Thơ. Hai vợ chồng mướn tài xế lái chiếc xe Van của hai cháu đưa cậu Mười thăm viếng lại chiến trường xưa: Cà Mau - Bạc Liêu - Sóc Trăng. Tôi ở nhà các cháu tại Cần Thơ hai ngày, tha hồ mà thăm viếng cả vùng Thành Phố Cần Thơ mà tôi phục vụ tại Cần Thơ gần đúng 7 năm mới thuyên chuyển về Tổng Cục Chiến Tranh Chánh Trị ở Sài Gòn (Khối Thông Tin & Giao Tế Dân Sự), và đơn vị cuối cùng là Biệt Khu Thủ Đô (Trưởng Phòng Tâm Lý Chiến).

VỀ LẠI TÂY ĐÔ CẦN THƠ

Hễ mỗi lần về lại Tây Dô Cần Thơ, cuốn phim dĩ vãng tái hiện trong tôi với nhiều nỗi vui buồn lẫn lộn, đại lộ Hòa

Bình năm xưa, có Bộ Tư Lệnh QĐ4 & V4CT, gia đình chúng tôi được ở trong cư xá sĩ quan (gần miếu Tiên Sư) cuối doanh trại Bộ Tư Lệnh, sát hàng rào trường Trung học Phan Thanh Giản (đường Pasteur) và trường trung học nữ Đoàn Thị Điểm.

Kỷ niệm thân thương lại trở về tràn ngập, cảnh cũ người xưa, bây giờ không còn, tôi đành "xếp tàn y lại để dành hơi" sẽ mang về thế giới khác, như vua Tự Đức tán thán. Dù, địa điểm cũ – Bộ Tư Lệnh Quân Đoàn IV & Vùng IV Chiến Thuật, nay có tên mới là Nhà Bảo Tàng Quân Đội trên đại lộ Hoà Bình (tên đường không thay đổi), một con đường lớn rộng nhất của Tây Đô.

(H Chợ Nổi Cái Răng - Cần Thơ).

Tôi không bao giờ quên nhà hàng Vĩnh Ký rất thu khách "kaki" như tôi. Nhà hàng ở vị trí nửa trên bờ, nửa trên bờ sông, đường quẹo vô nhà thờ Chánh Toà Cần Thơ. Nhà hàng Vĩnh Ký chuyên làm thức ăn đặc sản đồng quê: rùa, rắn, lươn, ếch, chim rô ti... và món ăn chắc bụng và rất ngon là cơm tay cầm không nhà hàng nào sánh bằng. Một địa danh khác là Chợ Nổi Cái Răng, nay là điểm du lịch thu hút nhất của thành phố Cần Thơ (tỉnh Phong Dinh cũ). Từ Bến Ninh Kiều nổi tiếng thanh lịch có tàu, ghe tắc ráng chở du khách "tham quan" Chợ Nổi Cái Răng và các nhà vườn sinh thái của dân quê, c ó những món ngon độc đáo và loại trái loại đặc sản nữa.

Nhân dịp về thăm lại Cần Thơ để chuẩn bị đi thăm lại các chiến trường xưa vùng Sóc Trăng, Bạc Liêu và đặc biệt đi đến tận Mũi Cà Mau.

Tôi có đến viếng thăm ông Thầy cũ, cựu Trung Đoàn Trưởng 33 Bộ Binh Nguyễn Văn Thanh, 96 tuổi, ông đang vào thời kỳ lú lẫn và rất yếu. Đầu năm sau, 2018, ông Thầy được thuyên chuyển về Vùng V Chiến Thuật nhận nhiệm vụ mới.

Từ Cần Thơ chúng tôi trực chỉ đi đến xế trưa đến tận Mũi Cà Mau (khá xa khoảng 200 cây số), điểm tận cùng của Tổ Quốc Việt Nam. Thăm viếng nơi khu du lịch sinh thái và ăn trưa với các món ăn đặc sản của vùng này. Đơn vị Trung Đoàn 33, chúng tôi, năm xưa có đến quận Năm Căn, còn đất mũi Cà Mau thì chưa đến. Nay từ Năm Căn đi đến đất Mũi Cà Mau có lộ tráng nhựa khá tốt, không cần đi đường thủy như trước kia. Con đường này khá xa trên dưới 40 cây số, làm xong cách đây chừng vài năm. Nay thường xuyên có nhiều đoàn du lịch đi xe buýt lớn cũng đến đây "tham quan" làm cho Đất Mũi Cà Mau trở thành một điểm du lịch cũng khá thu hút khách phương xa.

Tôi được 2 cháu đãi một bữa ăn toàn đặc sản của Đất Mũi. Sau đó chúng tôi về Cà Mau nghỉ qua đêm. Về đến Thành phố Cà Mau (năm xưa gọi là Thị xã - tỉnh An Xuyên mới thành lập không lâu, sau ngày TT Ngô Đình Diệm chấp chánh 1955). Tôi vô cùng bồi hồi nhớ lại cảnh củ. Khi đơn vị Trung Đoàn 33, đóng quân tại đây, có một lần, tôi hướng dẫn 3 chiếc xe GMC chở theo một trung đội về Bạc Liêu, hộ tống Đoàn Văn Nghệ Tinh Hoa Miền Tây của Quân Đoàn IV xuống Cà Mau trình diễn văn nghệ cho Trung đoàn thưởng thức 2 đêm và 1 đêm dành cho tiểu khu An Xuyên.

Ba chiếc xe chạy đến Bộ Chỉ Huy Trung Đoàn, tôi vào văn phòng lấy Sự Vụ Lệnh đi Bạc Liêu, anh Trung sĩ nhứt Sáu, lớn hơn tôi chừng 5 tuổi, làm Phó tôi, đi chiếc xe thứ 3, tôi ngồi trên chiếc xe thứ nhứt. Tự nhiên, anh lên ngồi ở xe thứ nhứt, khi tôi đi lấy Sự Vụ Lệnh trở ra, anh Trung sĩ I Sáu nói Thiếu úy để tôi đi xe này, còn Thiếu úy đi xe thứ 3. Nghe vậy, tôi nói anh cứ ngồi đó, tôi ra xe sau. Ba xe bắt đầu lăn bánh vừa qua quận lỵ Tắc Vân (quận Châu Thành), cách xa Tắc Vân chừng hơn 1 cây số, một tiếng nổ kinh hồn dù không trực tiếp trúng mìn, tôi thấy chiếc xe đầu chao đảo mạnh, bụi mù đất cát văng tung toé, chiếc xe này đầu lủi xuống ruộng,

VC giựt tiếp thêm 1 quả mìn nữa nhắm chiếc xe thứ 2 lại cũng trật lất ở cách phía sau xe này hơn 10 mét và cách đầu xe thứ 3 của tôi cũng chừng hơn 10 mét, cát bụi mịt mù, tôi ra lệnh lính trên xe nhảy xuống và nổ súng ra phía bờ ruộng đề phòng VC tấn công, còn một phía thì gần sông.

Sau đó hoàn toàn yên lặng, từ quận lỵ Tắc Vân nghe tiếng mìn nổ, đã vội báo cho Trung Đoàn 33 biết xe bị ăn mìn... Tôi chưa kịp báo cáo, thì trung đoàn hỏi liền, có ai bị thương xe có bị hư không? Tôi báo cáo, 3 xe đều không sao cả có thể đi tiếp được, chỉ có anh Trung Đội Phó Sáu bị thương đầu bất tĩnh, cần xe cứu thương chở về Bệnh xá Trung Đoàn. Khi tản thương xong, chúng tôi tiếp tục hành trình đi đón 2 xe văn nghệ Tinh Hoa Miền Tây của Quân Đoàn IV (đoàn văn nghệ Tinh Hoa có ca sĩ Uyên Phương - em bạn dì ruột với ca sĩ nổi tiếng Bạch Yến, sau này Uyên Phương cũng rất nổi tiếng, đang định cư tại miền Nam Cali). Hai xe này cũng đang trên đường đi xuống Cà Mau, phải dừng lại ở cầu Hộ Phòng vì nghe các xe đò thông báo có đoàn công voa bị VC giựt mìn, nên xe chưa lưu thông được. Địa điểm giựt mìn quá gần quận lỵ Tắc Vân nên VC không dám đào lộ đặt mìn, sợ bị lộ, nên phải đặt mìn sát bên lề đường dù 2 trái mìn thuộc loại mìn lớn mà ba xe GMC không bị hư hỏng và đường lộ sau đó vẫn lưu thông bình thường.

Chiều về, được biết anh Trung sĩ nhứt Sáu đã chết, có thể đầu anh không đội nón sắt, nên bị đập vào cửa xe, chết sau đó vài giờ. Các bạn trong Trung Đoàn nói Trung sĩ Sáu chết thế mạng tôi vì thời đó có mấy ai ngồi trong ca - bin xe mà đội nón sắt bao giờ. Nếu tôi bị thương thì vụ va đầu vào cửa xe không chết, chắc cũng man man.

Để kết thúc 2 bài viết này Trở Lại Chiến Trường Xưa Miền Tây, được xem là cuộc du lịch vô cùng thích thú mà tôi tâm đắc, có nhiều ấn tượng nhứt...

Nhà thờ Tắc Sậy *- gần Hộ Phòng - nổi tiếng linh thiêng,* ***Linh Mục Trương Bửu Diệp đã tử vì đạo tại đây*** *- đang trên quá trình Tòa Thánh Vatican phong Thánh)*

RỪNG U MINH NGÀY ẤY

*L**ời Nói Đầu**: Người con trai út của cựu Trung Tá Nguyễn Văn Thanh tại Cần Thơ, báo tin cho tôi, từ đầu năm đến nay ông đi ra vô bịnh viện rất thường xuyên. Thầy Thanh là một sĩ quan gương mẫu, tài giỏi về ước đoán tình hình địch, ông từng là Trung Đoàn 33 thuộc Sư Đoàn 21 Bộ Binh, nguyên Tỉnh Trưởng & Tiểu Khu Trưởng Vĩnh Bình. Ông và Cố Vấn Trưởng Tiểu khu bị cộng quân. giựt mìn, cả hai đều bị thương. Ông còn nghỉ dưỡng thương trong thời điểm có cuộc bầu cử Hạ Viện 1967, ông ứng cử và đắc cử Dân Biểu Vĩnh Bình. Hết nhiệm kỳ 4 năm, ông trở lại Quân đội cũng với cấp bậc Trung Tá và cho đến ngày giải ngũ (đầu năm 1975). Dù đã giải ngũ, ông vẫn bị nhốt tù cải tạo nhiều năm, bị tịch thu tài sản. Và hết tù, ông còn lưu đày cả gia đình vào vùng kinh tế mới Vị Thanh-Hoả Lựu (Chương Thiện). Năm đó ông thầy Nguyễn Văn Thanh của tôi đã vào hàng U 100, chỉ còn thiếu 3 năm nữa tròn trăm tuổi. Tôi muốn đăng lại bài này để nhớ đến ông thầy đầu đời đã trực tiếp dạy tôi cách lãnh đạo chỉ huy, tôi năm nay cũng vào tuổi 89, còn hơn một tháng, tôi lên hàng 90 tuổi.*

Tôi không bao giờ quên kỷ niệm thân thiết với cuộc đời binh nghiệp của tôi từ năm 1963 tại Chà Là - Gía Ngựa, ven rừng U Minh Hạ được phục vụ dưới quyền một cấp huy tài giỏi, hiền hòa, luôn chỉ dẫn, giúp đỡ thuộc cấp.

(H năm 1964: Từ trái, bà Dược sĩ, bạn của bà Đại tá Cao Hảo Hớn, Đại Tá cạnh bên - Phía sau, ĐT Cố Vấn Mỹ. Hai cán sự xã hội của Trung đoàn và Sư Đoàn, cô Trung Tiết đứng cạnh ĐT Tư Lệnh, Thiếu uý Bích Nga Trưởng Phòng Xã Hội SĐ 21BB, Trung Tá Nguyễn Văn Thanh Trung Đoàn Trưởng 33 đứng sau cô Trung Tiết, Đại uý Lâm Văn Nên Trưởng Phòng Chiến Tranh Tâm Lý SĐ21. Sau Thiếu uý Bích Nga là Trung uý bác sĩ Trung Đoàn 33 Nguyễn Văn Linh (đang ở Pháp), Thiếu Uý Đệ (Võ bị Đà Lạt) Trưởng Ban 3 Trung Đoàn và sau cùng-Thiếu uý Trần Văn Ngà Trưởng Ban 5 kiêm Trưởng Ban An ninh Trung Đoàn - Trong hình 11 người, chắc chắn còn sống 3, Thiếu uý Bích Nga và 2 sĩ quan đứng sau cùng, tuổi gần 90).

Khi tôi có về Cần Thơ, lúc nào tôi cũng đến nhà thăm hỏi sức khoẻ ông Thầy cũ, đời binh nghiệp với sự kính trọng.

Tôi luôn nguyện cầu Ông Thầy Nguyễn Văn Thanh được Đức Phật gia hộ cho ông sống thêm đến trăm tuổi.

CUỘC HÀNH QUÂN VÀO CHÀ LÀ

Trời tháng 10 năm 1963 trở lạnh vào sáng sớm và sương mù còn dày đặc bao trùm thị xã Cà Mau, dù lúc đó đã chín giờ sáng. Đúng giờ này, cuộc hành quân của Trung Đoàn 33 thuộc Sư Đoàn 21 Bộ Binh, rời tuyến xuất phát và tiến quân bằng đường sông và đường bộ vào vùng Chà Là - Giá Ngựa, ở ven sông Bảy Háp, cách thị xã Cà Mau hơn 10 cây số.

Thấy sương mù còn dày đặc, Trung Tá Nguyễn Văn Thanh Trung Đoàn Trưởng 33 Bộ Binh ra lệnh các đơn vị, áng binh, đợi ông có lệnh mới, đồng thời ông báo cáo về Bộ Tư Lệnh Sư Đoàn 21 đang trú đóng trong Thị xã Bạc Liêu. Sương mù dày đặc có thể cuộc hành quân chưa đủ bảo đảm an ninh khi vượt qua tuyến xuất phát, VC phục kích tấn công dễ dàng hơn khi trời quang đảng và xin lệnh chờ trời sáng hẳn mới tiến hành cuộc hành quân vào gần ven rừng U Minh Hạ - Chà Là Giá Ngựa.

Đến 10 giờ, có vài tia nắng yếu ớt chiếu rọi, ông Trung Đoàn Trưởng ra lệnh các đơn vị cho binh sĩ ăn cơm trưa nhanh, đúng 11 giờ, cuộc hành quân tiến hành đúng với phóng đồ hành quân theo kế hoạch đã dự trù trước và được Bộ Tư Lệnh Sư Đoàn 21 chuẩn thuận.

Cái tài của cấp chỉ huy vì chỉ huy là tiên liệu trước các cái thường trúng phóc. Trung Tá Thanh, nói:

- Ban Tham Mưu, từ Cà Mau đơn vị di chuyển chậm vì hai bên bờ sông Bảy Háp (Bảy Hạp) rất rậm rạp cần có các đơn vị tiền sát mở đường với 2 đại đội của 2 tiểu đoàn, trên sông các Bộ Chỉ Huy của Trung Đoàn và Tiểu đoàn di chuyển bằng các tàu đò trưng dụng và các tàu Hải Quân hộ tống đi đầu và đi cuối đoàn công voa trên dưới 20 chiếc tàu ghe lớn nhỏ. Trên không còn có một chiếc "đầm già" - phi cơ L.19 - bao vùng quan sát vì hai bờ sông vùng này là hang ổ của VC thường phục kích đánh úp bất ngờ nhiều đơn vị.

Các đồn bót Địa Phương Quân và Nghĩa Quân ở đây bị cộng quân "nhổ" gần hết. Hai ông Quận Trưởng Cái Nước và Đầm Dơi thường ăn không ngon ngủ không yên, cứ thay đổi hoài, không bị thương thì cũng chết trận hay lạnh cẳng tìm cách "thoát hiểm"...

Ông Trung Đoàn Trưởng còn cho biết, từ tuyến xuất phát, cuộc hành quân lần này là tiến quân theo hình cuốn chiếu, nghĩa là 2 đại đội mở đường đi dọc hai bên bờ sông Bảy Háp, chừng 3 cây số, dừng lại hoán đổi, xuống tàu, để 2 đại đội khác lên bờ thay thế đi trước, đoàn tàu lục tục đi sau. Vì vậy, cuộc hành quân sẽ di chuyển chậm mà chắc và an toàn. *(Hình bản đồ Cà Mau do VC vẽ nên có những tên quận lạ quắc: Trần Văn Thời, Phú Tân, Ngọc Hiển...Bắc giáp tỉnh Kiên Giang - Rạch Giá, Nam giáp tỉnh Bạc Liêu, Tây và Nam giáp Vịnh Thái Lan và Biển Đông)*

Ngoài các đơn vị cơ hữu của Trung Đoàn, còn có lực lượng Giang Đoàn của Hải Quân yểm trợ đi theo đội hình tác chiến.

Vùng này, VC ngoài phục kích, bắn sẻ, còn thường đặt thủy lôi - chất nổ buộc vào các cọc cây nhỏ cắm sâu dưới mặt nước, đợi tàu vào tầm ngắm sát hại của chúng, chỉ cần một tên du kích, có thể mặc quần đùi ở trần núp đâu đó bấm dây vào cục pin làm thủy lôi phát nổ và gây nhiều tổn thất cho ta.

Với nhiều kinh nghiệm hành quân ở vùng sông rạch, sình lầy, Trung Tá Thanh giảng giải để cho thuộc cấp am tường nhằm đối phối với tình huống xấu xảy ra. Ông còn nhấn mạnh, dù di chuyển quân có 10 cây số mà ông dự trù phải mất từ 4 đến 5 giờ.

Vì vậy, các đơn vị đến địa điểm đóng quân cũng hơn 3 giờ chiều và binh lính mõi mệt, chỉ muốn nghỉ cho khỏe. Nhưng, ông nói: các anh em phải đôn đốc lính tráng đào công sự, giao thông hào xong, dựng lều trại đàng hoàng, bố trí canh gác chu đáo mới được tắm rửa lo cơm nước...dù nơi này muỗi vo ve như tháo thổi, ráng chịu cực ngày đầu.

Lệnh ông ra còn nhắc nhở, tối đêm nay, quân mình mới đến, chắc chắn chểnh mảng trong công việc canh gác vì di chuyển cả ngày cực nhọc, đó là cơ hội quân địch tấn công. Ông còn dặn dò tiếp mọi người phải đề cao cảnh giác, các anh em cán bộ sĩ quan, ngồi trên tàu, không có đi bộ nhiều, các anh em phải thức nhiều đêm nay kiểm soát các vọng gác, các chiến sĩ dễ ngủ gục quên nhiệm vụ gác giặc, du kích VC thấy dễ ăn chúng sẽ tấn công gây tiếng vang.

Tôi là một sĩ quan Thủ Đức mới ra trường gần ba tháng, chưa tham dự cuộc hành quân quy mô nào và đây là lần đầu nên còn non kém chưa có kinh nghiệm chiến trường, lấy bài học này của "ông thầy" làm hành trang cho cuộc đời binh nghiệp của bản thân mình.

Đêm đó, khoảng 12 giờ khuya, nhớ lời ông Thầy, TVN ngoài khẩu colt 45, còn mang theo cây carbine M1 phòng thân, đi đến vài vọng gác quan yếu, gần căn lều của ông Trung Đoàn Trường và của Quân Y. Hầu như nơi nào lính cũng ngủ gà ngủ gậc vì nơi này là các vọng gác vòng trong. Hơn nữa, đây là xứ muỗi nên các lính gác giặc đều có đội mũ lưới trùm đầu kín mít dễ làm buồn ngủ và cũng vì sau một ngày di hành mệt mõi nữa. Còn các vọng gác vòng ngoài như là tiền đồn, sát bờ rạch nhỏ phía sau, bên hông Bộ Chỉ Huy Hành Quân cây cối um tùm, các lính gác cảnh giác hơn và là gác đôi nữa vì địch có thể sẽ xâm nhập vùng này trước nhứt...

Lúc bấy giờ, tất cả 3 ông Trung Đoàn Trưởng của Sư Đoàn 21 Bộ Binh, Trung Tá Nguyễn Văn Thanh là cấp chỉ huy Trung Đoàn thâm niên quân vụ cũng như có cấp bậc cao nhứt là Trung Tá, còn hai Trung Đoàn Trưởng Trung Đoàn 31 và 32 có cấp bậc Thiếu Tá và tuổi tác vào hàng em hoặc cháu của ông Trung Tá Thanh.

(Hình: TT Thanh lúc 92 tuổi)

Trung Tá Thanh theo học khóa sĩ quan hiện dịch chính quy, Khóa 2 Đập Đá, cùng khóa với nhiều vị Tướng lãnh như Thiếu Tướng Hồ Văn Tố, Trung Tướng Nguyễn Văn Mạnh... khóa này đứng sau Khóa 1 có Trung Tướng Nguyễn Văn Thiệu, Trung Tướng Nguyễn Hữu Có, Trung Tướng Đặng Văn Quang... Về tuổi tác, ông cao tuổi hơn Tổng Thống Nguyễn Văn Thiệu. Năm 2014, Trung Tá Thanh vẫn còn sống tại Cần Thơ, 95 tuổi bằng tuổi với Đề Đốc Trần Văn Chơn, cựu Tư Lệnh Hải Quân.

Trung Tá Nguyễn Văn Thanh đeo lon Trung Tá từ năm 1963 và 12 năm sau, năm 1975 vẫn còn là Trung Tá già, vừa giải ngũ, bị VC nhốt tù một chục năm và tịch thu nhà cửa tài sản ở đường Pasteur Cần Thơ. Ra tù, cả gia đình bị lưu đày vào vùng kinh tế mới hoang vu nước phèn đồng chua ở mật khu cũ Hỏa Lựu (Tỉnh Chương Thiện xưa).

Khi còn là Thiếu Tá Trung Đoàn Trưởng, Thiếu Úy Lê Văn Hưng làm Trưởng Ban 2 do ông chỉ huy và khi Trung Tá Thanh về phục vụ Quân Đoàn IV năm 1974 - 1975, Thiếu Úy Lê Văn Hưng năm xưa, nay là Chuẩn Tướng Tư Lệnh Phó Quân Đoàn IV, cấp chỉ huy của Trung Tá Thanh.

Năm 1963 - 1964, cả Bộ Tư Lệnh Sư Đoàn 21 Bộ Binh với những sĩ quan trẻ đều kính phục về sự lãnh đạo chỉ huy và đức độ liêm khiết, lương thiện của Trung Tá Thanh. Đặc biệt, tài điều binh và đánh trận, hể nơi nào gai gốc, vùng nào có nhiều VC quấy rối, y như rằng đơn vị ông được lệnh điều quân tới đó. Vùng Chà Là Giá Ngựa ở phía cuối của Rừng U Minh Hạ cũng là địa điểm "nóng" nhứt lúc bấy giờ trong địa bàn trách nhiệm của Sư Đoàn 21 Bộ binh - Khu 42 Chiến Thuật.

Tại vùng này, trước đây, hơn một năm, Bộ Chỉ Huy Hành Quân của Trung Đoàn 32 Bộ Binh bị một trận nội công ngoại kích (tại vùng Biện Nhị?) thiệt hại nặng nề cho hậu cứ Trung Đoàn 32 BB và đơn vị phải được đưa đi "hấp" lại (rèn cán chỉnh quân) và đổi vùng hoạt động nên Trung Đoàn 33 mới được chuyển quân về trấn giữ vùng này để bảo vệ lộ trình đường thủy từ Thị xã Cà Mau đi Năm Căn với con sông Bảy Háp và yểm trợ cho các đơn vị địa phương ở vùng quận Đầm Dơi , Cái Nước và Khu Trù Mật của Cha Hóa, cách Chà Là chừng hơn 5 cây số.

Tiên đoán như thần của ông thầy, đêm đầu tiên chân ướt chân ráo, đơn vị đặt BCH hành Quân, các công sự phòng thủ chưa thật hoàn chỉnh, khoảng 1 giờ khuya, chừng 1 trung đội VC định đột kích vào BCH, nhưng gặp lính gác ở vòng ngoài phát hiện bắn xối xả, VC ném lựu đạn và bắn đáp trả, chúng luồn lách vào rừng dừa cau và tre "chém vè" mất hút trong bóng đêm.

Từ khi có sự hiện diện của Trung Đoàn 33 Bộ Binh ở vùng Chà Là, đóng quân dọc theo bờ sông Bảy Háp, dẹp được nhiều chốt, trạm thu thuế của VC. Dân chúng địa phương tỏ ra vui mừng vì không còn sợ bị pháo kích tự do - vùng VC luôn hoạt động như công khai, thách thức các đơn vị địa phương. Các đơn vị Địa Phương Quân và Nghĩa Quân cũng như hai ông Quận Trưởng Đầm Dơi, Cái Nước nay hoàn toàn an tâm không còn "lạnh cẳng" như trước.

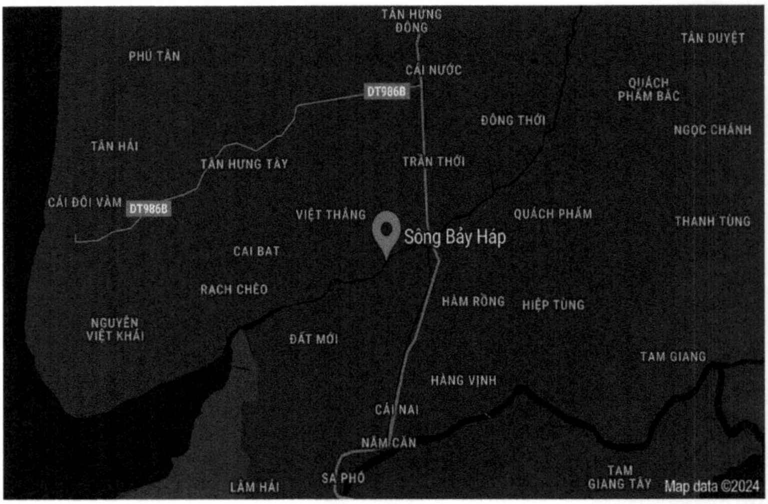

Các tàu ghe thương hồ tấp nập qua lại hàng ngày trước chỗ đóng quân của Trung Đoàn. Những điểm VC thường bắt buộc các ghe tàu buôn bán lưu thông từ Cà Mau đến quận Năm Căn phải ngừng lại nghe chúng tuyên truyền và đóng thuế. Con đường thủy này dài khoảng trên 40 cây số, nay có các đơn vị của các tiểu đoàn đã được lệnh đến các nơi đó phá bỏ các trạm kiểm soát của VC và bảo vệ an ninh lộ trình rất tốt đẹp.

Công tác của Trung Đoàn 33 BB thời điểm đó cũng tương đối nhàn nhã mà tôi luôn được lệnh đẩy mạnh công tác dân sự vụ phát quà phát thuốc nhứt là thuốc chloroquine chống sốt rét vì là vùng muỗi nhiều, cái ổ của bệnh sốt rét. Tôi còn đến các gia đình có vườn cau, vườn dừa bị Trung Đoàn khai quang để làm sân đáp của trực thăng và làm các ụ, giao thông hào phòng thủ nơi đóng quân của Trung Đoàn, của Tiểu Đoàn. Thời đó, một cây dừa bị đốn bỏ, nếu tôi nhớ không lầm, được bồi thường $200 cây lớn có trái và cây dừa chưa có trái cũng như cây cau có trái được bồi thường $100/cây, giá thị trường 1 đồng 2 trái dừa hoặc 2 trái khóm lớn...

Hàng ngày, 3 tiểu đoàn và các toán trinh sát của Trung đoàn và tiểu đoàn đều tung ra nhiều cuộc hành quân nhỏ chung quanh khu vực đóng quân cũng như thu thập tin tức tình báo. Đa số nhà cửa của người dân sống rải rác dọc theo bờ sông khá sung túc hơn những người ở vùng sâu, vùng xa thiếu an ninh.

Một điều đáng lưu ý nhất là nhà nào nhà nấy chỉ có các cụ lớn tuổi, đàn bà và nhiều trẻ con nheo nhóc mà không thấy có người đàn ông trẻ và trung niên cùng sống chung.

Ban 2 và Ban 5 của trung Đoàn biết rõ, chồng của những thiếu phụ và cha của các đám trẻ đều là du kich VC, ban ngày rút vào bưng hay mật khu, ban đêm mò về nhận tiếp tế tình và thức ăn cũng như thu thập tin tức...

Gần 2 tháng, cả Bộ Chỉ Huy Hành Quân Trung Đoàn và 3 tiểu đoàn cơ hữu đều tiến hành công tác bình thường, không có gì quan trọng xảy ra. Khu vực này thuộc trách nhiệm của Khu 42 Chiến Thuật mà Trung Đoàn 33 là đơn vị xung kích trấn đóng và thường xuyên tổ chức các cuộc hành quân cấp tiểu và trung đoàn, ít khi chạm địch.

Đến ngày 1 tháng 11 năm 1963, qua máy thu thanh, chúng tôi biết tại Thủ Đô Sài Gòn đang có cuộc "cách mạng" lật đổ nền Đệ Nhất Cộng Hòa, Trung Tá Thanh đã biết tin này trước qua Đại Tá Bùi Hữu Nhơn Tư Lệnh Sư Đoàn 21 Bộ Binh ra chỉ thị, các đơn vị thuộc quyền chuẩn bị sẵn sàng chờ lệnh và đề phòng VC tấn công. (Thiếu Tướng Bùi Hữu Nhơn đang định cư gần San Jose và đã qua đời trước nạn dịch COVID 19).

Tại vùng Giá Ngựa cũng như cả rừng U Minh Thượng (thuộc tỉnh Kiên Giang - Rạch Giá) và rừng U Minh Hạ (thuộc tỉnh An Xuyên - Cà Mau), các đơn vị địa phương và du kích VC nằm im không có hoạt động gì đáng kể. Thời điểm này, năm 1962 - 1963, các cuộc hành quân cấp tiểu đoàn và trung đoàn thường đi cả ngày mà chẳng gặp sự chống cự quan trọng nào của VC. Thỉnh thoảng các đơn vị hành quân tịch khu được các kho vũ khí nhỏ của VC gồm toàn mìn nội hóa, chông, súng ngựa trời, súng 2 nòng, súng Mas 36 cũ kỹ của Pháp thời Đệ Nhị Thế Chiến. Phải nói rằng các đơn vị chủ lực quân đi hành quân ở vùng này như đi "thăm dân cho biết sự tình".

Trước đó, chỉ có địa phương quân và nghĩa quân đóng đồn bót, VC thường lợi dụng đêm tối tấn kích bằng mìn và thường dùng nội công ngoại kích nhổ các nút chặn đó hoặc phục kích đặt mìn sát hại các ông quận, ông xã...như cơm bữa. Nay, có cả một trung đoàn thiện chiến của Sư Đoàn 21 BB về trấn đóng vùng này nên sinh hoạt thường ngày hoàn toàn nhộn nhịp khởi sắc và các ông tỉnh, quận xã thường ngủ yên giấc.

Nhưng, sau khi có cuộc chính biến 1.11.1963 chừng vài tuần, tình hình chiến sự vùng này sôi nổi lên. Các cuộc hành quân thường chạm địch và tịch thu nhiều vũ khí mới có cả súng cối 82 ly, trung tiểu liên, súng bá đỏ CKC mới toanh của cộng sản Bắc Việt vận tải bằng đường biển vào vùng này.

Cuộc chiến bắt đầu leo thang. Từ cuối tháng 12 năm 1963, tin tình báo dồn dập, nhiều đơn vị lớn cấp tiểu đoàn VC thường "bôn tập" về gần 2 quận Cái Nước, Đầm Dơi, chúng có âm mưu tấn kích chiếm 2 quận này, như trước đây chúng đã từng thực hiện. Tin tình báo của Sư Đoàn cũng gởi xuống cho biết tình hình địch đang trên đà tăng thêm nhiều quân số và được trang bị vũ khí mới. Sư Đoàn chỉ thị Trung Đoàn phải tung ra hàng ngày các cuộc hành quân tảo thanh các vùng sâu vùng xa mà VC thường về trú quân với âm mưu mở đợt tấn công lớn vào hai quận Cái Nước, Đầm Dơi và xa hơn nữa là quận Thới Bình, Sông Ông Đốc...

Thời điểm này, Ban 5 chúng tôi thường xuyên mở các buổi học tập dành cho Đại Đội Trọng Pháo, Đại Đội Công Vụ với các thành viên cơ hữu của Bộ Chỉ Huy để ông Trung Đoàn Trưởng chỉ thị những gì cần phải triệt để đề cao cánh giác, nhứt là "mỹ nhân kế". Lúc này, chúng tôi thấy có nhiều cô thôn nữ, ăn diện khá tươm tất với quần mỹ a láng coóng, aó trắng hay áo màu mới nguyên cứ lạng qua lại trước Bộ Chỉ Huy Trung đoàn và Trung Đội Pháo Binh 105 ly, ở sát đường đi. Các chiến sĩ tình báo cũng giả vờ hỏi chuyện, các cô nàng cùng một luận điệu, nói rằng, từ khi có các anh về đây đóng quân, khu này hoàn toàn an ninh nên chúng tôi diện một chút và thường đi chợ hơn để mua bán...

Trung Đoàn 33 BB ăn Tết Nguyên Đán đầu tiên (1964) tại Chà Là khá yên lành vì có lệnh của Trung Tá Thanh chỉ thị các chiến sĩ không được uống rượu say sưa vào buổi chiều và nhứt là cấm cờ bạc sát phạt nhau.

Ban ngày, ba ngày Tết chúng tôi cũng tạm cho lính tráng thoải mái ăn nhậu và máu mê cờ bạc của nhiều người cũng khó dứt bỏ trong các ngày Tết xa nhà. Vì vậy, với tư cách là Trưởng Ban 5 kiêm Trưởng Ban An Ninh Trung Đoàn, tôi cũng có xin phép cho anh em vui chơi không thái quá.

Trong mấy ngày Tết, từ 6 giờ chiều, tôi và Trưởng Ban 2 Trung Đoàn dẫn theo vài anh khinh binh đi kiểm soát tất cả các nơi canh gác, nơi ngủ nghỉ của lính tráng, dẹp các sòng bài và các bàn nhậu linh tinh. Chúng tôi đề cao cảnh giác cao độ vì thấy có nhiều hiện tượng như có nhiều phụ nữ ăn diện đẹp mời hay các cụ mời mọc chúng tôi hay anh em lính tráng ăn nhậu thoải mái tại nhiều nhà dân gần nơi đóng quân mà trước đó không có chuyện đó.

Ngày Mồng Một Tết năm đó, hình như rơi vào cuối tháng 1 dương lịch, năm 1964. Tôi và Thiếu Úy Nguyễn Minh Châu Trưởng Ban 2 Trung Đoàn hạp tính nhau, ở chung một gian hầm được bao phủ kín nóc và chung quanh với các cây cau, cây dừa được ken lại và đổ đất ở giữa để phòng bị pháo kích không xuyên phá được. Cả hai chúng tôi lại không biết hút thuốc, không uống được rượu để nên không ai nài ép được. Đó là ưu điểm của những người làm tình báo không sợ bị phục rượu hay bị đầu độc bằng rượu bằng thuốc lá. Vùng Chà Là Giá Ngựa là cái ổ của VC hoạt động từ thời kháng chiến chống Pháp và cũng là nơi tập kết của Việt Minh cộng sản rút ra Bắc sau Hiệp Định Genève năm 1954.

Cái tên Gía Ngựa, đúng ra phải là tên Giá Ngự. Theo các vị bô lão vùng này cho biết, khi vua Gia Long "tẩu quốc" chạy trốn khỏi sự săn đuổi của quân Tây Sơn Nguyễn Huệ, Vua Gia Long có đến tạm trú nơi đây một thời gian, nay còn để lại vài di tích như ao, giếng nước mà Vua Gia Long và thuộc hạ sử dụng... nên chỗ Vua đến gọi là Gía Ngự mới phải. Dân quê, đa số mù chữ nên nhầm lẫn từ ngự sang ngựa gần gũi dễ nhớ hơn và Giá Ngựa không có nghĩa gì hết cả nghĩa chữ Hán hay chữ Nôm, còn Giá Ngự lại đúng nghĩa của chữ Hán, chỉ nơi Vua đến... Đó là chuyện nguồn gốc của địa danh Giá Ngự hay Giá Ngựa.

Sau ba ngày Tết Ta cuối tháng 1 năm 1964, tin tình báo từ Phòng Nhì Bộ Tổng Tham Mưu, Quân Đoàn IV và của Sư Đoàn 21 Bộ Binh dồn dập chuyển xuống các đơn vị, nói rằng cộng sản Bắc Việt đã điều động nhiều quân và vũ khí mới xâm nhập vào miền Nam, trong đó có vùng U Minh

Thượng và U Minh Hạ là vùng trách nhiệm của Trung Đoàn 33 Bộ Binh. Tin tình báo xác quyết CSBV chuẩn bị đánh lớn trên khắp 4 Vùng Chiến Thuật.

Vì vậy, Trung Tá Trung Đoàn Trưởng mở cuộc họp với đầy đủ ba ông Tiểu Đoàn Trường cùng với các Trưởng Ban 2 - Ban 3 tiểu đoàn và các ông Cố Vấn Trưởng. Ở Trung Đoàn cũng có Trưởng Ban 2 - 3 - 5 - Truyền Tin - Quân Y - Công Vụ, đại đội Trọng pháo Trung đoàn cùng 2 sĩ quan của Trung Đội Pháo Binh 105 ly...và 4 ông Cố Vấn Mỹ.

Sau khi, Ban 2 Trung Đoàn trình bày tình hình địch và Ban 3 trình bày tình hình bạn, địa điểm đóng quân các tiểu đoàn, cách xa Bộ Chỉ Huy Hành Quân của Trung Đoàn không quá xa nằm trong tầm yểm trợ hoả lực của pháo binh. Các Ban trình bày khả năng của Trung Đoàn khi có diễn biến cộng quân tấn công, cắt đường tiếp vận đường sông và đường bộ từ thị Xã Cà Mau, đơn vị chịu đựng được bao lâu...? Sau đó Trung Tá Trung Đoàn Trưởng chỉ thị các Ban củng cố thêm chắc chắn các hầm ở của cán bộ, các hầm làm việc của Quân Y, Truyền Tin, phòng Hành Quân, tu bổ lại các vọng gác và giao thông hào...và các tiểu đoàn cũng phải thật sự đề cao cảnh giác. Trung Tá Thanh còn nói thêm, tình hình chính trị ở Trung Ương xáo trộn mạnh, chắc chắn cộng quân sẽ lợi dụng đẩy mạnh công tác tấn công phá hoại...

Trong cuộc đời binh nghiệp của tôi, dù ở đơn vị tác chiến vỏn vẹn chưa quá một năm rưỡi mà lúc nào tôi cũng tôn kính Trung Tá Nguyễn Văn Thanh là bậc thầy vĩ đại của tôi vì ông tiên đoán điều gì y như rằng những chuyện xảy ra không lâu sau đó. Về nghệ thuật chỉ huy và đắc nhân tâm chinh phục lòng người của ông mà tôi biết, ông thuộc vào cấp chỉ huy tài giỏi siêu đẳng. Nhưng, ông sinh bất phùng thời, không thăng quan tiến chức suôn sẻ. Cho đến ngày nay, năm 2014, ông còn mạnh khỏe nhưng bịnh lãng quên đang đến với ông. Cuộc đời ông còn hiện hữu trên thế gian chỉ tính bằng ngày bằng tháng...

Y chang những gì Trung Tá Thanh chỉ thị, hệ thống phòng thủ của Bộ Chỉ Huy Hành Quân của Trung Đoàn 33 được củng cố thêm chắc chắn, cộng sản bắt đầu mở các cuộc tấn công lớn tại vùng U Minh.

Sau Tết Nguyên Đán khoảng 1 tuần (đầu tháng 2 năm 1964), chúng tôi nếm trải một trận pháo kích kinh hoàng mà suốt 10 năm qua, từ năm 1955 đến năm 1964 VC chưa bao giờ thực hiện tại vùng này. Thời gian VC im lặng trường kỳ mai phục, điều nghiên học tập và xâm nhập sâu vào các vùng bưng, mật khu cũ, thiết đặt lại đường dây liên lạc của Việt minh cộng sản năm xưa.

Lúc 1 giờ sáng, đang ngủ, tôi bỗng giựt mình tĩnh giấc nghe liên tiếp ụp ụp, tiếng "đề ba" của súng cối, chứng tỏ VC đặt súng cối tương đối gần căn cứ. Tíc tắc sau, những tiếng nổ kinh hoàng rơi tại ba địa điểm khác nhau, một rơi gần 2 khẩu pháo 105 ly, một rơi trúng vào cần ang ten của Ban Truyền Tin và một rơi gần câu lạc bộ - phòng ăn của sĩ quan.

Từ hầm ngủ cũng là hầm chỉ huy của Trung Tá Trung Đoàn Trưởng, ông ra lệnh Pháo Binh phản pháo và súng cối 81 ly cơ hữu của BCH Trung Đoàn cũng phản pháo những điểm đã ước tính trước, VC có thể đặt súng cối pháo kích vào BCH. Phản pháo đang chuẩn bị, liên tiếp hàng chục trái đạn cối khác tiếp tục rơi ào ào xuống khu vực đóng quân của Trung Đoàn và gần 2 khẩu pháo binh 105 ly, cũng như có vài quả rơi tõm xuống sông. May không có trái đạn pháo nào rớt gây thiệt hại nặng, chỉ có quả pháo đầu tiên rơi trúng Trung Tâm Truyền Tin làm cho một hạ sĩ quan trực bị thương nặng, chết sau đó chừng một tiếng và có 2 máy truyền tin liên lạc với Sư Đoàn và liên lạc nội bộ của Trung Đoàn hoàn toàn bị hư hỏng, được thay thế ngay máy dự phòng.

Tại căn hầm của tôi và Trưởng Ban 2 có ít nhứt 2 quả đạn rơi ngay trên nóc hầm, may có những lá cành dừa làm vật cản nên đạn chạm nổ, những mảnh đạn rơi xuống nóc hầm và chung quanh như một đứa trẻ ném cát văng tứ tung nghe rào rào.

Thiếu Úy Nguyễn Minh Châu - Trưởng 2 và tôi lấy nón sắt chụp lên đầu, lấy súng lục, lấy thêm súng carbine và lựu đạn, tung cửa hầm chạy vội ra 2 điểm gác gần nhứt nhằm hỗ trợ tinh thần các chiến sĩ gác giặc, e sợ VC dùng chiến thuật tiền pháo hậu xung mà chúng thường sử dụng. Tất cả chúng tôi đều nhảy xuống giao thông hào. Trong khi đó VC tiếp tục pháo kích đợt 3 cũng chừng một chục quả nữa, nhưng không vào mục tiêu BCH Trung Đoàn như trước, có lẽ chúng bị

phản pháo dữ dội và chính xác nên chúng vác súng cối chạy đến chỗ khác và cũng bắn cho có, không tính toán được tầm bắn như trước...

Từ ngày, tôi được bổ nhậm về Trung Đoàn 33 Bộ Binh tháng 1 năm 1963, Hậu Cứ của Trung Đoàn đóng ở Thị xã Long Xuyên, sau chuyển lên thị xã Châu Đốc, về lại Long Xuyên lần 2 và di chuyển về Sóc Trăng, Cà Mau. Trước khi tôi được thuyên chuyển về Bộ Tư Lệnh Quân Đoàn IV ở Cần Thơ, Bộ Chỉ Huy Trung Đoàn vẫn còn trong Thị Xã Sóc Trăng và BCH Hành Quân đóng tại Chà Là - Gía Ngựa, hậu trạm ở trong tỉnh lỵ Cà Mau.

Cả năm 1963, Trung Đoàn 33 là đơn vị lưu động, nay hành quân ở vùng Thất Sơn, mai hành quân ở U Minh Thượng - Rạch Giá. Ngày khác lại hành quân sang vùng quận Hà Tiên hoặc hành quân quanh khu nhà máy sản xuất xi măng Kiên Lương - Hà Tiên...

Có thể nói Trung Đoàn 33 BB lúc bây giờ là đơn vị xung kích lưu động luôn mở các cuộc hành quân do Sư Đoàn 21 chỉ định, những nơi xung yếu mà VC thường xuất hiện quấy phá... Có một thời gian vài tháng, BCH Trung Đoàn đóng quân ở trong cùng đầu kinh Cây Me - Tri Tôn, Châu Đốc bảo vệ công tác đào kinh số 1 thông với con kinh thuộc xã Ba Chúc - Tịnh Biên, Châu Đốc, dẫn ra Kinh Vĩnh Tế.

Nhiệm vụ của Trung Đoàn, bảo vệ an ninh vùng mật khu Thất Sơn để dân công đào kinh cho đến khi hoàn tất. Tổng Thống Việt Nam Cộng Hòa Ngô Đình Diệm và một phái đoàn hùng hậu có ngoại giao đoàn trên 50 người đến địa điểm đóng quân mới của Trung Đoàn, chỗ vòng cung, từ kinh số 1 sang kinh chảy ra kinh Vĩnh Tế, dự buổi thuyết trình của tỉnh và của Trung Đoàn 33 về công tác dẫn thủy nhập điền quan trọng này của tỉnh An Giang.

Trung Đoàn 33 cũng có hơn một tháng đóng quân ở Rạch Sỏi - Kiên Giang, thường xuyên mở các cuộc hành quân lùng sục vùng Rừng U Minh Thượng, các mật khu cũ của VMCS.

Con sông chạy xuyên qua Rừng U Minh Thượng - Rạch Giá đến U Minh Hạ - vùng Cà Mau là con sông Trèm Trẹm "ngàn đời vẫn đỏ" đúng với câu thơ của nhà văn Dương Hà, ông gốc sanh trưởng ở Rạch Giá. Nước sông Trèm Trẹm, mùa nào cũng đỏ sậm như màu nâu vì là nước từ kinh rạch nhỏ trong rừng U Minh Thượng và rừng U Minh Hạ chảy ra sông Trèm Trẹm mang theo đất phù sa cũng như cây cỏ mục đưa ra sông cái. Lúc bấy giờ, tôi thấy có vô số vịt trời, le le... thường bơi lội lặn hụp tìm thức ăn khi đoàn tàu hành quân đến gần, chúng mới bay lên và sau đó lại đáp xuống phía sau đoàn tàu...

Rừng U Minh Ngày Ấy, nay đã hơn sáu mươi năm trôi qua và cuộc đời của những người lính kiêu hùng năm xưa, bây giờ đang đối diện với bịnh tật, tuổi tác và Thần chết đang lảng vảng mời gọi...

(Sacramento 2014 và edit 2024)./.

GIỰT MÌN - THUỶ LÔI - PHÁO KÍCH - PHỤC KÍCH - BẮN SẺ - ĐẮP MÔ

NGHỀ CỦA DU KÍCH VIỆT CỘNG

THỜI KỲ CỘNG QUÂN TRƯỜNG KỲ MAI PHỤC VÀ RÈN CÁN CHỈNH QUÂN

Tôi tốt nghiệp Khoá 13 Thủ Đức cuối năm 1962, gồm toàn những thanh niên, đa số là giới trí thức, công tư chức thi hành lệnh Tổng Động Viên của chế độ Đệ Nhất Việt Nam Cộng Hoà. Các tân sĩ quan ra trường võ bị vào thời điểm toàn thể lãnh thổ miền Nam Việt Nam tương đối còn yên tĩnh vì là lúc Việt Minh cộng sản "trường kỳ mai phục & rèn cán chỉnh quân" chưa lộ diện hẳn kẻ xâm lược đánh phá miền Nam, dù cộng sản Bắc Việt đã trình diện cái gọi Mặt Trận Giải Phóng Miền Nam Việt Nam từ gần cuối năm 1960.

Lúc bấy giờ các lực lượng quân sự của Việt Minh cộng sản cài đặt lại chưa có các đại đơn vị lớn cấp Sư đoàn kể cả trung đoàn. Đơn vị của chúng lớn nhứt thời bấy giờ còn biệt lập chỉ có cấp tiểu đoàn địa phương của một số tỉnh có nhiều cán binh Việt cộng "chém vè" nằm vùng sau Hiệp định Genève 1954, chia đôi đất nước. Chúng trốn tập kết phải ra Bắc như Hiệp định Genève quy định rõ ràng.

Trong vòng 8 năm, từ năm 1955 cho đến năm 1963, có thể nói là thời gian khá dài, chính thể Việt Nam Cộng Hoà dù phải gồng gánh trợ giúp gần một triệu đồng bào miền Bắc trốn chạy chế độ cộng sản bạo tàn, di cư vào miền Nam tìm cho mình cuộc sống mới hạnh phúc, hoàn toàn tự do dân chủ sau ngày có Hiệp Định Genève 20.4.1954.

Chế độ Đệ Nhất Việt Nam Cộng Hoà tại miền Nam cũng mới hình thành hoạt động chánh thức từ năm 1956 khi có bản Hiến Pháp đầu tiên. Nhờ có sự viện trợ quốc tế giúp Việt Nam nên việc tái định cư đồng bào di cư cũng hoàn thành viên mãn một cách nhanh chóng. Từ thế mạnh chế độ đã thu phục được nhân tâm trong nước và thế giới cho nên mới phát huy tột đỉnh về kinh tế, an ninh nội địa vững vàng, thành một đất nước độc lập, dân chủ, tự do đúng nghĩa vững tiến lên dân giàu nước mạnh.

Thời bấy giờ, dân chúng Miền Nam Việt Nam có cuộc sống sung túc ấm no hạnh phúc hơn hẳn nhiều nước khác trong vùng như Nam Hàn, Tân Gia Ba... mà sau này hai nước này trở thành hai con rồng Châu Á. Thời điểm này, thế giới nói chung phong tặng ***Thủ đô Sài Gòn hoa lệ là "Hòn Ngọc Viên Đông"***.

Chính lúc này, Việt Minh cộng sản (sau này gọi là Việt cộng) chuyên lo học tập "rèn cán chỉnh quân", chuyển vận vũ khí từ miền Bắc vào Nam bằng đường biển và đường biên giới Việt Miên và Lào vào lãnh thổ Việt Nam Cộng Hoà với quyết tâm thực hiện kế hoạch "trường kỳ kháng chiến" quyết đánh chiếm cho bằng được miền Nam Việt Nam màu mỡ giàu có. Lúc đó, chúng chưa có đủ sức mở các cuộc hành tấn công lộ liễu trực diện với Quân đội quốc gia.

Dù vậy, tình báo quốc gia của chế độ Việt Nam Cộng Hoà cũng phát hiện mưu đồ thâm độc của cộng sản Bắc Việt (CSBV) quyết tâm thôn tính cho bằng được miền Nam tự do với bất cứ giá nào dù chính thể Miền Nam có chủ quyền và đã đươc quốc tế công nhận.

Cộng sản Bắc Việt dùng chiêu trò đại bịp, dựng lên một tổ chức chánh trị bình phông với cái tên gọi là Mặt Trận Giải Phóng Miền Nam Việt Nam. Đây là chiêu bài, lá chắn cho CSBV xâm chiếm Miền Nam bằng vũ lực mà chúng tuyên truyền là dân chúng miền Nam tự quyết nổi dậy thành lập Mặt Trận để đánh phá miền Nam tự do giành độc lập...

Tình báo Việt Nam Cộng Hoà đã nhận chân được âm mưu thâm độc của Bộ chánh trị cộng sản ở miền Bắc quyết thôn tính miền Nam bằng vũ lực không phải thông qua bầu cử như Hiệp định Genève quy định.

Vì vậy, chính phủ Việt Nam Cộng Hoà khi nhận tin CSBV dựng lên cái bình phông Mặt trận giải phóng miền Nam là biết ngay âm mưu của chúng đánh cướp chính quyền hợp pháp VNCH sẽ tiến hành. Chánh phủ Việt Nam Cộng Hoà chuẩn bị sẵn sàng chiến đấu bảo vệ miền Nam tự do. Chánh phủ soạn một Dự Luật đưa sang Quốc Hội về Lệnh Tổng Động Viên và chính phủ ký ban hành ngay sau khi Quốc Hội biểu quyết thông qua, cho nên một số sĩ quan Khoá 12 Thủ Đức đã thi hành lệnh Tổng Động Viên đầu tiên vừa ban hành năm 1961.

Đầu năm 1963, hết ngày nghỉ phép cuối khoá học, tôi may mắn được Sư đoàn 21 Bộ Binh bổ nhiệm về phục vụ Trung đoàn 33 Bộ Binh - Đại đội Trọng pháo 33. Sau vài tháng, tôi được giao nhiệm vụ về ngành Chiến Tranh tâm lý và ngành an ninh tại đơn vị đang khiếm khuyết mà không phải ra tiểu đoàn trực diện chiến đấu với quân địch trong các cuộc hành quân. Vì vậy, cho nên tôi chưa gặp nhiều khó khăn gian khổ như nhiều bạn cùng khoá, chưa biết ngủ bờ ngủ bụi nằm trên poncho hay dẫn quân lính đi phục kích hay làm chốt tiền đồn cho đơn vị.

Dù tôi cũng theo đơn vị đi hành quân lưu động gần khắp cả Hậu Giang như Châu Đốc, An Giang, Cần Thơ, Kiên Giang, Sóc Trăng, Bạc Liêu, Cà Mau...trong suốt thời gian đầu trong Quân Đội, gần một năm rưỡi cho nên cũng nếm trải nhiều lần bị pháo kích, phục kích, bị giựt mìn, thuỷ lôi trong lúc đi theo Bộ Chỉ huy Trung đoàn.

Tôi tổng kết lại các sự kiện mà tôi là người trong cuộc cũng bị VC giựt mìn, thuỷ lôi, bắn sẻ, pháo kích, phục kích...

VIỆT CỘNG PHỤC KÍCH BẮN SẺ TẠI MÕM NÚI VOI NHÀ BÀNG - THẤT SƠN

Khi Bộ chỉ Huy Trung đoàn 33 Bộ Binh từ Thị xã Long Xuyên di dời về Châu Đốc trước Tết Nguyên Đán vào năm 1963.

Hai tháng đóng quân ở Châu Dốc, trung đoàn mở hàng chục cuộc hành quân cấp tiểu đoàn lục soát tìm diệt các trạm giao liên và tiếp tế cũng như các trạm thu thuế của VC ở vùng sâu Kinh xáng Vịnh Tre, kinh xáng Cây Dương, vùng quanh chân núi Sam và Thất Sơn...An ninh vùng quanh Thị xã Châu Đốc và vùng quanh chân bảy núi hoàn toàn an ninh.

Bộ Chỉ Huy trung đoàn được Bộ Tư Lệnh Sư Đoàn 21 Bộ Binh điều về lại Long Xuyên, đơn vị vẫn đặt Bộ Chỉ Huy chỗ cũ, cạnh đầu cầu Hoàng Diệu và đối diện với trường trung học Thoại Ngọc Hầu.

Lúc bấy giờ, các đơn vị Quân Đội được lệnh trung ương phải đẩy mạnh học tập chánh trị với tài liệu do trung ương soạn cung cấp. Vì nhu cầu công vụ, từ Đại đội Trọng pháo tôi được bổ nhiệm về thay thế một vị đại uý thâm niên (khoá I Thủ Đức) đi học Khoá Chỉ huy và Tham mưu ở Đà lạt. Ban đầu, tôi chỉ giữ chức trưởng Ban 5 tức là Ban Chiến Tranh Tâm Lý (Ban 5), sau này có quy chế, ngành chiến tranh tâm lý gọi là ngành Chiến Tranh Chính Trị và các phòng ban chiến tranh tâm lý chiến còn gọi là Phòng hay Ban 5 nay gọi là Phòng, Ban Tâm Lý Chiến.

Tôi có nhiệm vụ tổ chức học tập chính trị cho Bộ Chỉ Huy Trung đoàn hàng tuần, thường tổ chức vào ngày thứ năm. Sau vài tháng làm nhiệm vụ Trưởng Ban 5, tôi được tín nhiệm chỉ định giữ thêm chức vụ Trưởng Ban An Ninh Trung Đoàn dù còn cấp Chuẩn Uý mà tôi sử dụng một lúc hai xe Jeep của hai Ban.

Trong một chuyến công tác chiếu phim tại trung tâm huấn luyện Chi Lăng ở vùng Thất Sơn, một xe Jeep cho Trưởng đoàn, một xe Dodge 4 chở dụng cụ chiếu phim và chuyên viên phục vụ và môt xe GMC hộ tống có gần đủ một tiểu đội.

Công tác trọn một ngày và đêm phục vụ tại trung tâm huấn luyện. Lúc ba xe chúng đến Trung tâm huấn luyện hoàn toàn an ninh.

Trên đường trở về đơn vị ở Long Xuyên, khởi hành từ 10 giờ sáng, đến mõm Núi Voi, gần Nhà Bàng, cách trụ sở Hội Đồng Xã Thới Sơn (Nhà Bàng) và nơi đóng quân của xã đoàn Dân Vệ (sau này gọi là Nghĩa Quân) chưa tới một cây số. Ba xe đang ngon trớn đến mõm Núi Voi, có cái cua cũng khá gắt, du kích VC cũng thường phục kích hay bắn sẻ ở hai bên đường vùng này vì khá rậm rạp do người dân trồng nhiều cây khoai mì, đu đủ, mảng cầu...cạnh sát tỉnh lộ và phía sau là đá và rừng cây to giúp du kích chạy trốn, lẩn tránh an toàn...

Xe Jeep của tôi chạy đầu, bị du kích bắn hàng loạt đạn chỉ nghe rào rào ngoài mui, chiếc xe dodge phía sau khựng lại cũng dính xước vài viên đạn. Tài xế xe Jeep thuộc loại lính cậu, quá nhát nhảy xuống xe núp. Tôi vội xuống xe qua nhanh cầm tay lái, xe còn nổ máy nhấn ga vọt thật nhanh đến đồn Dân Vệ, dừng xe lại. Xe hộ tống vừa chạy vừa nổ súng hai bên đường vang dội. Anh tài xế chạy bộ gặp lại tôi, mặt mày tái méc, sợ bị phạt vì tội ngu khi bị bắn sẻ hay bị giựt mìn mà xe mình không sao thì càng phải vọt nhanh tránh bị địch phục kích, nếu có, sẽ tràn ra tấn công hay bắt sống.

Lần trước tôi cũng bị bắn sẻ cũng tại đây, chú tài xế lanh lợi vọt thật nhanh khỏi vùng bị bắn sẻ, cũng xuống xe xin tôi lái giúp để anh cầm súng tác chiến với địch dễ dàng hơn vì giữ tay lái thì không dùng súng được, tôi chìu theo ý anh, từ đó tôi lái về Long Xuyên.

Một chuyện cũng khá ngộ nghĩnh, vùng Thất Sơn, Châu Đốc có hai núi cùng tên một con thú mà lại có hai tên khác nhau - ***Núi Tượng và Núi Voi***. Trong hệ thống Bảy Núi có tên Núi Tượng, nằm cuối cùng của quần thể Thất Sơn ở phía Tây thuộc xã Ba Chúc (quận Tịnh Biên - Châu Đốc, nay là An Giang). Còn tên Núi Voi do dân địa phương đặt.

Núi Tượng hay là xã Ba Chúc rất nổi tiếng trong nước và trên thế giới. Năm 1979, quân Khơ Me đỏ tràn qua biên giới xâm chiếm xã Ba Chúc và tàn sát vô cùng dã man tàn bạo không tha bất cứ ai kể cả người già, trẻ con, phụ nữ... chúng cũng giết hết sạch. Số người bị giết tại xã Ba Chúc nhiều ngàn người dân Việt vô tội gọi là "cáp duồn" nay có nhà lưu giữ xác xương cốt nạn nhân như là nhà Bảo Tàng có hàng ngàn bộ xương cốt, đầu tay chân ghi lại sự dã man tàn độc của quân Miên Khơ Me đỏ. Xã Ba Chúc là Thánh Địa của đạo Tứ Ân Hiếu Nghĩa, một môn phái của đạo Bửu Sơn Kỳ Hương tách ra, nạn nhân bị giết hầu hết là tín đồ đạo Tứ Ân Hiếu Nghĩa.

Gần chợ Nhà Bàng (cách tỉnh lỵ Châu Đốc 17 km) có ngọn núi nhỏ xíu (không được kể (ghi) trong quần thể Thất Sơn, chỉ cách biệt với quần thể bảy núi bằng con tỉnh lộ từ

Nhà Bàng đi Tri Tôn (tên khác là Xà Tón) mà có tên gọi là Núi Voi hay mõm Núi Voi. Địa danh này cũng rất nổi tiếng trong thời kỳ chiến tranh Pháp Việt và Quốc cộng. Vùng mõm Núi Voi là nơi du kích quân thường đặt mìn, đắp mô, bắn sẻ hay phục kích đoàn quân di chuyển ngang qua bằng xe.

BỊ VC GIỰT HAI QUẢ MÌN GẦN QUẬN TẮC VÂN-CÀMAU - TRUNG ĐỘI PHÓ HY SINH

Năm 1963, tình hình chiến sự cũng khá an ninh tại hai tỉnh Bạc Liêu và Cà Mau. Nhưng, trên tỉnh lộ Cà Mau-Bạc Liêu, du kích VC đắp mô và đặt mìn thường xuyên. Vì vậy các loại xe của người dân phải sau 10 giờ sáng và trước 4 giờ chiều mới dám lái xe lên xuống hai tỉnh. Người dân thường phải đợi xe quân sự chạy trước hoặc có xe chánh thức thông lộ coi có trở ngại, an toàn không. Nếu VC có đắp mô hay đặt mìn lại càng phải đợi Quân đội phá huỷ, thông lộ xong xe cộ mới dám lưu thông. Bấy giờ, năm 1963, còn khá bình yên trên cả nước mà con tỉnh lộ này luôn là mối đe doạ an ninh cho quân dân ở hai tỉnh Bạc Liêu-Cà Mau.

Từ đầu cầu Hộ Phòng về hướng Cà Mau thuộc tỉnh An Xuyên. Bên kia đầu cầu thuộc tỉnh Bạc Liêu mà VC thường đặt mìn, đắp mô thường ở vùng đất của Cà Mau vì toàn tỉnh Cà Mau là cái nôi của VC cũng là vùng tập kết cán binh VC đưa ra Bắc theo Hiệp Định Genève năm 1954 mà VC "chém vè" ở lại hoạt động chống phá tiếp.

Đoàn xe ba chiếc GMC do tôi chỉ huy hướng dẫn đi Bạc Liêu hộ tống Đoàn Văn nghệ Tinh Hoa Miền Tây của Phòng 5 Quân Đoàn IV về phục vụ Trung Đoàn 33 và tiểu khu An Xuyên hai đêm cũng như có một đêm trình diễn ngoài trời giữa Thị xã Cà Mau phục vụ khán giả dân chúng không phải phục vụ Quân đội như hai đêm trước.

Ba chiếc xe GMC do tôi hướng dẫn, chiếc xe đầu Trung sĩ Nhất Nguyễn Văn Sáu Trung Đội Phó của Đại đội Trọng Pháo, chỉ huy toán hộ tống, khoảng một tiểu đội.

Trung sĩ I Sáu xin tôi ngồi xe đầu thay vì tôi đã ngồi trước đó rồi. Tôi chìu ý anh Sáu, tôi qua ngồi xe thứ hai. Ba xe chúng tôi vừa chạy ngang quận Châu thành Tắc Vân chừng một cây số, chiếc xe GMC đầu lãnh trọn một quả mìn vào đầu xe, và xe bị đẩy tạt sang bên lề đường phải, xe hoàn toàn hư, tắt máy. Trung sĩ I Sáu bị thương đầu bất tĩnh nằm gục trong cabin. Tài xế và ba bốn người lính nhảy xuống xe xả súng bắn vào các lùm cây hai bên vệ đường. Chiếc xe thứ hai có tôi ngồi trong ca bin, nghe tiếng mìn nổ, thấy khói và đất cát bay lên cao, chiếc xe đầu lảo đảo. Xe thứ hai còn trớn chạy cách xe thứ nhất hơn 30 mét cũng bị giựt một trái mìn thứ hai. May không trúng đầu xe như xe trước, đất cát và khói tung toé phủ kín đầu xe. Xe phải ngừng lại, mìn khoét một lỗ sâu trên lộ. Tất cả chúng tôi kể cả xe sau đều nhảy xuống ra khỏi xe. Tôi ra lệnh xe tôi đi chịu trách nhiệm bắn bên trái lộ và chiếc thứ ba chịu trách nhiệm bên phải cứ xả súng bắn vào các lùm bụi hai bên đường chờ tiếp ứng của Chi khu Tắc Vân. Tôi e sợ có thể VC còn phục kích tấn công nữa. Tôi thấy rõ hai tên du kích vừa giựt mìn xong co giò chạy thoát thân vào vùng có nhiều cỏ rậm cao khỏi đầu người.

Ông Quận Trưởng Tắc Vân biết xe Trung đoàn 33 bị mìn nên cho trung đội trực chiến chạy đến tiếp ứng ngay.

Nhờ có tiếp tiếp viện nhanh, tôi mượn máy truyền tin của toán tiếp viện, gọi về báo cáo Trung đoàn, hai xe bị mìn, một xe hư hại không chạy được. Trung sĩ nhứt bị thương đầu rất nặng cần có xe cứu thương chạy đến chở về Y xá trung đoàn và cho tôi đổi một chiếc xe khác. Ba xe chúng tôi sẽ tiếp tục làm nhiệm vụ đi về Bạc Liêu đón đoàn văn nghệ Tinh Hoa Miền Tây.

Trong vòng 20 phút sau, có ba xe khác của Trung đoàn chạy đến, có cả xe đến kéo xe hư về cùng với xe cứu thương và một chiếc GMC khác thay thế xe bị ăn mìn hoàn toàn hư hại nặng.

Chúng tôi tiếp tục hành trình về Bạc liêu, vừa đến quận Hộ Phòng đã biết có xe Đoàn Văn Nghệ Tinh Hoa Miền Tây đến đây, đợi chờ ở Bạc Liêu lâu cũng sốt ruột, định chạy thẳng xuống Cà Mau, không cần có xe hộ tống.

Xe vừa qua cầu Hộ Phòng, biết tin đoàn xe GMC ba chiếc đi đón Đoàn bị mìn, nên các loại xe dân sự đều bị cấm lưu thông đợi quận Tắc Vân sửa lại đường hoàn tất các xe mới được lưu thông trở lại.

Các xe đò xe hàng xin tôi cho họ chạy theo sau đoàn xe của Trung đoàn và xe Đoàn Văn Nghệ chạy về Cà Mau. Cả một đoàn xe dài mấy chục chiếc và nhiều xe gắn máy nối đuôi nhau. Cả đoàn xe dài khi đến chỗ bị VC đặt mìn, toán công chánh đã tu sửa đường xá cũng vừa hoàn tất, cho nên cả hai chìu lên Bạc Liêu và xuống Cà Mau hoàn toàn giải toả, sự giao thông trở lại bình thường.

Cả bốn xe về đến Bộ Chỉ Trung đoàn 33, khoảng 3 giờ chiều. Thiếu Tá Trung Đoàn Trưởng chỉ thị cho tôi đưa Đoàn Văn Nghệ ăn cơm chiều lúc 5 giờ tại quán cơm ngon nổi tiếng Cà mau - Bà Sáu mập. Trung đoàn sẽ trả tiền ăn cho chủ quán. Ông Thiếu tá Cố Vấn Trưởng cũng biết đoàn xe chúng tôi vừa thoát nạn dù bị hai quả mìn, chỉ hư một xe GMC, Trung đội Phó bị thương và chết tại Y xá trung đoàn sau vài giờ băng bó đầu và chữa trị. Ông cố vấn còn hai chai rượu mạnh cho tôi để đải mọi người tham dự tiệc cơm chiều. Tôi mời sĩ quan Bộ Chỉ HuyTrung đoàn chừng năm người kể Bác sĩ Quân Y và Đại uý Trung Đoàn Phó cùng ăn cơm với đoàn văn nghệ cho thêm đậm đà tình thân với nghệ sĩ.

Các sĩ quan tham mưu kể cả Đại uý Trung đoàn phó khen tôi tốt số, may mắn thoát nạn mà anh Trung sĩ I Sáu chết thay.

Tôi ngẫm nghĩ, mỗi con người đều có số, quần áo giày dép còn có số mà.

BỊ GIỰT HAI QUẢ THUỶ LÔI VÀ TÔI BẮN MỘT QUẢ ĐẠN SÚNG CỐI 81 LY ĐẦU ĐỜI BINH NGHIỆP

Khi tôi còn ở Đại đội trọng pháo 33. Trong một cuộc di chuyển đường thuỷ - sông Bảy Háp từ Cà Mau đến vùng hành quân thuộc quận Cái Nước, cách Căn Cứ Chà Là trên dưới 10 cây số. Đoàn ghe tàu của Bộ Chỉ Huy Trung Đoàn khoảng 6 chiếc. Tôi theo tàu của Thiếu tá Trung Đoàn Trưởng cùng với trưởng ban 2 và 3... Đoàn tàu đi gần đến nơi ba tiểu đoàn cơ hữu đang chờ lệnh tiến chiếm mục tiêu. Khi đến một khúc quanh của con sông Bảy Háp, hai bờ sông cây cỏ rất rậm rạp. Thiếu tá Trung Đoàn trưởng như có linh tính nói lớn:

- Vùng này có thể VC đặt thuỷ lôi hay phục kích.

Thiếu tá ra lệnh các tàu ghe chạy giữa sông tránh gần bờ, e sợ VC đặt thuỷ lôi. Lệnh ông ban ra chừng 5 phút sau chính chiếc tàu của ông bị giựt một quả thuỷ lôi được giấu ở bìa ngoài của một "đóng chà" de ra xa, nổ tung, nước bắn lên tung toé, chiếc tàu lắc lư chao đảo, tàu không trúng thuỷ lôi, nghiêng bên trái. Tàu còn trớn chạy tiến thêm lên chừng 10 mét, một trái thuỷ lôi thứ hai đã được cắm sâu dưới nước, nổ tung bên trái chiếc tàu. Trái đầu thuỷ lôi đầu nổ bên phải tàu lắc lư nghiêng sang trái, trái thứ hai tàu nghiêng qua phải, làm cho tàu cân bằng lại. May mắn cả hai quả thuỷ lôi nổ lớn mà không trúng tàu nên tàu chỉ nghiêng qua lắc lại mà thôi.

Thiếu tá trung đoàn trưởng ra lệnh cho tàu cặp vô bờ sông bên đối diện, các chiến sĩ của tất cả các tàu đều nổ súng vào phía bên bờ sông bên kia có địch đặt thuỷ lôi. Ông Trung đoàn trưởng ra lệnh bảo tôi đưa hai khẩu súng cối lên bờ bắn vào vườn dừa mà ông tin là du kích VC còn ẩn núp nơi đó. Hai trưởng khẩu của hai súng cối 81 nghe lệnh bắn gấp quýnh lên chưa bắn kịp. Ông sếp nói lớn:

- Ông Thiếu uý bắn cho nhanh cho tôi xem, hai du kích VC mặt quần đùi đang chạy ngờ ngờ. Tôi chụp lấy một khẩu pháo 81, đạn đã lấy ra khỏi vỏ rồi, tôi điều chỉnh toạ độ nhấp nháy và bắn liền một quả khi thấy hai tên du kích đang chạy trốn, ông sếp hài lòng mà viên đạn bắn trật lất, cách xa tên du kích. Khẩu súng thứ hai mấy phút sau mới bắn được một quả và hai khẩu súng cối bắn thêm vài quả nữa rượt theo hai tên du kích. Ông Trung Đoàn Trưởng ra lệnh xuống tàu và tiếp tục đến địa điểm hành quân.

Cái vụ bắn được một quả đạn súng cối 81 cũng là một kỷ niệm khó quên, một quả đạn duy nhứt trong đời binh nghiệp tôi bắn về địch quân vì tôi chuyên trách công tác không trực tiếp chiến đấu mà chiến đấu bằng ngòi bút và chiến đấu bằng miệng trên đài phát thanh.

MỘT TRẬN PHÁO KÍCH KINH HOÀNG TẠI CĂN CỨ CHÀ LÀ - CÀ MAU

Đời binh nghiệp của tôi có nhiều cái đáng nhớ mà cái đáng nhớ nhứt và cũng là kỷ niệm tại chiến trường khó quên. Vụ VC pháo kích ở Căn Cứ Chà Là, luôn in sâu vào tâm trí tôi cho tận đến bây giờ, tôi đang chuẩn bị hành trang về thế giới khác, về với cát bụi (***"Hỏi có ai không bao giờ trở về cát bụi đâu?"*** - bản nhạc Cát Bụi Cuộc Đời của nhạc sĩ trẻ Hà Sơn, trong nước).

Một đêm trời không trăng sao, màn đêm dày đặt cả khu vực của căn cứ Chà Là. Sau mấy ngày ăn Tết Nguyên Đán vui vẻ an bình - cuối tháng giêng năm 1964, tình hình an ninh cả khu vực vô cùng yên tỉnh, dân chúng còn tiếp tục vui xuân, các cô thôn nữ vẫn còn diện đồ mới, lượn qua lượn lại trước câu lạc bộ và khu pháo binh 105 ly.

Bỗng một đêm Mùng mấy (từ mùng bốn đến mùng bảy Tết), đang ngủ, tôi chợt nghe có bốn tiếng ụp ụp biết chắc là VC pháo kích, vội thức dậy, bật đèn lên và bạn Nguyễn Minh Châu (khoá 11 Thủ Đức - Trưởng Ban 2 TRĐ) cũng đã thức dậy, chúng tôi chưa đội nón sắt kịp, bốn tiếng nổ lớn chát chúa và trên nóc hầm của hai chúng tôi ngủ có một quả đạn rơi trúng các đọt dừa, nhiều mảnh nhỏ đạn pháo văng rào rào trên nóc hầm. Chúng tôi mang giày xong, lấy súng đạn và đội nón sắt vọt chạy ra tiếp ứng trạm gác gần cầu khỉ mà người dân thường qua lại. Hai chúng tôi cứ lo sợ chiến thuật tiền pháo hậu xung của VC nên phải chạy ra tiếp ứng trạm gác này. Nếu địch tấn công sẽ có thể sử dụng khu vực này vì có rạch nhỏ, nước ròng thì cạn khô ẩn nấp rất tốt. Chưa chạy tới trạm gác, có hàng chục quả đạn súng cối rơi khắp nơi, một quả trúng câu lạc bộ, gần trạm gác tại cây cầu khỉ. Chúng tôi vừa đi nghe Trung tá Trung Đoàn Trưởng ra lệnh hai khẩu pháo binh 105 và bốn khẩu súng cối 81 ly bắn phản pháo những chỗ tiên liệu trước VC sẽ đặt súng cối pháo kích.

VC còn pháo kích đợt ba mà đạn rơi nhiều xuống sông, không trúng mục tiêu như pháo kích hai lần trước. Có lẽ lần thứ ba VC di dời súng cối tránh đạn phản pháo nên vừa đi đến chỗ mới, chúng bắn cho có nên bắn thiếu chính xác.

Nhờ có vụ pháo kích mà cơ duyên lại đến với tôi, cưới được vợ cũng là một chiến hữu cùng đơn vị Sư Đoàn 21 và Quân Đoàn IV "Hữu duyên thiên lý năng tương ngộ".

Trận pháo kích dữ dội nhứt tại miền Tây đầu năm 1964. Sau này VC có đầy đủ vũ khí thay vì chỉ có súng cối 81 ly, chúng lại có súng cối mới của trung cộng 82 ly lại được tiếp tế dồi dào từ giữa năm 1964. Sau này, một trận pháo vài chục quả súng cối không nhằm nhò, không đáng kể, chúng còn bắn cả hoả tiễn 122 ly vào các đơn vị ta đến gần cả trăm quả súng cối và hoả tiễn chỉ trong một trận pháo kích mà thôi.

Một phái đoàn của Tư Lệnh Sư Đoàn 21 Bộ Binh do Đại tá Cao Hảo Hớn Tư lệnh Sư Đoàn cùng với đại tá cố vấn Mỹ, Đại uý Trưởng phòng 5, thiếu uý Trưởng phòng Xã Hội Sư đoàn lại còn có thêm bà Đại tá Tư lệnh và một bà dược sĩ bạn của bà Đại tá cùng tháp tùng đến uỷ lạo Trung Đoàn.

Dịp may hiếm có, lần đầu tiên, tôi biết mặt Thiếu Uý Bích Nga Trưởng phòng Xã Hội Sư Đoàn. Các cô nữ trợ tá xã hội Trung đoàn thấy tôi gần 30 tuổi mà còn "độc thân vui tính". Các cô cứ "chào hàng" hoài làm tôi cũng chú ý, đàn chị của các cô cũng phòng không đơn độc, các cô hứa giúp giới thiệu làm mai tôi với sếp các cô và từ đó tôi quen biết "nàng".

Khi tôi thuyên chuyển về Phòng V Quân Đoàn IV, gặp lại "nàng" vì thiếu uý Bích Nga đã về phục vụ Quân Đoàn IV trước tôi hơn bốn tháng với chức mới còn le lói hơn ở Sư đoàn, là Trưởng Phòng Xã Hội Quân Đoàn IV và Vùng IV Chiến Thuật. Nay tôi gặp lại, chào hỏi làm quen cũng vui có dịp chuyện trò tìm hiểu nhau.

Cái duyên tiền định khác, Thiếu uý Bích Nga cũng các cô nữ trợ tá đàn em cùng ở chung hai phòng bìa ngoài cư xá sĩ quan độc thân.

Về Cần Thơ, tôi thay công tác phát thanh Tiếng Nói Vùng IV Chiến Thuật trên làn sóng của đài Phát Thanh Ba Xuyên do Thiếu uý nhà văn nhà thơ nổi tiếng trong Quân Đội Nguyễn Triệu Nam phụ trách. Nay, anh Nam được thuyên chuyển về Đài Phát Quân Đội ở Sài Gòn. Tôi lại có cái duyên tiền định nữa, phòng của anh Nguyễn Triệu Nam và anh Nguyễn Văn Lộc ở chung phòng mà anh Lộc là bạn cùng Khoá 13 Thủ Đức với tôi, phòng này cùng liền vách, một bức tường ngăn cách.

Chính anh Lộc giới thiệu tôi về thay thiếu uý Nam với hai Trưởng Phòng V là Đại uý Nguyễn Đạt Thịnh và Đại uý Thịnh đổi về Sài Gòn, Đại Uý Võ Văn Chánh (nhà thơ và nhạc sĩ Minh Chánh), Phó phòng lên thay đại uý Thịnh. Căn phòng chúng tôi ở lại cùng vách với phòng Thiếu Uý Nga "người mà mình để ý, lại ở cùng vách" mới thật là duyên kỳ ngộ. Vì vậy, Ba Mẹ từ Châu Đốc có đi Cần Thơ thăm tôi có thể "coi mắt nàng dâu tương lai" dễ dàng. Chính Mẹ là người se duyên, khuyến khích muốn tôi cưới Bích Nga vì tôi đã 29 tuổi rồi, Mẹ muốn có cháu nội, bà sẽ ở với gia đình tôi.

Thật là tôi với cô Bích Nga quả có duyên dù Bạc Liêu cách xa Cà Mau, Sài Gòn cách xa Châu Đốc tạm gọi là thiên lý mà lại tương ngộ thành nghĩa vợ chồng. Còn cô nữ sinh ở Bạc Liêu chăm sóc tôi bị bông gân chân cả tuần, gần gũi ở chung nhà với cô. Thay vì tôi cưới cô ta mới phải vì cô còn quá trẻ mà lại đẹp. Nhưng, cái duyên tiền định không có nên phải nghậm ngùi thốt lên rằng: "Vô duyên đối diện bất tương phùng"

Câu nói của người xưa rất đúng với trường hợp của tôi lấy vợ:

Hữu duyên thiên lý năng tương ngộ

Vô duyên đối diện bất tường phùng

Nghĩa là:

Có duyên ngàn dặm xa còn gặp,

Không duyên gần mặt vẫn cách lòng

CHƯƠNG NĂM

(210 - 240)

CHUYỆN TÙ CẢI TẠO KHÓ QUÊN

NHỮNG NGÀY ĐẦU VÀO TÙ - TRƯỜNG TRUNG HỌC PÉTRUS KÝ

THÀNH ÔNG NĂM HÓC MÔN - LIÊN ĐOÀN V CÔNG BINH KIẾN TẠO

TRẠI SUỐI MÁU BIÊN HOÀ - TRẠI GIAM TÙ PHIẾN CỘNG QUÂN KHU III

CHUYỂN TÙ CẢI TẠO BẰNG ĐƯỜNG THUỶ

CHUYẾN TÀU HOẢ ĐỊNH MỆNH

TRẠI TÙ CÔNG AN ĐẦU TIÊN HỒNG CA - YÊN BÁI

LIÊN TRẠI TÙ TÂN LẬP - VĨNH PHÚ NGHIỆT NGÃ KHÓ QUÊN

TRẠI TÙ CUỐI CÙNG TRÊN QUÊ HƯƠNG MIỀN NAM VIỆT NAM-Z30D (HÀM TÂN)

CHUYỆN TÙ CẢI TẠO KHÓ QUÊN

Bốn mươi chín năm đối với đời người quả thật dài (1975 - 2024). Theo lẽ, những vui buồn của ngày tháng cũ trong ký ức theo thời gian phải bị xóa nhòa, nhưng, đối với những người chiến sĩ Quân Lực Việt Nam Cộng Hòa bị gác súng tức tưởi mà kẻ thù chụp cho cái mũ có nhiều "nợ máu với nhân dân và cách mạng", chúng trả thù và hành hạ thật ác độc, đê hèn, làm sao quên được?

Tháng 6 năm 1975, Ban Quân Quản Sài Gòn ra lệnh gom hết những người gọi là có nhiều nợ máu vào đợt "học tập cải tạo" đầu tiên, sĩ quan cao cấp từ tá đến tướng. Bên chính quyền với những vị công cử, công chức đầu não cùng với các vị dân cử trong Quốc Hội, Hội Đồng Tỉnh; các giới chức lãnh đạo các đảng phái chính trị và các tu sĩ có thành tích chống cộng...Sau đó chúng lùa hết quân cán chính VNCH vào rọ. Trại tù cải tạo được thiết lập trên khắp lãnh thổ từ miền cuối Việt Cà Mau đến tận vùng cực bắc Lào Cai, Sơn La..., và cả nước là một nhà tù khổng lồ. Đây quả là một giai đọan lịch sử bi thảm nhất trong hơn bốn ngàn năm văn hiến của dân tộc Việt Nam.

Chuyện Tù Cải Tạo Nhiều Người Muốn Biết mà tôi đang viết sẽ dự định phát hành, nhằm phơi bày và vạch trần tội ác của chế độ cộng sản Việt Nam đối với quân dân cán chính Việt Nam Cộng Hòa bị "ngã ngựa" kể từ ngày 30.4.1975.

Dưới đây, tóm lược bối cảnh các trại tù mà bản thân tôi đã từng trải qua: Thành Ông Năm (Hóc Môn), Suối Máu (Biên Hòa), Sơn La (Bắc Việt), Hồng Ca - Yên Bái (Bắc Việt), Tân Lập - Vĩnh Phú (các trại gọi là K - 2 - 1 - 4 - 3 - Bắc Việt), Z30D - Hàm Tân (Bình Tuy - Rừng Lá - Miền Nam VN)).

Nhân Ngày Tù Nhân Chính Trị Việt Nam tổ chức ở Dallas – Texas từ 3 đến 5 tháng 10 năm 2008. Cá nhân tôi và trên

4000 người ở khắp nơi Hoa Kỳ & Canada hội tụ về đây cùng tham dự 3 ngày đại hội do Hội Gia Đình Cựu Tù Nhân Chính Trị của bà Khúc Minh Thơ tổ chức. Đây là đại hội cựu tù nhân quy tụ đông đảo nhất cựu tù VC ở hải ngoại, đánh dấu sự thành công to lớn dù có người hô hào chống đối tẩy chay.

Nhân tháng tư đen năm 2014, 39 năm sau (nay 49 năm) ngày mất nước VNCH, chúng ta hay ôn cố tri tân.

Xin mời quý độc giả đọc và suy gẫm, thế hệ chúng tôi phải làm gì để quên quá khứ bi thảm nhất trong cuộc đời của mình...?

Tôi cũng xin phép mượn những hình ảnh các cảnh trại tù cải tạo, lấy trên Net, minh họa cho tập sách thêm sống động.

NHỮNG NGÀY ĐẦU VÀO TÙ
TRƯỜNG TRUNG HỌC PÉTRUS TRƯƠNG VĨNH KÝ

Theo thông báo của kẻ cưỡng chiếm miền Nam từ ngày 30.4.75, theo lời cộng sản nói, những thành phần "có nhiều nợ máu" phải trình diện ba ngày 13, 14, 15 tháng 6 năm 1975 (tôi có thể nhớ sai ngày dương lịch), nhưng, chắc chắn là trong 3 ngày trình diện đó có ngày mồng 5 tháng 5 âm lịch năm Ất Mão, vợ chồng chúng tôi trình diện vào buổi chiều ngày này. Cư ngụ ở quận 8 nên chúng tôi trình diện một lúc với các anh em khác cùng cấp bậc Thiếu tá ở các quận 6, 7 (hình như có thêm quận 9 mới thành lập không lâu ở bên kia sông Sài Gòn - Thủ Thiêm) tại trường Trung học Pétrus Trương Vĩnh Ký ở đại lộ Cộng Hòa (sau này, VC gọi trường là Lê Hồng Phong). Còn những qúy vị khác tùy theo cấp chức trình diện ở các địa điểm khác, hầu hết là các trường học. Thông cáo của kẻ cưỡng chiếm miền Nam nói rõ là chúng tôi phải mang theo tư trang (đồ dùng cá nhân) và đóng đủ tiền ăn 1 tháng, khoảng trên 13 ngàn mấy trăm (bằng 1/3 lương của một Thiếu tá. Sau đó, trình diện đi tù đợt 2: sĩ quan từ Đại úy trở xuống đóng tiền ăn 10 ngày…).

Sĩ quan cấp Thiếu tá trình diện ở trường Trung học Pétrus Ký ít hơn các nơi khác, trên dưới 100 người, vì các quận 6,7,8… nằm ở ven đô - Thủ Đô Sài Gòn. Người nữ quân nhân duy nhất tại điểm tập trung này, Thiếu tá Trần Thị Bích

Nga, Chỉ Huy Trưởng Trường Xã Hội Quân Đội (trường nằm trong Trại Lê Văn Duyệt của Biệt Khu Thủ Đô). Thật đúng là hoa lạc giữa rừng gươm tua tủa của hai phía ta và địch.

Ngày đầu tiên trình diện, chúng tôi được "cách mạng" cho thưởng thức cách trị bệnh thần sầu quỷ khốc, nằm dài trên ghế học trò, được nhỏ nước tỏi tươi nồng nặc vào hai lỗ mũi. Hai ngày sau, trước khi có "lệnh hành quân" chuyển đến trại tù chính, chúng tôi được nhà hàng sang trọng Ngọc Lan Đình ở Chợ Lớn đưa bàn ghế tới, cứ 10 người một bàn như dự "đại tiệc", có đến 7 - 8 món ăn mà chúng ta thường gặp trong các tiệc cưới…

Khi nhân viên nhà hàng thân quen Ngọc Lan Đình đến "thết đải", tự dưng tôi chảy nước mắt. Vì tháng 2 năm 1962, khi tôi được các giáo sư và nhà trường Phước Kiến (266 Đại lộ Khổng Tử, sau đổi tên là trường Phước Đức.Vụ Tết Mậu Thân, trực thăng xạ kích lầm nơi này làm chết và bị thương nhiều sĩ quan cấp tá) tổ chức một bữa tiệc linh đình để tiễn đưa tôi nhập ngũ khoá 13 Thủ Đức tại nhà hàng Ngọc Lan Đình. Lúc bấy giờ tôi là Giám học "Việt Ngữ" và có vị Giám học người Hoa "bao sân" trường trung học này, kể cả học sinh trung tiểu học có trên dưới 4,000 em, học 2 thứ tiếng Việt và Hoa. Tôi làm Giám học đặc trách về các môn học

Việt ngữ, Tiến sĩ Tăng Kim Đông làm Hiệu trưởng, sau TS Đông làm Tổng Trưởng Giáo dục thời Thủ Tướng Nguyễn Văn Lộc.

Tôi được Tiến Sĩ Tăng Kim Đông mời phát biểu lời từ giã, sau vài lời cám ơn giáo sư và nhà trường, tôi sực nhớ đến bốn câu thơ xưa của Tàu và lên giọng to:

Bồ đào mỹ tửu dạ quang bôi

Dục ẩm tỳ bà mã thượng thôi

Tuý ngọa sa trường quân mạc vấn

Cổ lai chinh chiến kỷ nhơn hồi.

Tự nhiên tôi chảy nước mắt và khi đó có một giáo sư người Hoa rất qúy mến tôi, anh cảm kích đọc lại bài thơ này bằng tiếng Hoa (Quan Thoại), cả thực khách đến mấy trăm người dự tiệc như lắng đọng, cảm kích chia xẻ với tôi "cổ lai chinh chiến kỷ nhơn hồi". Đó cũng là dấu ấn khó quên trong đời đi dạy học của tôi từ tiểu học đến trung học.

(H: Trường Trung Học Pétrus Trương Vĩnh Ký)

Sau gần 13 năm đi lính, nay cũng chính nhà hàng Ngọc Lan Đình đãi tiễn chúng tôi vào một ngày mai mờ mịt...nên tôi xúc động thật sự. Bài thơ tứ tuyệt ấy lại đến với tôi và câu cuối cổ lai chinh chiến kỷ nhơn hồi, 13 năm trước cho đến trước ngày vào tù, tôi vẫn sống và thăng quan tiến chức. Tôi như thầy bói suy luận, biết đâu câu thơ này sẽ vận vào cuộc đời ở tù của tôi từ đây...

Trình diện "học tập cải tạo", một danh xưng bịp của bọn cộng sản Bắc Việt mà chúng tôi tự ý đưa thân nạp mạng cho loài quỷ dữ, đúng ngày Tết Đoan Ngọ, mồng 5 tháng 5 năm Ất Mão (1975).

Hai vợ chồng cùng đi trên một chiếc xe đạp, người tài xế trung thành của bà xã tôi, từ Hóc Môn đạp xe xuống để tiễn đưa. Khi chúng tôi mang ba lô vào cổng trường Pétrus Ký, chú Nhuận tên người tài xế thân thương trung thành đó, một tay lái xe, một tay cố kềm đưa chiếc xe đạp thứ hai về nhà. Chúng tôi ở khu lao động, dốc cầu Chữ Y, đường Hưng Phú - đường đi đến lò heo Chánh Hưng. Bốn đứa con nhỏ của chúng tôi, từ 3 đến 9 tuổi, được cha mẹ chúng để lại chiếc xe đạp và một chiếc xe gắn máy Honda làm phương tiện và là một tài sản sau cuộc đổi đời này mà trước đó khi đi làm việc chúng tôi có xe jeep riêng và một chiếc xe du lịch nhỏ.

Viết đến đây, ký ức của tôi bỗng nhiên như thấy cảnh tượng hoang mang, lo sợ, giao động của hơn 49 năm trước như hiện rõ.

Khi Thủ Đô Sài Gòn thất thủ ngày 30 tháng 4 năm 1975, Tổng Thống Dương Văn Minh tuyên bố đầu hàng vô điều kiện, thời mạt vận của chánh thể VNCH đã ập đến nhanh quá. Nỗi nhục nhã ê chề của những người lính từng cầm súng chống quân xâm lược cộng sản Bắc Việt, nay đến thời điểm lâm vào cảnh cá chậu chim lồng.

Tất cả chiến sĩ anh hùng của QLVNCH phải buông súng và sống trong cảnh phập phồng. Chúng tôi chờ đợi kẻ thù công bố chính sách đối xử với tù hàng binh mà CSBV rêu rao ra rả hàng ngày trên các hệ thống truyền thông suốt hai tháng 5 và 6.1975. Sự phập phồng, lo âu như cảnh tượng quân Khơ Me đỏ sau những ngày tiến chiếm Thủ Đô Pnom Penh (Nam Vang) nhốt và giết sạch kẻ thù của chúng. Ý nghĩ này đã xâm nhập vào tâm tư tình cảm của mọi người, một tương lai mờ mịt u buồn, thê lương tràn ngập trong suy nghĩ của từng người từng gia đình mà gia đình chúng tôi cả hai vợ chồng đều là lính, bốn đứa con nhỏ dại sẽ nương tựa vào đâu để sống?

THÀNH ÔNG NĂM-HÓC MÔN

LIÊN ĐOÀN 5 CÔNG BINH KIẾN TẠO

Một trăm thiếu tá trình diện ở trường Pétrus Ký, khi chuyển đến thành Ông Năm ở Hóc Môn (bản doanh của Liên Đoàn 5 Công Binh Kiến Tạo) được chia thành 2 đội 34 và 35. Tôi ở đội 34, đội 35 có sáu hay bảy Y sĩ Thiếu tá.

Nữ Thiếu tá Bích Nga nhập cùng với quý chị cấp tá khác và nữ sĩ quan cảnh sát ở khu giam riêng, cách đội 34, 35 chỉ một con đường và gần sát hàng rào kẽm gai. Hàng ngày, vợ chồng chúng tôi có thể trông thấy nhau dùng ánh mắt chia xẻ sự lo âu sâu xa về tương lai của bốn đứa con nhỏ dại…

Những ngày đầu, nhiều chuyện quan trọng đã xảy ra tại lán của hai đội 34 và 35 ở trại tù Thành Ông Năm – Hóc Môn. Chuyện khó tin, nhưng có thật, một tên cán bộ y tá, mặt rỗ khá rõ đến lán đội 34 và 35, tập hợp các ông thiếu tá bác sĩ Quân Y, dẫn ra khỏi lán bảo đứng nghiêm, các ông là bậc thầy của thầy bọn chúng, nghe tên cán ngố này giảng về vệ sinh phòng bệnh… Hắn dẫn các ông bác sĩ tội nghiệp của chúng ta phải đi xem "thanh sát" các đường mương, nhà cầu, cách làm sạch các chỗ này. Chưa hết cán ngố còn chỉ bảo cách chữa bệnh nữa cơ làm cho các ông bác sĩ phe ta cứ ngẫng mặt mà nhìn chịu trận, nín thở qua sông. Về lán, anh bác sĩ Tôn Thất Thận (lớn tuổi nhất trong các ông BS) nằm gần tôi, kể lại cho chúng tôi nghe mà cùng nhau cười khúc khích.

Chuyện mà tôi cũng khó quên, anh Hoàng Xuân Định (hiện ở San Jose), Thiếu tá Quân Cụ, anh em thúc bá với Trung tướng Hoàng Xuân Lãm, nguyên Tư Lệnh QĐ1 & QK1, đứng ra nhận lãnh chức Trưởng Ban Văn Nghệ của trại tù Thành Ông Năm (Liên Đoàn 5 Công Binh Kiến Tạo do Đại tá Dương Công Liêm làm Liên Đoàn Trưởng). Không biết ai giới thiệu với anh Định, chọn tôi vào ban văn nghệ, xung vào thành phần đóng kịch vì hát xướng, giọng vịt đực của tôi bù trất. Sở dĩ, tôi chấp nhận sự chọn lựa này vì hoàn cảnh bi đát của tôi, vợ chồng đều bị đi tù, ở gần nhau mà chẳng nói được lời nào với nhau. Tôi luôn bị ám ảnh tình cảnh bốn đứa con nhỏ dại làm sao mà sống với bà mẹ vợ già cả và thường bị nhiều thứ bệnh. Hơn nữa, trước khi đi tù, có tin, nhà đang ở của gia đình sẽ có một tiểu đội bộ đội cộng sản Bắc Việt "xin" được đến "cùng ở" đúng với phương châm tam cùng (cùng ăn cùng ở cùng làm), nhưng nay còn có một cùng - nhứt cùng, đóng chốt. Mẹ vợ của tôi không dám từ chối, các con chúng tôi sẽ chịu cảnh ở chật chội, mất tự do. Vì vậy, trong tù tôi cần phải làm cái gì để tạm quên sự lo âu dằn vặt đang ăn sâu vào tâm trí, tôi vào đội văn nghệ để giết thì giờ là lý do đó.

Suýt chút nữa, ban văn nghệ của anh Hoàng Xuân Định được cách mạng "chiếu cố" cho vào cùm. Với vỡ hài kịch mà anh Định viết nói về những ngô nghê, ngu dốt của đám khỉ từ rừng mới về Sài Gòn hoa lệ làm cuộc đổi đời, dân chúng từ sung túc xuống bần cùng. Dù anh Định viết rất khéo, nhưng đến buổi phúc khảo, có người trong phe ta làm ăng-ten lập công (nghe anh em kể lại) phân tích tỉ mỉ cái ý nghĩa của vỡ hài kịch "trình" với cán bộ "răng đen mã tấu" ngu dốt "đì" chúng tôi. Nhưng, lúc đó cán bộ cộng sản (bộ đội) còn "nới tay" vì mới chiếm Sài Gòn, lòng dân còn nhiều hoang mang và người "tù cải tạo" vừa đóng tiền nhập trại tù chưa lâu nên toán văn nghệ chúng tôi thoát hiểm trong đường tơ kẽ tóc chỉ bị cảnh cáo dằn mặt và đuổi về đội.

(H: Tù trốn trại bị vướng dây kẽm gai - Hình minh hoạ)

Chính đội 35 "nổi tiếng" vì có hai chiến sĩ can đảm anh hùng nhất của chúng ta lúc bấy giờ. Ai bị nhốt ở Thành Ông Năm thời điểm đó đều nghe danh hai Thiếu tá của Quân Lực Việt Nam Cộng Hòa là anh Quách Hồng Quang, cư ngụ ở vùng cầu Nhị Thiên Đường, Tiểu Đoàn Trưởng Biệt Động Quân TĐ 42, có tên là Cọp Ba Đầu Rằn. Hai tiểu đoàn (+ tiểu đoàn 44 BĐQ) vang danh anh dũng của vùng đồng bằng sông Cửu Long-Vùng IV Chiến Thuật, cộng quân khiếp sợ. Người thứ hai là Thiếu tá Phạm Hữu Thịnh, đơn vi cuối thuộc Ban Liên Hợp 4 Bên ở Sài Gòn, anh gốc là An Ninh Quân Đội, cư ngụ ở Dạ Nam Cầu Chữ Y. Cả hai chiến sĩ anh hùng của chúng ta đã can đảm "trốn trại" đầu tiên tại Thành Ông Năm, tìm đường vượt thoát khỏi cảnh tù đày nhục nhã vào một đêm có gần nửa vành trăng trên bầu trời.

Đây có thể nói là vụ trốn trại đầu tiên tại các trại tù ở Sài Gỏn nhốt cấp Tá cấp Tướng khi cộng sản Bắc Việt lùa quân cán chính Việt Nam Cộng Hòa vào rọ tù của chúng, có thể nói là vô tiền khoáng hậu mà tôi chứng kiến.

Tôi chơi rất thân với hai anh Quang, Thịnh, vốn tôi quen biết anh Quang từ miền Tây, lúc ấy tôi là sĩ quan báo chí của

Quân Đoàn IV từng theo ông Tướng Tư Lệnh QĐ4 đến thăm viếng đơn vị khi anh Quang còn là Trung đội trưởng của một tiểu đoàn Biệt Động Quân đang hành quân ở vùng Chương Thiện, thuộc Khu 42 Chiến Thuật.

Anh Phạm Hữu Thịnh ở phía bên kia cầu Chữ Y, gia đình tôi ở phía bên này cầu Chữ Y, cả hai anh Quang, Thịnh đều nhỏ hơn tôi 5-6 tuổi và tốt nghiệp trường Sĩ Quan Thủ Đức sau tôi nhiều khóa. Hai anh Thiếu tá trẻ này xem tôi là niên trưởng, năm 1975, tôi đã qua tuổi 40.

Trước khi thực hiện chuyện làm phi thường, liều lĩnh, anh Quang bị đau liên tiếp nhiều ngày, tôi có tặng nhiều viên thuốc cảm và trị sốt rét mà anh Quang cần. Còn anh Thịnh, hàng ngày mải mê tập thể dục, anh Thịnh còn tự chế một cái tạ để tập, hai tay của anh cơ bắp nổi lên cuồn cuộn. Một lần, tôi hỏi, trong tù anh tập tạ làm chi, anh Thịnh nói tôi tập tạ nhằm luyện cho thật khỏe hai tay để có ngày sử dụng. Ngày ấy là ngày N, giờ G, giờ định mạng của cả hai anh Quang và Thịnh?

Khoảng từ 12 giờ khuya đến 2 giờ sáng của một đêm có mưa lất phất, trên nền trời và cảnh vật, ánh trăng sáng lờ mờ, hai anh Thịnh và Quang đi ra hướng cầu tiêu ở gần hàng rào kẽm gai, chọn thời điểm thích hợp này thực hiện cuộc vượt thoát. Nhiều tiếng súng nổ vang trong đêm khuya vắng lặng và tiếng kẻng báo động vang dội khắp nơi xa gần, đánh thức mọi người. Tôi choàng ngồi dậy bước ra cửa coi xem có chuyện gì xảy ra, lính tráng đơn vị canh gác trại tù này, rầm rập chạy với súng cầm tay la hét om sòm, bảo phải tắt đèn và mọi người ở trong lán không được đi ra ngoài…

Sáng hôm sau, cán bộ quản giáo cho biết có hai anh trốn trại thuộc đội 35, một anh bị bắn chết tại vòng rào trại, một anh bị thương và bị bắt đang nằm ở y xá.

Trong những ngày kế tiếp, chuyện trốn trại của hai anh Quang, Thịnh đã được biết sáng rõ thêm.

Khi quản giáo hỏi đội 34 và 35 có anh nào đem thức ăn cho anh Thịnh đang bị thương, không ai lên tiếng. Tôi tình nguyện mang thức ăn chánh thức của trại đến tiếp tế cho anh Phạm Hữu Thịnh.

Sau khi mỗ lấy viên đạn còn ghim trong người ra, nay hồi tĩnh, anh Thịnh lại bị nhốt trong một connex, để gần chòi gác, vô cùng bi thảm, ngày thì nóng như thiêu như đốt, đêm khuya lạnh lẽo đến tận xương tủy. Mỗi lần đưa thức ăn đến anh Thịnh, trong đầu, tôi xếp sẵn những câu hỏi, phải thật nhanh và ngắn gọn vì lính gác trên chòi canh lúc nào cũng nhìn theo dõi tôi khi mang thức ăn đến connex. Nhờ vậy, tôi biết được khá nhiều về gia cảnh Thịnh, anh còn bà mẹ già, vợ anh gốc người Hoa. Anh Thịnh còn cho biết sở dĩ anh bị bắn trọng thương vì anh quay lại cứu bạn mình, anh Quang, quần áo đang bị vướng dây kẽm gai mà anh gỡ ra còn nhùng nhằng. Lính gác trên chòi canh phát hiện bắn anh Quang nhiều phát đạn, anh bị thương và nằm dán chặt vào hàng rào. Trong khi anh Thịnh đã chạy đến cây mít (chúng tôi thường thấy các chị ở Sài Gòn lên kiếm thăm chồng? đứng lấp ló ở khu cây mít này), cách hàng rào trại gần chừng trăm mét. Không còn cách nào khác, anh Thịnh chạy nhanh trở lại tiếp cứu anh Quang, vừa tới hàng rào dây kẽm gai, anh Thịnh nghe tiếng súng nổ liên hồi, đạn rơi quanh, anh vội quay lưng chạy về hướng cây mít như ban nảy, và một viên đạn cấm vào lưng anh, té quỵ. Theo lời anh Thịnh kể vắn tắt, anh Quang chỉ bị thương còn sống và cái áo của anh còn dính với móc kẽm gai, đám cán độ trại đến nả bồi thêm vài tràng đạn nữa, kết liễu đời oanh liệt của một chiến sĩ Biệt Động Quân ưu tú can trường của Quân Lực Việt Nam Cộng Hòa, Quách Hồng Quang, lúc nào hai chữ sát cộng cũng đến với binh chủng anh dũng này.

Nếu gia đình chị Thịnh may mắn được sang định cư ở Hoa Kỳ, xin liên lạc, tôi kể lại những ngày cuối cùng của anh Thịnh từ Thành Ông Năm ở Hóc Môn cho đến trước một ngày anh Thịnh bị xử bắn tại trại tù Suối Máu - Biên Hòa mà tôi “làm gan” trò chuyện với anh đang ngồi hớt tóc. Anh Thịnh linh cảm sẽ khó sống vì đám cán bộ chấp cung thường tỏ vẽ muốn giết anh để dằn mặt đám tù còn lại. Anh Thịnh còn nhấn mạnh với tôi, CSBV tàn ác lắm, chúng muốn giết anh, khi mỗ lấy đạn không có thuốc tê, thuốc mê gì cả. Anh đau đớn quá chết ngất không còn biết gì nữa, chúng muốn làm gì thì làm, may mà anh còn sống đến ngày bị xử bắn.

Thành Ông Năm ở quận Hóc Môn, trại tù đầu tiên đã nhốt chúng tôi, nhưng trại này chỉ là trại trung chuyển, sau mấy tháng chúng tuyển lựa khoảng trên một ngàn bò tứ, bò ngũ (thiếu tá, trung tá) về trại Suối Máu. Đây là doanh trại của Trung tâm giam giữ tù phiến cộng của Quân Khu III để trao trả với phía bên kia.

Cũng chính trại tù Thành Ông Năm, sau ngày ra tù, một bác sĩ Quân Y/QLVNCH, Y sĩ Thiếu tá Trần Đông A, đã làm cho nhà cầm quyền cộng sản khiếp phục vì tài mổ một cặp song sinh dính lại mà nhiều nước, lúc bây giờ, thập niên 80 không dám mỗ tách ra. BS Trần Đông A nhờ đào tạo dưới mái trường của chánh thể VNCH đã tiến hành ca mỗ thành công và sau này BS Trần Đông A vẫn là một trong những bác sĩ giỏi và nổi tiếng nhất của Việt Nam.

TRẠI TÙ SUỐI MÁU - BIÊN HOÀ

TRẠI GIAM TÙ PHIẾN CỘNG QUÂN KHU 3

Từ Thành Ông Năm ở Hóc Môn chuyển về Suối Máu, con đường dài 40 -50 cây số, với đoàn xe quân sự có hộ tống nghiêm chỉnh, theo lẽ di chuyển một tiếng hay tối đa 2 tiếng đồng hồ là đến nơi rồi. Đàng này, chúng tôi phải “khẩn trương” tập hợp hành quân từ 6-7 giờ tối mãi đến hơn 7 giờ sáng hôm sau mới trại Suối Máu – Biên Hòa, mất 12 tiếng đồng hồ. Mỗi lần di chuyển là mỗi lần chúng tôi bị "bầm vập" thể xác và tinh thần. Chúng dồn nén đám tù này như con vật, một chiếc xe tải Molotova (nhỏ hơn xe GMC của QLVNCH) nhét cả một đội 50 người cùng với đồ đoàng lỉnh kỉnh, chen chúc ngồi bó rọ, dẫm lên chân nhau. Các xe đều bỏ bạt phủ kín, không đủ không khí để thở, chỉ một cái đánh rắm của một anh nào đó kể như mọi người lãnh đủ cái mùi khó chịu không ai thích.

Lần chuyển trại đầu tiên, từ trường Trung học Pétrus Ký chuyển đến Thành Ông Năm ở Hóc Môn, chúng tôi đã lãnh đủ cái cơ cực khổ sở của cái vụ chuyển trại bi thảm này. Được lệnh hành quân khẩn trương, từ 9 giờ tối đã có tiếng tu-hít (còi) thổi gọi tập họp mọi người. Từ trường Pétrus Ký đến Liên Đoàn 5 Công Binh Kiến Tạo, chưa được một chục cây số. Cái dễ sợ nhất là mỗi đội chúng tôi bị nhốt trong một chiếc xe bít bùng, tiểu tiện phải đi trong quần vì từ 9 giờ tối đã lên xe, hành quân kiểu gì không biết của đám khỉ học làm người, mãi đến 6 giờ sáng mới tới Thành Ông Năm ở Hóc Môn.

Tại Suối Máu, tôi tưởng là đã "bỏ mạng sa trường" vì cái bệnh kiết lỵ.

Xin nhắc lại, tôi từ giã ông Yamoto "đi cải tạo", khoảng giữa tháng 5.1975, ông là Trưởng văn phòng nhật báo Asahi (Asahi Shimbun) tại Sài Gòn, một tờ báo lớn của người Nhật, có số phát hành các ấn bản sáng chiều và ngoài chữ Nhật còn có ấn bản chữ Anh, cộng chung trên dưới 10 triệu số mỗi ngày. Tôi đã cộng tác với ông Yamoto trên 3 năm. Qua tài liệu, ông đã hiểu hơn tôi về chế độ "tù cải tạo" của cộng sản, ông biếu tôi vài trăm đô và đặc biệt tặng hai "túi cứu thương" để tôi dấn thân vào cõi chết mà ông chỉ nói úp mở.

Lúc thời chiến cực kỳ khốc liệt, mỗi ký giả ngoại quốc ở Sài Gòn, gọi là ký giả chiến trường, đều kè kè bên mình một túi cứu thương, gồm đủ các thứ thuốc, trong đó có nhiều thuốc trị bệnh sốt rét, kiết lỵ, tiêu chảy, trụ sinh, băng cá nhân…May mắn cho tôi, ông Yamoto và người phụ tá của ông có hai túi cứu thương, ông tặng hết, rất nhiều thuốc quý.

Nhờ có nhiều thuốc nên ở trong trại tù, nhiều bác sĩ phe ta khám bệnh cho anh em, biết tôi có thuốc tốt, phụ nhĩ với bệnh nhân, đến tìm anh Ngà xin thuốc, tôi trở thành dược sĩ bất đắc dĩ mà chẳng cần học trường Dược ngày nào.

Khi tôi bị bệnh kiết lỵ ngặt nghèo, từ cầu lê lết về đến lán, tôi bước lên thềm không nổi phải bò mới vào được chỗ nằm và vận dụng hết sức lực còn lại mở túi balô lấy thuốc trụ sinh và thuốc trị kiết lỵ uống 2 lần từ tối đến khuya, tôi không đi cầu nữa, và cũng hết bịnh.

Tại trại Suối Máu, tôi gặp anh Phạm Đăng Có, Thiếu tá Quân Cảnh, Chỉ huy trưởng trại giam tù phiến cộng này. Anh Có là em ruột của Đại tá Phạm Đăng Tấn (đã từ trần cách nay chừng 8 năm ở Virginia, vợ chồng tôi có đến phúng viếng, tiễn đưa). Đại tá Tấn, nguyên là Tham Mưu Trưởng QĐ4 & V4CT thời Trung Tướng Đặng Văn Quang làm Tư Lệnh, đó là hai ông sếp lớn của tôi. Người anh kế của anh Có là Trung tá An Ninh Quân Đội Phạm Đăng Năng, có vợ là bạn học với tôi ở Châu Đốc (anh Năng sống ở VN). Anh Có rù rì với tôi, tụi VC này ác quá, hồi tôi làm sếp ở đây, đám cán binh của chúng được nằm giường sắt hai tầng đàng hoàng, nay chúng cho bọn mình ăn chay nằm đất.

Tại trại Suối Máu, trước ngày lên đường đi ra miền Bắc "xã hội chủ nghĩa" chúng tôi gồm bò tứ và bò ngũ (Thiếu tá, Trung tá), được học tập chính sách "khoan hồng nhân đạo" 12 điểm của cái gọi là Mặt Trận Giải Phóng Miền Nam để thông suốt mà "hồ hởi phấn khởi" ra miền Bắc nghèo đói mạt rệp học tập cải tạo.

Cũng chính lúc này, trước khi chuyển trại ra Bắc, một tòa án quân sự của quân khu 7 VC được thiết đặt, gần cổng ra vào trại. Cán bộ trại bắt loa gọi anh em "trại viên" lắng nghe theo dõi buổi xử án hai người trốn trại, có trực tiếp truyền thanh. Mỗi đội phải cắt cử 2 người (thường là đội trưởng và đội phó) đi tham dự phiên xử anh Phạm Hữu Thịnh và một anh Thiếu tá nữa là Nguyễn Văn Đương thuộc ngành Tình Báo Quân Đội - Trưởng Phòng Nhì Tiểu Khu Định Tường (tôi vừa mới biết tên anh Thiếu tá này do một chiến hữu ở Úc Châu gọi điện thoại cho biết) cũng trốn trại tại Suối Máu. Anh này trốn được ra khỏi trại Suối Máu, đi xe đò bị chặn bắt ở một chốt kiểm soát nào đó, chưa về tới Sài Gòn. Chúng tôi đang ngồi nghe ngóng, phiên xử khai mạc, nghe rất rõ, khi gọi tên anh Thiếu tá Đương ra xử. Sau khi luận tội và kêu án tử hình, vẫn trong tư thế bị còng 2 tay, anh chiến sĩ anh hùng của chúng ta hô lớn đả đảo cộng sản trước tòa, anh vừa mới nói đả đảo tiếp theo chắc là đả đảo hồ chí minh. Hai tên bộ đội dùng tay bịt miệng và sau đó anh bị nhét giẻ vào miệng, kéo sền sệt ra khỏi phòng. Chừng 2 phút sau nghe tiếng súng AK nổ một loạt mà anh em có tham dự chứng kiến từ đầu.

Trong lúc đó, bất ngờ, dù còn nắng trời đổ mưa như sụt sùi khóc cho một chiến sĩ anh hùng của QLVNCH bị giết dã man trước họng súng của quân xâm lược. Được biết, đám cán binh VC không lôi anh chiến sĩ anh hùng này đến pháp trường cát đã thiết đặt trước mà chúng bắn anh khi ra khỏi nơi xét xử trước một ụ đất. Buổi chiều, bọn xét xử, rút kinh nghiệm buổi sáng, khi chúng luận tội, anh Phạm Hữu Thịnh bị nhét giẽ đầy miệng không cho nói lời nào và đưa đến pháp trường cát kết liễu đời anh, tội nghiệp anh Thịnh bị hành hạ đày đọa mấy tháng trong connex, thân hình tiều tuỵ, da bọc xương tái méc, nhưng sắc mặt anh vẫn bình thản, lạnh lùng và vui vẻ, không sợ chết, khi tôi hỏi chuyện trong khi anh đang hớt tóc trong cùng trại giam với chúng tôi.

Cộng quân đã đem xử bắn hai anh bạn tù kiệt xuất của chúng ta để dằn mặt đám tù còn lại, trốn trại bắt được là bị xử bắn, không có khoan hồng nhân đạo gì ráo trọi.

CHUYỂN TÙ CẢI TẠO BẰNG TÀU THỦY RA BẮC

Qua 2 lần chuyển trại trước đây, nay lại chuyển trại lần nữa vào đêm 10 tháng 6 năm 1976, nghĩa là sau 1 năm chúng tôi nằm tù cộng sản ở miền

Nam. Nay lại ra miền Bắc xã hội chủ nghĩa nghèo khổ mạt rệp, cũng tập họp từ 7 giờ tối, bị kiểm tra "tư trang", chúng tịch thu vô số đồ dùng cũng như thuốc men chửa bịnh của anh em chúng tôi. Khoảng 10 giờ tối, chúng tôi được dồn lên xe chật ních cũng như 2 lần chuyển trại trước, mãi đến 6 giờ sáng mới bị dẫn xuống tàu nhỏ, cũ kỹ bẩn thỉu, loại tàu chở vật dụng và heo, trâu, bò…đậu tại tân cảng Sài Gòn, gần cầu Sài Gòn, xa lộ Sài Gòn – Biên Hòa.

Mỗi chiếc tàu loại nhỏ đó chỉ chở 5-7 chục người là vừa, đàng này chúng dồn hình như xấp xỉ ba trăm người vì chúng tôi chỉ nhìn thấy đầu đen và người nào người nấy, ở trần trùn trục, mặc vỏn vẹn chiếc quần đùi mà ngồi chen chúc chịu trận vì không có đủ chỗ nằm. Tôi mạo hiểm lấy ra một cái võng tự chế khi còn ở Hóc Môn, leo lên thành tàu cao hơn 2 mét mới có chỗ buộc dây 2 đầu căng võng nằm, còn ở sàn tàu, không ai có thể đặt lưng nằm được. Bắt chước làm theo tôi có đến cả chục người nữa mà đám bộ đội áp tải không nói năng gì.

Cái khổ nhất trần gian lúc bấy giờ là đi tiểu tiện trong 2 cái thùng thiếc miệng tròn dành cho mấy trăm người. Mỗi ngày, từ trên boong tàu mở nắp ra, thòng dây xuống để chúng tôi buộc vào thùng phân và nước tiểu lần lượt kéo lên. Vì ở trên cao, cách hơn 5-6 mét, cái thùng lại nặng, hai tên bộ độ ì ạch kéo lên khơi khơi, làm chiếc thùng đầy lượn đảo qua lại bắn nước dơ tung toé, rơi xuống trúng người nào người đó chỉ biết kêu trời, lãnh đủ, nước không đủ uống làm sao mà có nước rửa nên phải “khắc phục”. Mỗi lần xếp hàng chờ “lấy tài” để tống hai cái của nợ, mất vài tiếng như chơi. Rủi hơn nữa tới phiên mình được phép trút cái nợ đời ra là lúc chiếc thùng đầy ắp, còn chỗ đâu mà chứa, đành gọi khan cổ xin kéo thùng lên. Chờ “bề trên” trông xuống hỏi lý do gì mà kêu cứu, họ mới thòng dây xuống kéo thùng lên, đồ phế thải dơ bẩn đó phải đổ xuống biển, còn rửa nữa mới thòng thùng xuống lại, thêm một lần nữa, thùng mới rửa lại văng nước tung toé. Anh em có dịp la lên chí choé, nhưng nước văng lần này tương đối "thơm tho" hơn lần trước từ dưới kéo lên. Trong 4 ngày ở dưới hầm tàu này, có nhiều lần vì đợi tới phiên lâu quá, tôi lại không đi cầu được, đành rút lui để cho người khác làm "nhiệm vụ xã hội chủ nghĩa".

Sau 4 ngày ngất ngư con tàu đi, nhiều người bị say sóng ói mửa tới mật xanh, may cho tôi, thể trạng tốt không bị ói mửa nên đỡ tiều tụy hơn nhiều anh em khác. Cũng vì cái còn khỏe đó mà tôi lãnh cái búa tạ, khi tàu cặp bến Vĩnh Linh - Đồng Hới, tôi được một thằng bạn mắc dịch lớn giọng đề cử tôi làm Đội trưởng để "quản lý" anh em trên toa xe lửa khi có một tên bộ đội bảo anh em đề cử đội trưởng.

CHUYẾN TÀU HỎA ĐỊNH MỆNH TRÊN ĐẤT BẮC

Trời đã bắt đầu tối, từng chiếc tàu cặp bến cầu, đổ người lên đông nghẹt, xếp hàng đôi "hai hàng dọc, đàng trước thẳng" lần lượt tiến bước có 4-5 con chó trận vừa sủa vừa dẫn đầu. Đèn dầu, đuốc được các người dân nghèo khổ cầm đứng hai bên đường với các tên du kích cầm súng trường CKC có gắn lưỡi lê sáng loáng như hù dọa đám tù đói khổ đang lê lết từng bước nặng nề, sau bốn ngày nổi trôi lênh đênh trên sóng biển. Không biết dân chúng bị bắt buộc đứng trên con đường này bao lâu để "chào đón" chúng tôi. Họ nói chuyện râm rang, bàn tán, chữi đổng… rất ồn ào, bọn tù chúng tôi uể oải, mệt lã, lầm lũi bước đi như kẻ không hồn.

Đến ga xe lửa, cứ 50 người lên một wagon (toa), hàng mấy chục cái toa, loại toa tàu lửa để chở súc vật, đồ đạc, không có ghế ngồi và hoàn toàn kín mít, không có một cái cửa sổ nhỏ nào cả, 50 người ngồi bó gối chen chúc nhau. Tôi nhận chân được cái văn minh của miền Bắc xã hội chủ nghĩa, đường rầy xe lửa quá cũ kỹ từ thời Pháp thuộc để lại, những thanh sắt ngang, nay biến đâu mất tiêu, chắc cán bộ hỏa xa gỡ đem đi bán sắt vụn để "cải thiện" đời sống. Thay những thanh sắt ngang bằng những thanh gỗ, khi bánh xe cán lên nghe âm thanh phập phình, khập khểnh, chúng tôi có cảm tưởng đường rầy sẽ "banh xà rông" và tàu hỏa sẽ trật bánh, đưa bao nhiêu con người cùng khổ xuống rạch, xuống ruộng… Tàu hỏa chạy suốt đêm, đến gần trưa tới Nam Định, ngôi giáo đường Công Giáo giữa thị xã Nam Định loang lổ phong sương như các tín hữu của tôn giáo này đã từng bị chế độ cộng sản vùi dập không thương tiếc từ năm 1954 khi đất nước VN bị chia đôi.

Vì tôi là "xếp" toa này, nên được ngồi ngay cửa lên xuống mở hé, có 2 tên bộ đội ngồi chĩa súng ra ngoài, đó là ân huệ và cũng cái khổ cho tôi. Đến trưa, trời tháng 5 âm lịch, miền Bắc nóng khủng khiếp, hôm ấy có thể đến 100 độ F hay cao hơn, toa tàu đóng kín, qua khỏi Nam Định hai tên bộ đội biến đâu mất và cửa này hoàn toàn bị đóng khóa chặt ở ngoài. 50 anh em chúng tôi mồ hôi mồ kê vã ra như tắm, có người ngất xỉu vì thiếu oxy. Tôi nảy ra sáng kiến kêu gọi anh em nào có vật gì bén nhọn như cọng dây kẽm… ngồi xuống nạy các khe gỗ ở sàn tàu, may ra có kẻ hở để gió lọt vào mà thở.

May quá, trong ba lô của tôi còn sót một cái lưỡi cưa nhỏ xíu và cọng thép dài hơn 1 tấc mà khi còn ở Hóc Môn, tôi dùng trong việc chạm trổ trên các cái lược bằng nhôm, đám cán binh xét tới xét lui, tịch thu biết bao cái "của quý" loại này rồi, nay còn sót 2 món bảo bối quý hiếm đó. Tôi miệt mài khơi cạy chừng 10 phút, tàu lửa ngừng lại một ga xép để nhận tiếp tế và tù được nhận một thùng nước để uống mà đội trưởng nhảy xuống toa tàu, khi một tên bộ đội đến mở cửa, phải chạy thật nhanh mang thùng nước về. Khi tôi ra khỏi toa, tên bộ đội lại khóa cửa, anh em luân phiên cạy, nạy, móc ra từng mảnh rác nhỏ, đất cát… và may mắn có luồng gió mát thổi vào khi tôi mang thùng nước nặng 20 lít đưa lên tàu vừa lúc tiếng còi tàu ré lên, từ từ lăn bánh. Anh em mừng quá vừa có nước uống đỡ khát vừa có luồng gió mát thổi vào một cái khe nhỏ bằng đầu chiếc đũa và dài hơn một tấc, gặp thanh gỗ bắt ngang nên tắt tị không "khựi" thêm được nữa.

Bây giờ là cái khổ của người đội trưởng, ai cũng cần khí trời để thở cho khỏe nên anh em khó nhường nhau mà người đau yếu, nhất là các anh bị suyễn kinh niên ốm yếu chỉ nằm chờ chết, làm sao chen giành lại với các anh khỏe hơn? Tôi bèn có quyết định, lựa bốn anh to con như tôi hoặc to khỏe hơn tôi, ngồi chung quanh cái lỗ thông hơi cứu tinh này. Ai ngất xỉu được ưu tiên chuyển tới lỗ thông hơi hít thở vài phút, nhường chỗ cho anh khác tới thay. Nhờ anh em toàn là cấp chỉ huy cũ nên dễ thông cảm và tự thấy mỗi người có trách nhiệm giúp đở nhau trong cảnh cùng cực này. Dù vậy, càng về trưa, càng oi bức mà trời lại đứng gió nên có nhiều anh em ngất xỉu, tôi phải vỗ cửa bình bịch kêu cứu khi xe ngừng lại tại một ga nào đó. Nhiệm vụ của đội trưởng là phải dìu hay phải cõng anh bị xỉu chạy nhanh đến toa cấp cứu. Toa này chỉ là toa có nhiều cửa mở toang hai tên bộ đội ngồi ghìm súng trên đó, anh nào may mắn được đưa đến đây đều được thoát chết vì được thở không khí ở ngoài tràn vào. Tôi gặp một anh bò ngũ thân quen đang nằm tại đây và anh cho biết Trung tá Ngô Văn Hùng, Trưởng Khối Kế Hoạch Tổng Cục Chiến Tranh Chính Trị đã tắt thở, không đưa kịp đến toa cấp cứu này và xác anh ấy bộ đội áp tải cho khiên xuống rồi, cách đây một trạm. Tôi vốn quen biết Trung tá Hùng, vì khi ông đi làm đều phải đi ngang qua Khối Thông Tin Giao Tế mà tôi đang phục vụ, ở số 2 ter Đại lộ Thống Nhất – Sài Gòn. Sau này, tôi nghe còn có thêm vài bò tứ hay bò ngũ cũng qua đời trong chuyến tàu lửa định mệnh này. Nhờ những cái chết oan khiên của các anh ấy mà từ đó về sau khi chạy ngang Hà Nội cho tới ga cuối cùng Yên Bái, các cửa lên xuống đều được mở toang để có không khí lùa vào toa. Nhiệm vụ đội trưởng quá vất vả tôi cũng chấm dứt nhiệm vụ tại bến phà Âu Lâu của tỉnh Yên Bái, sau đúng 1 ngày 2 đêm "nhậm chức".

ĐƯỜNG LÊN RỪNG NÚI SƠN LA GIAN KHỔ

Đến nhà ga Yên Bái gần sáng, ngày 16.6.76, bên nây bến phà Âu Lâu, chúng tôi được lùa đi cũng hai hàng dọc đàng trước bước. Cán bộ giữ tù thông báo: Các anh được nhân dân địa phương đón tiếp và mời các anh uống nước vối cho mát để tiếp tục cuộc hành quân đến các trại. Hai bên vệ đường, có nhiều thùng nước vối đang còn lửa cháy phừng phực. Trong đời, lần đầu tiên tôi được thưởng thức nước vối có mùi khói phảng phất của đất Bắc, uống vào chả ra làm sao cả và tôi ao ước nếu có một chén nước trà nóng trong đêm buồn thảm này uống chắc đã, phê lắm. Đi bộ xuống phà, nghe nhiều tiếng gà gáy sáng xa xa, báo hiệu một ngày mới nhục nhã và gian khổ đang chờ đón.

Lên bến bên kia thuộc địa phận khác, có nhiều đoàn xe molotova chờ sẵn, những người lính áp giải không phân biệt đội nào, cứ lùa tù lên đầy xe là được, hàng trăm xe lăn bánh đưa chúng tôi người về Hoàng Liên Sơn, người lên Sơn La, mãi đến chiều, tôi đến Sơn La, rừng núi ngút ngàn bất tận, đúng ngày 16.6.1976.

Sau gần 6 ngày hành quân kỳ cục và khổ nhọc nhất, tôi đã nhận rõ tương lai mờ mịt của những người tù bị lưu đày lên xứ "nước Sơn La ma Hòa Bình", đã đến đây chắc khó trở về sum họp với vợ con?

Đoàn xe tù chúng tôi chừng vài chục chiếc, ước đoán cả 5-6 trăm người được đưa đến tận chân núi, nơi có hai nhà tù lớn do Pháp khoét sâu vào vách núi, xây cất có thể cả trăm năm trước để nhốt tù chánh trị. Sau này CSBV nhốt tù binh Mỹ và Đại Hàn mà vết tích còn ghi trên vách đá, nay nhốt chúng tôi. Trong đoàn tù này gồm toàn bò tứ, bò ngũ bên Quân Đội, bổng dưng có một xe toàn bò tam cũng đổ xuống, ngành cảnh sát đặc biệt, làm thành một đội riêng.

Chừng 2 tuần sau nhiều đợt tù kế tiếp được chuyển tới và tiếp tục chuyển tới nữa mà đa số là những anh em thuộc quân khu 9 của cộng sản, ở miền Tây. Chuyển từ Cần Thơ ra đây và nhiều anh em cấp đại úy trở xuống trình diện đợt 2 ở Sài Gòn cũng được chuyển đến xã Mường Cơi này, nơi mà không có đủ nước sinh hoạt hàng ngày cho cả chục ngàn tù binh mà CSBV gọi chúng tôi khi mới đặt chân lên xứ này.

Đợt tù đầu tiên đến đây lại gặp gần 100 anh em tù bị bắt từ mùa hè đỏ lửa 1972, ở trận Hạ Lào và đặc biệt có Trung tá Khương, Chỉ Huy Trưởng Bộ Chỉ Huy Tiếp Vận V1CT bị bắt hồi Tết Mậu Thân 1968 ở Huế.

Tình cờ, trong khi tôi đi lao động cất nhà mới để đón tiếp các anh em chuyển ra sau, gặp lại anh Nguyễn Văn Thuế, Thiếu tá Pháo Binh cùng học với tôi tại trường Sinh Ngữ Quân Đội ở đường Nguyễn Văn Tráng Sài Gòn, cuối thập niên 60 để chuẩn bị đi du học Hoa Kỳ, khi đó chúng tôi còn đeo lon Đại úy. *(H: Tù cải tạo sau lao động đi về trại - Hình minh hoạ).*

Anh Nguyễn Văn Thuế bị bắt lọai hàng binh trong mùa hè đỏ lửa 1972 được CSBV cho ăn bánh vẽ, nghe nói cũng “le lói” trong hàng ngũ bộ đội CSBV cũng đeo “quân hàm” thiếu tá… Sau xin đổi qua diện tù binh để được trao trả theo Hiệp Định Ba Lê nên bị cộng sản giữ là và "đì", không những không trao trả mà còn bị nhốt tù để cùng với những anh em khác cất thêm trại chờ đón chúng tôi.

Một chuyện hi hữu và thương tâm làm nhiều anh em chúng tôi không cầm được nước mắt. Một anh Trung tá (quên tên) cùng ở một nhà với nhà thơ Hoàng Ngọc Liên, Tô Kiều Ngân, Văn Quang (Trung tá Nguyễn Quang Tuyến không đi HO và chết ở Việt Nam, cách nay vài năm) ở bên kia hàng rào.

Nhà bên này, nằm cạnh tôi có nhà báo Phan Lạc Phúc (ở Úc vã qua đời). Chúng tôi chứng kiến một cuộc trùng phùng hi hữu giũa hai bố con truớc cổng trại.

Khi chúng tôi xếp hàng ra ngoài lao động "đốn tre đẵn gỗ trên rừng", anh Trung tá gặp lại đứa con trai yêu quý của anh, cấp bậc Thiếu úy đã bị ghi nhận là mất tích trong một trận chiến mùa hè đỏ lửa 72, nay lù lù xuất hiện nhận diện được cha mình cùng đang ở tù chung trại.

Cũng tại trại Sơn La này, người tù chết đầu tiên là nhạc sĩ Thục Vũ, tôi lại quên tên, anh là Trung Tá làm Trưởng khối Chiến Tranh Chính Trị ở Trung Tâm 3 Tuyển Mộ Nhập Ngũ hay là Trung Tâm Huấn Luyện Quang Trung, anh chết vì đau kiệt sức và sau khi hút được một "bi" thuốc lào thoải mái, anh thanh thản ra đi. Người chết kế tiếp cũng tại K1 có hai nhà tù đá kiên cố này là anh Trung tá Tường, nguyên Trưởng Phòng Tổng Quản Trị Quân Đoàn IV ở Cần Thơ mà tôi gặp anh hàng ngày khi chúng tôi cùng làm việc tại đây. Anh Tường chết vì uống thuốc tự tử, anh chán đời, chán cảnh tù khổ sai không biết ngày nào được thả ra…

Trại tù Sơn La, khi chúng tôi đến "tạm trú" đầu tiên chỉ vỏn vẹn có hai nhà đá có từ trước. Với chừng một trăm anh em tù cũ gồm có Biệt Kích nhảy ra Bắc bị bắt hàng chục năm trước còn sống sót cùng với anh em bị bắt vào mùa hè đỏ1972, cuộc hành quân Lam Sơn 719 sang Hạ Lào, cấp bậc từ hạ sĩ quan đến Trung úy, có hai thiếu tá, cấp cao nhứt là Trung tá Khương bị bắt vụ thảm sát Mậu Thân - 1968 tại Huế.

Chính toán tiền đạo tù cũ hướng dẫn anh em chúng tôi cách "lao động xã hội chủ nghĩa" cất thêm doanh trại mới để nhốt tù lần lượt sẽ được chuyển tới từ trong Nam ra tiếp, trong phạm vi chừng mười cây số vuông. Liên trại 2 Sơn La lúc cao điểm có đến sáu trại được phân định nhốt tù rõ rệt từng cấp bậc. Khu nhà đá gọi là K1, ở sâu trong núi "chuyên trị" nhốt tù có cấp bậc cao nhất ở đây là Trung Tá, K5 ở đồi chè Mường Cơi, gần đường lộ chính lên hướng huyện Phù Yên, gồm toàn bò tam và K6 nhốt toàn bò tứ trong đó có tôi, K6 cũng nằm gần trục lộ chính huyết mạch của tỉnh Sơn La. Còn K 2, 3, 4 mới cất vội vã sau này nhốt các anh em ở các trại giam từ các tỉnh miền Tây Nam Bộ, tập trung tại các trại giam Cần Thơ và từ đó chuyển đến Sơn La và anh em ở trại tù Tây Ninh cũng bị đày ra đây. Tội nghiệp cho các anh em này đến Sơn La cũng là nơi trung chuyển để đi đến Liên trại ở Hoàng Liên Sơn cất thêm đủ chỗ. Các trại K 2,3,4 của Sơn La sẽ chuyển về đó vì ở rừng núi Sơn La, chỉ có khe suối nhỏ, không có sông hay suối lớn nên không có đủ nước sinh hoạt hàng ngày của gần chục ngàn tù và đám cai tù.

Ở tù cộng sản, trại nào cũng khổ, nhưng mỗi trại tù có cái khổ nhiều ít khác nhau. Các anh ở miền Tây chuyển trại liên tục và đường lại xa hơn chắc chắn mệt khổ hơn chúng tôi từ Sài Gòn lên thẳng Sơn La.

TRẠI TÙ CÔNG AN HỒNG CA - YÊN BÁI

Chuyện ở tù cộng sản, chúng ta viết hoài viết mãi cho đến chết cũng chưa có thể chấm hết được. Có đến 1001 chuyện khổ nhục về sự đối xử dã man tàn bạo của chế độ lao tù CS, cùng hung cực ác dành cho những người ngã ngựa của chính thể VNCH.

Đến năm 1978, có tin Trung cộng sẽ dạy cho CSBV một bài học, như chúng ta biết hồng quân TC đã xua hàng chục sư đoàn bộ chiến cùng với không yểm và pháo yểm đã tấn công vào các tỉnh cực bắc VN, giáp biên giới TC vào năm 1979. Ba trại 1, 5 và 6 ở Sơn La đã có lệnh "di tản chiến thuật" trước từ gần cuối năm 1978. Một nửa trại 6 chúng tôi được chuyển về trại Hồng Ca-Yên Bái do công an quản lý. Đó cũng là thời điểm, chúng tôi được chuyển sang diện tù hình sự không còn là diện tù binh như chúng tôi đến Sơn La được học tập chính sách 8 điểm của bộ đội cộng sản đối với tù hàng binh.

Chúng tôi thấy có sự khác biệt rõ rệt. Bộ đội quản lý trại tù có phần dễ dãi đôi chút hơn là đám công an dùng kỹ luật sắt đối với chúng tôi, mỗi lần di chuyển bằng xe thì 2 người bị chúng khóa chung 1 cái còng số 8, còn bên bộ đội khi chuyển từ Nam ra Bắc không bị còng, ngoài trừ quý vị đi bằng máy bay. Tiêu chuẩn ăn uống hàng tháng bị công an xén bớt, ăn sắn quanh năm thay cơm. Chính sắn tươi quy ra gạo cũng bị công an tính gian lận. Thí dụ 1 ký gạo ở bên bộ đội quy ra thành 4 ký sắn tươi hoặc 2 ký sắn lát khô. Còn bên công an cứ 3 ký sắn tươi quy ra 1 ký gạo, có nơi công an chỉ tính có 2 hoặc 2 ký rưỡi sắn tươi thành 1 ký gạo, còn sắn lát khô, cứ 1 cân (ký) quy ra thành 1 cân gạo. Tiêu chuẩn về cung cấp đường, thuốc lá, thuốc lào bên công an cũng rút bớt của tù để chúng bồi dưỡng hoặc mua bán đổi chác với các hợp tác xã trong vùng.

Tóm lại, tại các trại tù do công an quản lý bắt người tù lao động cật lực chết bỏ, làm ngày không đủ tranh thủ làm đêm và có thể lao động cả ngày chủ nhật nữa mà bên bộ đội ít có xảy ra.

Chúng tôi ở trại 6 Sơn La, hơn một nửa chuyển về trại Hồng Ca-Yên Bái, số còn lại được chuyển lên trại Phù Yên cũng thuộc tỉnh Sơn La, do công an quản lý. Còn trại 1 bò ngũ và trại 5 bò tam cũng vậy một số lớn chuyển lên trại Phù Yên gần quận lỵ Phù Yên-Sơn La, cách chỗ cũ chừng 20 cây số và một số chuyển về đâu đó, hình như cũng ở Nghệ Tĩnh.

LIÊN TRẠI TÂN LẬP (5 K) – VĨNH PHÚ KHÓ QUÊN

Bi đát nhất của cuộc đời ở tù cộng sản của tôi, gần đúng 10 năm, là K1 và K4 của liên trại Tân Lập ở Vĩnh Phú. Vì vậy tôi không thể viết qua loa đại khái giai đoạn này, xin dành cho một bài khác vậy. Ở đây, chúng tôi chỉ tóm gọn, ở tù trại nào cũng khổ mà ai từng ở tù trại Tân Lập so sánh với các trại tù khác, quả trại này là địa ngục trần gian, tầng thứ mười, tầng chót.

Từ Sơn La về Hồng Ca-Yên Bái, đây cũng là trạm trung chuyển, ở được vài tháng, ăn được một cái Tết tại Hồng Ca, tất cả "trại viên" được cho ăn một bữa khá no còn được tặng thêm gần 2 ký sắn luộc lại có kèm thêm đường cát trắng của Cuba.

Ôi! hạnh phúc biết bao! vì bao năm tháng ở tù cải tạo, lần đầu tiên tôi được ăn một bữa no và còn có sắn và đường để mang theo bồi dưỡng cho cuộc hành trình mới, chưa biết lành dữ thế nào? Ngoài cổng trại Hồng Ca có nhiều chiếc xe đò loại nhỏ chừng 20-30 chục chỗ ngồi đậu sẵn để chở chúng tôi về liên trại Tân Lập Vĩnh Phú.

Cứ 2 người đeo chung 1 cái đồng hồ số 8, tôi cùng đeo chung đồng hồ với Linh mục Trần Quý Thiện, ngài cùng ở chung với tôi, tổ, đội 8 ở trại 6 Sơn La. Nay tôi được ngồi ghế gần ngài có dịp tâm sự nhỏ to suốt lộ trình dài nên cũng đỡ lo nghĩ, sốt ruột.

(H:cảnh trốn trại bị bắn chết, kéo lê lết... hình minh hoạ)

Khi xe đến bến phà Âu Lâu, chúng tôi xuống xe và đi bộ hai người dung dăng dung dẻ có cặp song hành, lần lượt xe qua hết thì chúng tôi lại lên xe. Trên đường đi ngang qua khu chợ đang họp vào buổi sáng gần bến phà, bỗng nhiên tôi bị đau bụng quặn thắt dữ đội. Báo cáo cán bộ áp giải xin đi ngoài, tên này không cho, tôi làm liều kéo Cha Thiện vào cái nhà nhỏ bỏ hoang cạnh đường, xin Cha thông cảm giúp tôi cởi quần cho nhanh và chưa kịp ngồi xuống là cái của nợ của một bữa ăn no và cộng thêm sắn bồi dưỡng cùng với đường cát trắng biểu tình lần lượt dzọt ra tới tấp. Tội nghiệp Cha Thiện chỉ biết nhìn trời hiu quạnh mà hít phải mùi chua lòm của tôi vừa phóng ra. Quả Cha Thiện rất gentleman ngài xé một mảnh báo Nhân dân có sẵn trong túi đưa tôi làm nhiệm vụ sạch sẽ cuối cùng.

Lên xe, tôi cứ tiếc mãi được một bữa ăn no lại có thêm bồi dưỡng, nay của thiên trả cho địa mà thân xác tiều tụy của tôi chẳng có hấp thụ thêm được chút chất bổ dưỡng nào.

Về trại Tân Lập với các đồi sắn chập chùng vô tận do các người tù đến trước trồng trọt, đám tù sau tiếp tục sự nghiệp đào hóc trồng sắn mệt nghỉ và ăn sắn quanh năm. Một năm chỉ có 5 lần được ăn 1 chén cơm nhỏ vào các ngày: chiều 30 Tết, trưa Mồng Một Tết, lễ Lao Động 1.5, ngày 2.9 cái gọi là quốc khánh của CSBV và ngày 1 tháng giêng dương lịch (Tết Tây).

Cái khó quên của tôi, đội 16 rau xanh sau qua đội 5 trồng sắn mà tôi là thành viên, có 2 anh cùng đội chết vì trời nắng gắt, Trung tá Nguyễn Văn Lạc, Trưởng phòng An Ninh QĐ2, Thiếu tá Lê Xuân Hường Trưởng khối CTCT Liên Đoàn 1 BĐQ. Một ngày nắng cực gắt ấy làm cho các cây sắn rũ lá, chúng tôi mắt nổ đom đóm như bị ngộp thở. Ai cũng đội nón đàng hoàng thế mà anh Lạc, anh Hường và 1 anh Trung tá nữa lăn quay ra chết và còn một anh cũng bị say nắng được chuyển về trạm xá, đến tối mới chết. Chỉ một ngày bị say nắng đã 4 con người vô tội đáng thương từ giã cõi đời.

Chính nhờ có 4 cái chết oan nghiệt của các anh ấy đã giúp chúng tôi từ đó về sau, không còn cảnh lao động trong lúc trời đổ nắng đom đóm nữa.

Đây là cảnh trại K1 vừa kể ở trên, tôi ở Tân Lập từ K2 qua K1 rồi bị chuyển sang K4 và sau cùng là K3. Từ K3, tôi được chuyển về trại trung ương, K5. Từ đây, tôi và cả đoàn tù, đi xe lửa về Nam tháng tư năm 1982, trại Z 30D, thuộc huyện Hàm Tân-Thuận Hải, trại này ở khu vực có tên là Rừng Lá. Đến đầu năm 1985, tôi được thả ra cùng với một số đông gần 200 người gồm nhiều cấp tá mà trước đó cấp tá thả ra rất hiếm hoi.

TRẠI TÙ CUỐI: Z30D (2 K) – HÀM TÂN (RỪNG LÁ)

Đến năm 1982, khi tôi được quy hồi miền Nam, đóng chốt ở trại Z 30D – Hàm Tân (Rừng Lá - có 2 trại - K), K 2 ở trong sâu, còn K1 là trại chính. Tôi gặp lại nhiều anh em bò tứ bò ngũ trong lần chuyển ra đất Bắc đầu tiên ngày 10.6.1976. Khi tàu hỏa đến ga chót là Yên Bái, ai đi toa nào phải sang sông qua phà Âu Lâu sẽ trực chỉ Hoàng Liên Sơn và Sơn La, toa nào ở lại Yên Bái thì có xe tải đến đón đưa về các trại ở Yên Bái.

Đợt đi đầu tiên ra đất Bắc, gồm toàn những người mà cộng sản đã xếp loại nợ máu nhiều nhất, khó mà được thả ra sớm, ở tù từ 7 - 8 năm trở lên, có tin đồn như vậy. Hầu hết là cấp tá đến cấp tướng bên Quân Đội và bên hành chánh là những công chức cao cấp đến hàng Tổng Trưởng, các lãnh tụ đảng phái, tôn giáo, dân cử được xếp vào danh sách thứ dữ…

Bên Quân Đội, những vị từ cấp Đại tá đến Tướng được đi bằng máy bay C130 của ta "bỏ của chạy lấy người", cứ hai người đeo chung một cái đồng hồ số 8. Bên công chức cao cấp cũng vậy được đi bằng máy bay và cũng đeo đồng hồ như bên quân sự. Còn cấp thiếu tá, trung tá, hàng Giám đốc nha sở trở xuống, các đại úy thuộc Cảnh sát đặc biệt hay nhiều người cấp chức nhỏ nhưng lọt vào mắt xanh xếp loại nợ máu nhiều, cũng được chuyển ra Bắc đợt đầu đi tàu thuỷ và tàu hoả mà không bị còng tay.

Cái bịp của CSBV, không những chúng bịp các người tù mà chúng còn bịp đối với mọi người dân lương thiện trong nước và ngay cả nhiều thành phần cán bộ của chúng, quốc tế cũng bị chúng cho ăn quả lừa bịp to đùng.

Trước khi chuyển tù ra Bắc, tại trại Suối Máu-Biên Hòa, CSBV thiết lập tòa án quân sự xử bắn hai anh Thiếu tá trốn trại. Tiếp theo, chúng cho tù học tập chính sách 12 điểm của cái gọi là Mặt Trận Giải Phóng Miền Nam để mọi người tù an tâm "hồ hởi phấn khởi" mà chấp hành nghiêm túc ở yên "học tập tốt, lao động tốt".

Sau này, CSBV dùng tàu lớn như tàu Sông Hương chở một lần mấy ngàn người tù đổ xuống bến ở gần cảng Hải Phòng để có xe lửa hoặc xe tải đưa đến các trại tù khắp đất Bắc.

Tại Z 30D có hai K1 và K2 mà tôi được "biên chế" về K2 ở trong sâu, còn K1 là nơi có Ban Chỉ Huy trại làm việc. Z 30D là khu rừng lá buông bạt ngàn, người ta lấy lá làm đủ thứ chuyện. Đường vào K1 và K2 có trồng thật nhiều sua đũa tha hồ mà ăn bông, nếu ăn bông sua đũa nhiều quá dễ bị "tào tháo" đuổi chạy trối chết. Khu Rừng Lá cũng là nơi có nhiều cây bằng lăng (thao lao) cổ thụ thành rừng bằng lăng, có hoa tím rất đẹp.

Được chuyển trại về tới miền Nam, dù ở trại nào, tôi cũng vững tin là mình sẽ còn sống, lúc ấy quả thật chúng tôi rất vui mừng (hồ hởi phấn khởi) thấy được đoạn cuối của con đường hầm tối tăm bắt đầu có ánh sáng hé lộ. Khí hậu thời tiết không còn khắc nghiệt như các tỉnh ở vùng rừng núi miền Bắc và gần gia đình dễ thăm nuôi.

Cái mà làm cho tinh thần chúng tôi lên cao là được rỉ tai nhau, thông báo những tin tức hấp dẫn, tù cải tạo sẽ được thả hết qua sự vận động của Bà Khúc Minh Thơ với chánh quyền Hoa Kỳ. Tất cả tù cải tạo sẽ được qua Mỹ… Nghe vậy chỉ biết vậy và chúng tôi vẫn bán tín bán nghi, chắc gì Mỹ chịu rước của nợ "các ông tù cải tạo" bệnh tật đem qua Mỹ nuôi báo cô.

(H: Xử tử hình tù cải tạo - Hình minh hoạ lấy trên Net)

Chuyện gì đến đã xảy đến tốt đẹp cho mọi gia đình tù cải tạo từ 3 năm trở lên hoặc ở tù 1 năm và nếu có tu nghiệp ở Mỹ bất luận bao lâu, cũng được xếp vào diện HO ra đi đàng hoàng, ngẫng đầu mà đi dưới con mắt khó chịu của cộng sản.

Ai đã vào tù cộng sản trên đất Bắc từ Lào Cai, Sơn La, Hoàng Liên Sơn, Vĩnh Phú, Sơn Tây… ở tận cùng miền Bắc. Và xuôi vào Nam qua Nam Đình, Nghệ Tĩnh, về miền Trung Bình Trị Thiên, Cao Nguyên, miền Đông Nam Việt cho đến miền Tây, vùng cuối Việt, Cà Mau, CSBV đã thiết đặt hàng trăm trại tù lớn, khắc nghiệt, lao động khổ sai, thiếu ăn thiếu mặc, hàng ngàn tù lần lượt ra đi về bên kia thế giới. Chưa muốn nói là chánh sách nhân đạo của CSBV xuyên suốt nhằm trả thù cái vụ chúng sinh Bắc tử Nam trong thời chiến vì chúng đi xâm lược miền Nam nên chúng phải trả giá.

Nay miền Nam sụp đổ, CSBV trả thù một cách hèn hạ, tinh vi để cho những người ngã ngựa chết lần chết mòn trong các trại tù đói khổ, lao động khổ sai tẩy não và bị hành hạ dã man, đau không thuốc chửa trị, may được uống thuốc xuyên tâm liên bá láp trị bá bịnh… chết sớm?

Chuyện tù cộng sản không có bút mực nào mà viết hết sự cùng hung cực ác của chúng. Tội ác của cộng sản tạo nên căn nghiệp mà luật quả báo của nhà Phật chỉ rõ "chủng quả đắc quả, chủng đậu đắc đậu" và tội nghiệp cho người dân lương thiện Việt Nam ở quê nhà cũng bị vạ lây vì luật nhân quả này.

CHƯƠNG CUỐI

(241 - 369)

* TƯỞNG NIỆM CỐ TỔNG THỐNG NGÔ ĐÌNH DIỆM LẦN THỨ 53 TẠI SACRAMENTO
* VÙNG IV CHIẾN THUẬT KIÊU HÙNG
* 35 NĂM NGÀY 30.4.1975 - HONORING FREEDOM IN AMERICA
* TRÊN HÀNG KHÔNG MẪU HẠM USS MIDWAY TẠI SAN DIEGO
* TÌNH CHIẾN HỮU.
* NHỮNG ĐÊM GIÁNG SINH ĐÁNG NHỚ
* GƯƠM LẠC GIỮA RỪNG HOA
* MỔ BỤNG LẤY RAU MÁ TẠI TRẠI TÙ SƠN LA
* TÌNH CHIẾN HỮU TRUYỀN THÔNG

TƯỞNG NIỆM CỐ TỔNG THỐNG NGÔ ĐÌNH DIỆM LẦN THỨ 53

Ngày 2 tháng 11 năm 2016 là ngày Tưởng Niệm cũng là Lễ Giỗ lần thứ 53 Cố Tổng Thống Việt Nam Cộng Hòa Ngô Đình Diệm tổ chức tại trụ sở Cộng Đồng Việt Nam tại Sacramento - California. Chúng ta cùng nhau đốt nén hương lòng tưởng nhớ công ơn và suy tôn một lãnh tụ quốc gia vĩ đại đã khai sáng chế độ, Chính Thể Cộng Hòa - dân chủ pháp trị đầu tiên trong lịch sử dân

tộc.

(H: Tượng hai cố Tổng Thống VNCH: Ngô Đình Diệm và Nguyễn Văn Thiệu - 7 phù điêu 5 vị Tướng anh hùng tuẫn tiết: Nguyễn Khoa Nam - Phạm Văn Phú - Trần Văn Hai - Lê Văn Hưng - Lê Nguyên Vỹ & Đại Tá Hồ

Ngọc Cẩn - Trung Tá Nguyễn Văn Long, tại Trung Tâm Sinh Hoạt Cộng Đồng Sacramento)

Ngược dòng thời gian, một tấm huy chương có mặt trước và mặt sau, nói cách khác có 2 mặt: mặt phải và mặt trái. Tương tự như những nhân vật chánh trị thực hiện những công việc có tính quốc kế dân sinh, tầm vóc quốc gia, chắc chắn thành công mặt này, mặt khác không tránh khỏi những sai phạm nhỏ hay lớn. Và có thể va chạm đến quyền lợi cá nhân hay tập thể của tổ chức khác...đó là lẽ đương nhiên của con người, vì nhân vô thập toàn.

Nhưng, đa số thức giả thường suy ngẫm, tổng hợp và phân tích những việc làm của các nhân vật chính trị có tính lịch sử như hai vị Cố Tổng Thống Việt Nam Cộng Hòa Ngô Đình Diệm và Nguyễn Văn Thiệu. Chúng ta phải thận trọng vì hai vị Tổng Thống này là hai nhà kiến trúc xây dựng nền móng chế độ, chính thể Đệ I và

Đệ II Cộng Hòa: dân chủ pháp trị, nhằm đương đầu trực diện với chủ thuyết độc tài đảng trị của chế độ cộng sản Bắc Việt, đang trị vì một nửa nước Việt Nam, từ vĩ tuyến 17 (cầu Hiền Lương - sông Bến Hải, thuộc tỉnh Quảng Trị) ra Bắc đến Ải Nam Quan.

Nền Đệ Nhất Việt Nam Cộng Hòa đã mang đến cho toàn thể nhân dân miền Nam Việt Nam, từ vĩ tuyến 17 đến mũi Cà Mau những năm tháng an bình thịnh trị, độc lập tự do, dân chủ pháp trị...

Lúc bấy giờ, Thủ Đô Sài Gòn được quốc tế ví von là "Hòn Ngọc Viễn Đông" với đầy đủ văn minh, tiện nghi và năng động trong mọi sinh hoạt ngang hàng với cácThủ Đô của các nước tiên tiến văn minh khác trên thế giới. Về phát triển kinh tế "dân giàu nước mạnh", Việt Nam Cộng Hòa vượt trội hơn nước Đại Hàn, Singapore và tất cả các nước Đông Nam Á mà sau này có nhiều nước vươn lên, được phong tặng là con Rồng của Châu Á hay Đông Nam Á.

Trong lúc nước Việt Nam cộng sản ngày nay đứng tụt hậu sau các nước này, thua sút đến hàng chục lần. Sự tệ hại thấp kém của nước VNCS về mọi mặt: xã hội băng hoại, tự do dân chủ, nhân quyền dân sinh bị chà đạp hạn chế, thu nhập lợi tức đầu người kém xa các nước trong vùng. Văn minh, giáo dục, y tế, kỹ cương đạo đức...tất cả đều thua kém xa các nước từng phải học hỏi noi gương phát triển của nước Việt Nam Cộng Hòa, dưới thời Tổng Thống Ngô Đình Diệm.

Nền Đệ Nhất Cộng Hoà *(từ năm 1956 đến năm 1963 - Hai năm 1954 và 1955, ông Ngô Đình Diệm còn là Thủ Tướng Chính Phủ, chưa phải là Tổng Thống).*

Với công việc làm đội đá vá trời của Nội Các Ngô Đình Diệm - phương châm xây dựng thể chế mới từ chế độ Quân chủ phong kiến sang chế độ Cộng Hoà theo mô thức chính trị: dân chủ, tự do, pháp trị như các nước Tây Phương.

Cùng một lúc, Nội Các Ngô Đình Diệm, từ ngày 7.7.1954, ngày ông Ngô Đình Diệm, được sự bổ nhậm của Quốc Trưởng Bảo Đại, ký Sắc Lệnh từ nước ngoài - Pháp Quốc, nhận lãnh chức vụ Thủ Tướng Chính Phủ trong khi Quốc Gia Việt Nam (tự do - dân chủ) như con thuyền lênh đênh sắp đắm vì Hiệp Định Genève 20.7.1954 sẽ được ký kết chia đôi đất nước.

Với nhiều công việc quốc gia đại sự, Quốc Trưởng Bảo Đại đổ ập lên vai Thủ Tướng Ngô Đình Diệm để giải quyết, thi hành vãn hồi hòa bình trên cả nước và có thể nói toàn cõi ba nước Đông Dương theo tinh thần của Hiệp Định Genève do quốc tế ký kết, đặt để dù chính phủ Quốc Gia Việt Nam không thừa nhận.

Vì vậy, mới có ngày Song Thất 7.7 (1954), đánh dấu ngày ông Ngô Đình Diệm về Thủ Đô Sài Gòn chấp chánh và thành lập Nội Các mới.

Trong lúc dầu sôi lửa bỏng này, Thủ Tướng Ngô Đình muốn giải quyết dứt điểm các khó khăn trước mắt để mở sinh lộ cho Quốc Gia Việt Nam tiến kịp theo trào lưu mới và thi hành nghiêm chỉnh Hiệp Định Genève (20.7.1954). Trước tiên là phải vượt thoát khỏi ba nanh vuốt đã có từ lâu chặn đứng đà tiến của một quốc gia Việt Nam non trẻ vừa thoát

sự đô hộ của thực dân Pháp. Nội Các của Thủ Tướng Ngô Đình Diệm quy tụ những thành phần trí thức của nhiều khuynh hướng tôn giáo, đảng phái chính trị và cùng lúc mở ba mặt trận tấn công vào sào huyệt, gọi là: *bài phong, đả thực và diệt cộng*, tất cả đều thành công ngoạn mục đưa đất nước VNCH từ năm 1955 đến năm 1962 luôn thanh bình êm ả, người dân no ấm, Quân đội hùng mạnh.

1 - Công lao lớn nhứt của Thủ Tướng (Tổng Thống) Ngô Đình Diệm, bằng mọi cách, ngoại giao với Mỹ và các nước dân chủ tự do khác, giúp phương tiện đưa gần một triệu người dân sống lầm than cơ cực dưới chế độ cộng sản, đã bỏ hết tài sản ở miền Bắc di cư vào miền Nam tự do. Trong khi đó, Chính Phủ và Quân Đội Pháp có trách nhiệm thi hành Hiệp Đình Genève lo phương tiện chuyển chở dân chúng miền Bắc vào Nam, chỉ thực hiện được trong một thời gian hạn định và ước tính chỉ có gần 100 ngàn người di cư mà thôi. Và con số người di cư được tăng tốc thay đổi lên gần 1 triệu người ở miền Bắc quyết lìa bỏ nơi chôn nhau cắt rốn, lìa bỏ chế độ cộng sản vô thần trốn chạy vào miền Nam tự do. Đó là công lao vĩ đại của Thủ Tướng Ngô Đình Diệm mà chúng ta kẻ hậu sinh phải cúi đầu khâm phục.

2 - Sự độc đáo của Nội Các Ngô Đình Diệm là dứt bỏ không thương tiếc một chế độ quân chủ tha hóa, phong kiến lạc hậu, với một vị Vua - Quốc Trưởng Bảo Đại trị vị thiên hạ Việt Nam mà luôn "đóng đô" ở Pháp, có cuộc sống phè phởn ăn chơi, la cà các sòng bài, các hộp đêm, vui thú xác thịt...Trong lúc nước nhà đang hồi nghiêng ngửa, con thuyền quốc gia sắp đắm chìm vì âm mưu của thực dân Pháp vẫn còn cố bám víu, vớt vát quyền lợi ở Miền Nam Việt Nam. Mặc dù, Pháp đã trao quyền lãnh đạo đất nước cho chính quyền Quốc Gia Việt Nam từ trước khi có Hiệp Định Genève 1954. Hơn nữa, các sứ quân như Bình Xuyên tại Thủ Đô Sài Gòn, các giáo phái có võ trang ở Tây Ninh, Cần Thơ, Long Xuyên, Châu Đốc..., con đẻ của thực dân Pháp đang tồn tại tại Miền Nam Việt Nam cần phải thanh toán, giải quyết tốt đẹp.

3 - Thi hành Hiệp Định Genève 1954 cán binh cộng sản phải tập kết rút hết ra miền Bắc. Nhưng, nhiều cán bộ chánh trị, quân sự cao trung cấp như Lê Duẩn (sau này là Tổng Bí Thư đảng CSVN) của cộng sản tìm cách "ém quân" và lén lút sống trà trộn với dân. Sau khi hết hạn rút quân về Bắc, cộng sản tiến hành kế hoạch rèn cán chỉnh quân nhằm thực hiện âm mưu, sách lược trường kỳ mai phục quân đội và cán bộ chính trị nòng cốt đang có mặt ở miền Nam, chờ thời cơ nổi dậy cướp chánh quyền. Âm mưu sách lược này đã lộ rõ sau 6 năm "trường kỳ mai phục" khi cộng sản Bắc

Việt khai sanh cái gọi là Mặt Trận Giải Phóng Miền Nam năm 1960 để lừa bịp quốc tế và đồng bào Việt Nam nhẹ dạ theo chúng với quyết tâm giựt sập chế độ dân chủ pháp trị của chính thể VNCH còn non trẻ.

Với cao kiến của ông Cố Vấn Ngô Đình Nhu và Nội Các của Tổng Thống Ngô Đình Diệm đã đưa ra Quốc Sách Ấp Chiến Lược, Khu Trù Mật - Dinh Điền nhằm đoàn ngũ hóa đồng bào để bẽ gãy, chận đứng được âm mưu xâm nhập trà trộn của các cán bộ cộng sản vào thôn xóm của Miền Nam. Vì vậy từ năm 1955 đến năm 1960, toàn cõi VNCH thật thanh bình, êm ả, mọi người được no cơm ấm áo và an ninh trên toàn lãnh thổ rất tốt đẹp.

Thời điểm này, giá sinh hoạt và đời sống của người dân cũng như công chức quân nhân rất thoải mái so với đồng lương lãnh hàng tháng. Cá nhân tôi, lúc bấy giờ, niên học 1954 - 1955, lương giáo chức công nhựt (không tốt nghiệp sư phạm) được 2 ngàn 500 kể cả phụ cấp sư phạm 300/tháng. Nếu tôi không tiêu xài mua được hơn 2 cây vàng, ăn cơm tháng 50 đồng/tháng tại xã tôi dạy học. Đến năm 1963, chưa đảo chánh, tôi đóng tiền cơm, ngày 3 bữa cho CLB Trung Đoàn 33 BB $150/tháng, trong khi lương Chuẩn Úy được 3 ngàn tám... Đây là thời gian dân giàu nước mạnh của chế độ Đệ Nhất VNCH.

Cũng chính từ năm 1960 - 1962, chính quyền Mỹ muốn đổ quân vào Miền Nam Việt Nam mà chính cá nhân Tổng Thống Ngô Đình Diệm cũng như Nội Các của ông không đồng ý, không chấp nhận.

Tổng Thống Ngô Đình Diệm tuyên bố chỉ cần Hoa Kỳ giúp trong vai trò cố vấn, huấn luyện quân sự, viện trợ dồi dào của Mỹ để cho VNCH có thêm sức mạnh đối đầu và chiến thắng CSBV. Tổng Thống Ngô Đình Diệm, thường hé lộ, nói rằng để cho quân lính Mỹ ồ ạt đổ quân vào miền đất tự do Nam VN thì chủ quyền của người dân Việt kể như đã bị Mỹ tước đoạt, chẳng khác nào thực dân Pháp trở lại Việt

Nam. Đó là lý cớ, CSBV tuyên truyền xuyên tạc, dụ dỗ được một số nhà trí thức và dân chúng VN theo chúng thành lập cái gọi là Mặt Trận Giải Phóng Miền Nam từ tháng 12 năm 1960.

Sự từ chối thẳng thừng đó làm cho chính quyền Mỹ lúc bấy giờ mất mặt, dẫn đến nhiều cuộc chống đối dữ dội ở miền Trung do Mỹ xúi dục, vì có sự sai lầm thi hành nhiệm vụ của thuộc cấp ở Thành phố Huế và chính phủ trung ương đã biết sửa sai.

Nhưng, Tổng Thống Ngô Đình Diệm bất lực, không ngăn cản được số mệnh của nước nhược tiểu đối với ý muốn, chính sách, quyền lợi của đại siêu cường quốc Hoa Kỳ. Đó là lý do Mỹ "thay ngựa giữa dòng" để Mỹ tự do đưa quân ồ ạt vào Miền Nam Việt Nam từ sau sự kết thúc cuộc đời của "Ngô Tổng Thống muôn năm".

Không ai ngờ, Tổng Thống Ngô Đình Diệm bị giết chết một cách man rợ dành cho nguyên thủ quốc gia VNCH, một nhà lãnh đạo đồng minh quan trọng với Mỹ. Dù Tổng Thống Ngô Đình Diệm đã có công xây dựng nền móng chế độ triệt để chống cộng, Chính Thể Cộng Hoà dân chủ pháp trị đầu tiên trên lãnh thổ Việt Nam. Tổng Thống Ngô Đình Diệm, một lãnh tụ tài ba lỗi lạc ngăn chặn hữu hiệu làn sóng đỏ đang tiến về Miền Nam Việt Nam và Đông Nam Á, rất đáng khâm phục.

Ôn Cố Tri Tân:

Tổng Thống Ngô Đình Diệm, *sanh ngày 3.1.1901* tại làng Phước Quả quận Hương Thủy tỉnh Thừa Thiên. Có tài liệu nói TT Ngô Đình Diệm sanh ở xã Đại Phong, quận Lệ Thủy tỉnh Quảng Bình - nơi mà cha, ông của TT Diệm sanh trưởng - còn ông mới là con dân Xứ Huế, sáng lập nền Cộng Hòa, qua cuộc Trưng Cầu Dân Ý ngày 23.10.1955, truất phế Vua Bảo Đại, chấm dứt chế độ quân chủ đã ngự trị trên đất nước Việt Nam trải qua mấy ngàn năm lịch sử.

Tổng Thống Ngô Đình Diệm là cha đẻ Chính Thể Đệ I VNCH có công vĩ đại là đưa được gần 1 triệu người từ Bắc di cư vào Nam sau Hiệp Định Genève 20.7.1954, Ngài chấp chánh trên cương vị Tổng Thống từ ngày 26.10.1956 và cũng là ngày có bản Hiến Pháp đầu tiên của nền Cộng Hòa - dân chủ pháp trị, nên ngày này được chọn làm ngày Quốc Khánh 26.10 cho đến hết ngày 1.11.1963. Tổng Thống Ngô Đình Diệm cùng với ông Cố Vấn Ngô Đình Nhu (bào đệ của Tổng Thống) bị sát hại dã man sáng sớm ngày 2.11.1963, chấm dứt nền Đệ I Cộng Hòa trong đau buồn và tủi nhục.

Lịch sử Việt Nam sang trang từ đó...và cuối cùng đưa Việt Nam Cộng Hòa đến ngày hoàn toàn sụp đổ 30.4.1975.

<u>CHÚ THÍCH</u>: Trước năm 1975, Châu Đốc là một tỉnh gồm các quận: Châu Phú, Tân Châu, An Phú, Tịnh Biên và Tri Tôn. Nay Châu đốc chỉ là một Thành phố

(tương đương với một huyện) thuộc tỉnh An Giang. Có thể nói Thành phố Châu Đốc là quận Châu phú năm xưa.

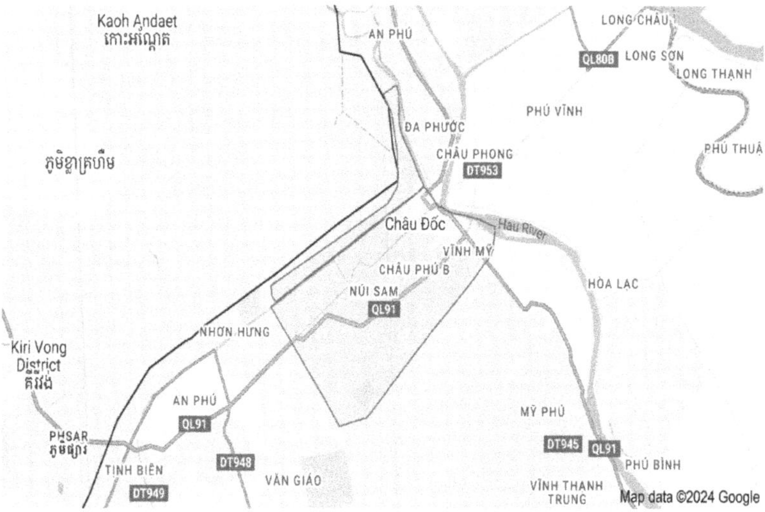

<u>CHÚ THÍCH</u>: Châu Đốc trước năm 1975 dưới chính thể Việt Nam Cộng Hoà là một tỉnh trong 16 tỉnh của Miền Tây (Vùng IV Chiến Thuật). Sau khi VNCH mất, 1975, Châu Đốc chỉ còn là một thành phố (ngang với huyện) trong tỉnh An Giang rộng lớn. Thành phố Châu Đốc sau này là vùng lãnh thổ của quận Châu Phú năm Xưa. Tỉnh Châu Đốc cũ có 5 quận: Châu Phú, Tân Châu, An Phú, Tịnh Biên và Tri Tôn.

TƯỞNG NIỆM 35 NĂM NGÀY 30.4.1975

HONORING FREEDOM IN AMERICA
TRÊN HÀNG KHÔNG MẪU HẠM USS MIDWAY TẠI SAN DIEGO

LỜI NÓI ĐẦU CỦA NGƯỜI VIẾT:

Ba mươi lăm năm nhìn lại hành trình của những người Việt Nam tỵ nạn cộng sản, từ 30.4.75 đến 30.4.10, đã được long trọng tường thuật trên các hệ thống truyền thông báo chí Hoa Kỳ và người Việt hải ngoại. Đặc biệt trên 2 tờ nhật báo The San Diego Union Tribune, Sacramento Bee phát hành ngày thứ bảy 1.5.10 và qua sự tham dự của người viết trên hàng không mẫu hạm Midway ngày 30.04.10 tại San Diego, xin gởi đến quý độc giả bài phóng sự dưới đây:

Từ Sacramento, gia đình chúng tôi, cùng với đồng hương như hai vợ chồng Trung úy phi công trực thăng …Mỹ, rể của cụ Nguyễn Kim Châu - Hội Cao Niên Sacramento, đáp máy bay đi San Diego từ 7 giờ sáng thứ sáu 29.04.10 và có mặt rất sớm trước 12 giờ khai mạc. Tình cảm của chúng tôi thật rạt rào, những người tỵ nạn cộng sản tha hương, quay nhìn thời quá khứ 35 năm cũ, ngậm ngùi nhớ thương những người thiếu may mắn, những người đã hy sinh cho lý tưởng tự do, cho đất nước thân yêu…

Theo tường thuật của 2 tờ nhật báo nói trên có 1 ngàn, 2 ngàn người tham dự. Nhưng với con mắt quan sát và phỏng đoán của nhà báo già, con số người tham dự phải trên 5 ngàn người vì chật hết sàn tàu có đường bay dài rộng đến 4.02 acre. Những thiện nguyện viên giữ an ninh trật tự, không cho người tham dự tiếp tục lên nơi làm lễ khi buổi lễ tiến hành mà phải ở các tầng dưới, cũng như có hàng ngàn người đến muộn không mua được vé lên tàu vì số lượng người tham dự quá đông và vì họ đến quá trễ.

LÊN HÀNG KHÔNG MẪU HẠM USS MIDWAY

Chúng tôi lên tàu sân bay USS Midway vừa mở cổng dành cho khách tham dự, không phải xếp hàng rồng rắn chờ mua vé, chờ lên tàu...vì vé

vào cửa chúng tôi đã mua trước mấy ngày qua do người bạn thân cùng khóa 13 Thủ Đức đang ở San Diego lo giúp.

Lên trên tàu USS Midway, chúng ta có cảm tưởng đang đi trên một khu phố đẹp với nhà cao tầng, có đủ phòng làm việc, nhà trọ, nhà hàng, thang máy và các khu trưng bày, buôn bán...Nghĩa là trên hàng không mẫu hạm khổng lồ này có gần như đầy đủ những gì mà con người cần đến.

Đứng trên sàn tàu với hàng mấy chục chiếc máy bay trực thăng, chiến đấu... đầy đủ trang thiết bị, bom, hỏa tiễn như đang thi hành sứ mạng, nhưng bom và hỏa tiễn đều được tháo ngòi nổ. Trong phòng lái mỗi chiếc máy bay đều có hình nộm với đầy đủ trang phục của người phi công, mới nhìn qua, chúng ta có thể lầm tưởng là phi công thật.

Có dịp, chúng tôi đi lại từng chiếc phi cơ quan sát, sờ mó và suy tưởng lại những ngày tháng năm xưa khi mình còn là 1 chiến binh trai trẻ, sĩ quan thông tin báo chí, từng đi tháp tùng theo nhiều cuộc hành quân bằng trực thăng, phi cơ quan sát hay cả phi cơ chiến đấu khi được phép.

Hôm nay như Trời chìu lòng người, thương mến Ban Tổ Chức đại lễ 35 năm ngày đặc biệt trên hàng không mẫu hạm USS Midway. Nắng đẹp, trời quang mây tạnh, gió biển nhẹ thổi mơn trớn trên làn da vừa đủ mát, không phải lạnh buốt như những ngày trước như lời của một người bạn nói. Nhìn từ xa, những chiến hạm, hàng không mẫu hạm cũ có mới có, san sát tàu lớn nhỏ và những tàu du lịch khổng lồ (cruises) đang neo đậu gần và xa xa. Đây là bức tranh thiên nhiên tuyệt đẹp được vẽ trên nền sóng nước xanh biếc lăn tăn của vùng biển trời San Diego thơ mộng… Nếu tôi là thi sĩ chắc chắn sẽ có bài thơ diễm ảo tả cảnh đẹp được du nhập vào tâm hồn mình khi được đứng trên chiếc hàng không mẫu hạm khổng lồ USS Midway thân thương và đã là một đại ân nhân cứu tử cho 3,073 người Việt trên đường vượt thoát khỏi một đất nước Việt Nam tự do đang bị CSBV cưỡng bức xâm chiếm vào 2 ngày cuối cùng 29 và 30.4.1975.

CHÀO ĐỜI VÀ SỨ MẠNG CỦA HÀNG KHÔNG MẪU HẠM USS MIDWAY

Chiếc USS Midway chào đời năm 1945, một trong những chiếc mẫu hạm nổi tiếng nhất của Hải Quân Hoa Kỳ và hoạt động được 47 năm. Với tổn phí ban đầu khi hoàn tất lên 90 triệu đô la và đến năm 1966-70, mất gần 2 năm tân trang hiện đại hóa, chi phí thêm $260 triệu nữa.

Với một thủy đoàn 4,500 người, có 2 ngàn phòng trên 1 chiếc tàu nặng 75 ngàn tấn, chiếc neo tàu nặng 20 tấn. Có 225 đầu bếp, 200 phi công với gần 1 trăm máy bay các loại, 40 y tá, 2 bác sĩ, 1 nha sĩ. Hậu cần tiếp liệu là vấn đề quan yếu, phục vụ hàng ngày trung bình 13,500 bữa ăn, tiêu thụ khoảng trên 1 ngàn ổ bánh mì, 4,500 lbs thịt bò, 3 ngàn củ khoai tây, 5000 bánh ngọt nướng…Mỗi ngày sử dụng 100 ngàn gallons dầu với bồn chứa 3,4 triệu gallons và tàu di chuyển mỗi dặm tiêu thụ 260 gallons dầu. USS Midway dài 1.001 ft, ngang 258 ft. Sàn sân bay dày 3 inches và chiều dài và rộng lớn của các phi đạo và parking lots cho ngần ấy chiếc máy bay, rộng đến 4.02 acres.

USS Midway nổi tiếng với nhiều kỷ lục:

Chiếc tàu lớn nhất của HK và thế giới trong hơn 10 năm và là hàng không mẫu hạm lớn nhất thế giới trong thế kỷ 20, tàu lớn quá không chạy qua được kinh đào Panama và cũng là chiếc tàu đầu tiên của Hoa Kỳ có căn cứ ở nước ngoài – Yokosuka, Nhật Bản từ năm 1973 đến năm 1991.

Một điều đáng chú ý khác, thủy thủ đoàn của USS Midway là 4,500 người cùng với hàng trăm chiếc máy bay. Đến ngày 30.4.1975, USS Midway còn tiếp nhận thêm 3,073 người Việt của chế độ VNCH trong số đó có rất nhiều vị tướng lãnh… Đặc biệt nhất, có Thiếu tá phi công Lý Bửng, lái chiếc L.19 – bà đầm già - với vợ và 5 đứa con trên chiếc máy bay có 2 chỗ ngồi này, đáp xuống USS Midway an toàn trước sự kính phục của mọi người trên tàu.

Năm 1991 USS Midway di tản được 1,800 công dân Hoa Kỳ khỏi Philippines để tránh núi lửa Pinatubo trở chứng. Chính chiếc hàng không mẫu hạm lịch sử này còn có mặt trong vịnh Ba Tư (Persian Gulf) tham chiến không tập qua cuộc hành quân Desert Storm giải phóng nước Kuwait năm 1991.

Những thành tích chói lọi của USS Midway qua những lần tham dự các cuộc hành quân quân sự và hành quân nhân đạo được người đời phong tặng cho cái tên đáng kính: *USS Midway kỳ diệu – USS Midway Magic.*

Năm 1992, chiếc hàng không mẫu hạm USS Midway về hưu, giã từ nhiệm vụ với biển rộng trời cao sau 47 tuổi đời, hạ neo vĩnh viễn tại San Diego – California.

Đến năm 1994 trở thành Viện Bảo Tàng USS Midway Museum và Viện BảoTàng nổi này đã đón tiếp đến trước ngày 30.4.2010 trên 3 triệu khách đến viếng thăm trong 6 năm.

Để thu hút người xem hơn nữa, USS Mudway đã thực hiện 1 chiếc Bird Dog L19 y chang như chiếc L19 nguyên thủy mà Thiếu Tá Lý Bửng đưa nguyên vẹn chiếc máy bay này đến Hoa Kỳ. Hiện, chiếc máy bay L19 quý báu ấy được trưng bày trong Viện Bảo Tàng Hải Quân ở Florida. Trên USS Midway, ở tầng trưng bày cũng có 1 chiếc L19 theo mẫu cũ vừa hoàn thành để giới thiệu với người hiếu kỳ hâm mộ nhân kỷ niệm lần thứ 35, USS Midway làm nên lịch sử đối với người Việt di tản ngày 29 và 30.4.1975.

NGƯỜI PHI CÔNG VIỆT NAM LÝ BỬNG LÀM NÊN LỊCH SỬ TRÊN HÀNG KHÔNG MẪU HẠM USS MID-WAY

Sáng ngày 30 tháng 4 năm 1975, cộng sản Bắc Việt đã chiếm được Sàigòn sau khi Đại Tướng Dương Văn Minh - Tổng Thống giờ thứ 25 của chính phủ VNCH tuyên bố đầu hàng. Hàng loạt máy bay trực thăng của QLVNCH chở đầy người tỵ nạn đang tuyệt vọng tìm một chỗ an toàn trên các chiến hạm Hoa Kỳ để đáp và USS Midway là 1 trong những đại ân nhân an toàn đó.

Chiếc hàng không mẫu hạm USS Midway, một đại chiến thuyền làm nên lịch sử kỳ diệu nhất của Quân Lực Hoa Kỳ, tiếp đón nhiều ngàn người tỵ nạn nhất chỉ trong 2 ngày ngắn ngủi 29 và 30.4.1975. Và nhiệm vụ khác cũng kỳ diệu và cũng được đưa vào trang hải sử huy hoàng của quân chủng Hải Quân Hoa Kỳ nhận được 45 chiếc trực thăng nhẹ Huey và 3 chiếc trực thăng vận tải CH-47 chỉ trong 30 tiếng đồng hồ.

Trong lúc trời sắp đổ mưa, bất thần, trên không trung gần chiếc USS Midway, có 1 chiếc máy bay liên lạc nhỏ loại 1 động cơ đang nặng nề chậm chạp bay tới và lượn quanh tàu nhiều vòng yêu cầu cho phép chiếc "bà đầm già" – máy bay liên lạc L.19, đáp xuống sàn sân bay của tàu.

Với sự cố gắng phi thường của Thiếu Tá phi công Lý Bửng, phi cơ L.19 của ông thiếu máy vô tuyến liên lạc với USS Midway, ông xé từng mẫu giấy của 1 tấm bản đồ có trong phòng lái, viết nguyệch ngoạc, xin phép dọn bãi đáp giúp cho ông đáp xuống để cứu ông và vợ cùng với 5 con

Hàng ngàn người tham dự buổi lễ "Honoring Freedom in America" trên phi đạo hàng không mẫu hạm USS Midway, San Diego, hôm 30 tháng 4, 2010. Cách đây đúng 35 năm, USS Midway đã cứu hơn 3,000 người tị nạn Việt Nam khi cuộc chiến Đông Dương kết thúc. (Hình: Thọ Nguyễn)

nhỏ nữa. Với 3 vòng đầu, dù L19 bay thật thấp sát chiếc USS Midway, ông ném được xuống sàn tàu 3 lần 3 mẩu giấy xin cứu tử đều bị gió thổi hoặc đụng sàn tàu văng xuống biển. Lần thứ tư cũng là lần cuối cùng, ông cũng viết những dòng chữ cứu tử xin dọn bãi đáp như trước cho L.19 hạ cánh.

Thật là may mắn, như có phép mầu, cái mẩu giấy ấy được buộc chặt trong bao súng colt của người phi công, không bị văng xuống biển như 3 lần trước.

Một thủy thủ nhặt được message khẩn cấp vội chạy vào phòng thuyền trưởng báo cáo. Tức tốc, lệnh được ban ra, những chiếc trực thăng đậu choán đường bay phải bị đẩy xuống biển để chừa chỗ trống đủ cho chiếc L19 hạ cánh, dù ngân sách của chính phủ Hoa Kỳ đã phải tốn hàng bao nhiêu triệu Mỹ kim để có những chiếc trực thăng đó.

Thiếu Tá Lý Bửng, một phi công tài ba xuất chúng của Không Lực VNCH đã làm vẻ vang và hãnh diện cho cả một Quân Lực đã bị bức tử. Thiếu tá Lý Bửng đã đi vào lịch sử của Hải Quân Hoa Kỳ bằng 1 phi vụ vô tiền khoáng hậu, có 1 không 2 cho đến thời điểm này. Với chiếc máy bay liên lạc nhỏ, có 1 động cơ, 2 chỗ ngồi, không có máy liên lạc vô tuyến. Hơn nữa, nhiên liệu đủ để bay trong một thời gian ngắn và nếu thần may mắn không đến với ông thì chiếc L.19 do ông lái bắt buộc phải đáp xuống biển vì hết nhiên liệu như lời trình bày của viên phi công anh hùng Lý Bửng.

Cái vinh dự và làm nên lịch sử nữa là chiếc bà đầm già này vừa chậm chạp vừa nhỏ hẹp đủ chứa 2 người mà cả gia đình của TT Lý Bửng có đến 7 mạng ngườ, quá trọng tải lại bay trên vùng biển có nhiều gió rất nguy hiểm. Cái kỷ lục khác, hàng không mẫu hạm là loại tàu chiến với thiết kế cho những máy bay đáp xuống có dù ở đuôi máy bay hoặc có mốc xích giữ trớn chiếc máy bay lại. Còn L.19 dù là loại máy bay nhỏ, nhưng mốc xích và dù an toàn không được trang bị, nếu đáp xuống chạy quá đường bay ngắn của USS Midway, điều gì sẻ xảy ra, chắc chắn L19 sẽ rơi tỏm xuống biển, cựu Thiếu Tá Lý Bửng dí dỏm trả lời 1 câu hỏi của 1 nhà báo.

Thiếu Tá Lý Bửng còn cho biết, ông chưa từng được huấn luyện hay thực tập đáp trên hàng không mẫu hạm và ông khẳng định với đường bay ngắn của tàu, khi bánh xe của L19 vừa chạm sàn tàu là ông tắt máy ngay để giảm trớn chạy của máy bay và chỉ còn gang tất là hết đường bay.

Ông Lý Bửng, năm nay với mái tóc muối tiêu, người thấp và gầy với chiều cao trung bình của người Việt Nam, tuổi độ trên dưới 60, ông từ tiểu bang Florida bay sang và là khách danh dự USS Midway Museum. Chính ông Lý Bửng là người hùng, người tạo thêm thành tích huyền thoại và kỷ lục cho chiếc hàng không mẫu hạm USS Midway. Chính chiếc máy bay liên lạc L19 có tên gọi là Bird Dog hay người Việt mình gọi nó là máy bay bà già hay bà đầm già. Chính tên gọi đó chứng tỏ khả năng của chiếc máy bay này thế nào rồi.

Trong một tài liệu viết về chiếc hàng không mẫu hạm USS Midway được phổ biến trong ngày lễ Honoring Freedom In America 30.4.2010 tại San Diego, người viết xin được phép tóm lược dưới đây:

CHIẾN DỊCH NGỌN GIÓ THƯỜNG XUYÊN – OPERATION FREQUENT WIND

Hiệp định Paris được ký ngày 27.1.1973 giữa Hoa Kỳ và CSBV kết thúc 8 năm tham chiến của Hoa Kỳ tại Đông Nam Á. Chỉ 2 năm sau, CSBV mở cuộc tổng tấn công nhằm chiếm trọn miền Nam VN.

Giữa tháng 4 năm 1975, các đơn vị Hải Quân HK được lệnh chuẩn bị ứng phó về trường hợp có thể di tản công dân HKvà người Việt từng làm việc cho chính phủ HK trong cuộc chiến VN. Chiến dịch di tản đó được gọi là Opeartion Frequent Wind.

USS MIDWAY THI HÀNH MỆNH LỆNH – MIDWAY ANSWERS THE CALL

Nhiều cờ VNCH và Hoa Kỳ được treo xen kẽ trên hàng không mẫu hạm USS Midway. (Hình: Thọ Nguyễn)

Trong khi chờ đợi tham dự vào cuộc di tản của Miền Nam VN, các thủy thủ của USS Midway tiến hành các công tác sửa chửa và bảo trì tại căn cứ Hải Quân Subic Bay ở Philippines. Nhân viên phi hành và những máy bay không cần thiết được chuyển lên bờ dành chỗ cho người di tản mà chưa ước tính trước được. Thuỷ thủ đoàn còn lại được chia từng toán chuẩn bị tư thế sẵn sàng tiếp nhận và chăm sóc người di tản khi có lệnh hành quân.

Sau khi được lệnh lên đường tiến vào bờ biển Nam VN, công tác đầu tiên của Midway là sửa soạn cho những phi công thực hiện các phi vụ trên biển. Khi Midway được lệnh thi hành chiến dịch Frequent Wind và ngày 29.4.1975 tàu đã có mặt gần bờ biển Nam VN.

MỘT CUỘC DI TẢN CÓ TRẬT TỰ - AN ORDERELY EVACUATION

Hạm Trưởng USS Midway lúc bấy giờ là Đề Đốc Lawrence Chambers và sĩ quan Chỉ Huy Trưởng Không Lưu, nhân vật quan trọng thứ 2 của USS Midway trong cuộc tiếp đón cuộc di tản này, ông Vern Jumper. Cả 2 đều hiện diện và Thiếu Tá Lý Bửng, người hùng của Không Lực VNCH cũng đến đây trong buổi kỷ niệm long trọng mà 6 năm trước chưa hề có buổi lễ nào cảm động và vĩ đại với số lượng mấy ngàn người tham dự như 30.4 năm 2010. Đó là lời tuyên bố mở đầu buổi lễ của ông John McLaughlin Chủ Tịch Viên Bảo Tàng USS Midway.

Nhắc lại, USS Midway được lệnh đón nhận người di tản từ 2 giờ 30 trưa ngày 29.4.1975. Từ đó đến đêm khuya có tất cả 2,074 người di tản trên Midway. Dù Midway là nơi trung chuyển đến các tàu chiến khác, nhưng cũng hơn 1 ngàn người ngủ qua đêm. nhiều thủy thủ Midway phải nhường giường của họ cho các trẻ em có chỗ nằm ngủ. Tàu cũng cung cấp cho hơn 6 ngàn phần ăn và chăm sóc sức khỏe cho khoảng 300 người di tản.

ĐƯỜNG ĐI AN TOÀN – SAFE PASSAGE

Những trực thăng của Thủy Quân Lục Chiến và Hải quân đã chở các người tỵ nạn không những chỉ có USS Midway tiếp nhận mà còn có 2 hàng không mẫu hạm khác USS Hancock, USS Okinawa. Sau đó, những người tỵ nạn được di chuyển qua 6 chiếc tàu chiến khác để 3 chiếc hàng không mẫu hạm còn chỗ trống tiếp nhận thêm làn sóng người tỵ nạn khác.

Trên USS Midway, công tác của thuỷ thủ và phi công trực thăng SH-3A Sea King có nhiệm vụ luân chuyển người tỵ nạn. Trong suốt 30 tiếng đồng hồ của chiến dịch di tản, 1,600 người tỵ nạn cùng với 8,600 lbs hành lý được di chuyển an toàn trong hạm đội.

Sau đó, người di tản được chuyển đến đảo Guam để làm thủ tục giấy tờ trước khi được chuyển đến các trung tâm tái định cư ở Hoa Kỳ: California, Arkansas, Pennsylvania và Florida.

NGÀY CUỐI CÙNG CỦA CHIẾN DỊCH DI TẢN – THE FINAL DAY

Sáng 30 tháng 4 năm 1975, CSBV đã vào và chiếm được Sài gòn qua sự đầu hàng vô điều kiện của Tổng Thống giờ thứ 25 của ĐT Dương Văn Minh. Hàng loạt trực thăng của QLVNCH chở đầy người tỵ nạn đang tuyệt vọng lo sợ tìm tàu chiến HK đáp xuống. USS Midway đã đón nhận 45 chiếc máy trực thăng nhẹ loại Huey và 3 chiếc trực thăng vận tải lớn CH – 47 đã an toàn đậu trên USS Midway. Trong lúc trời sắp mưa, USS Midway đón thêm cả gia đình Thiếu Tá Lý Bửng với 7 người trên chiếc L19 và máy bay sắp hết nhiên liệu.

Đến cuối ngày 30.4.1975, chính thể VNCH không còn nữa vì CSBV đã thô bạo cưỡng chiếm miền Nam. Thế nhưng, sứ mạng của USS Midway vẫn còn đón tiếp thêm 1 ngàn người Việt tỵ nạn cộng sản nữa.

THÊM MỘT SỨ MẠNG – ONE MORE MISSION

Qua ngày hôm sau, tức là ngày 1.5.1975, tất cả những người tỵ nạn còn lại đều được đưa qua các tàu khác trước khi hàng không mẫu hạm USS Midway trực chỉ hướng tây trong một sứ mạng quan trọng khác.

Đến bờ biển Thái Lan, USS Midway đã kéo lên tàu 52 chiếc chiến đấu cơ của QLVNCH bay từ Sàigòn sang trong thời gian di tản.

Trong thời gian thi hành công tác này, Midway gặp chiếc thuyền đánh cá sắp bị chìm với 84 người tỵ nạn ngồi chật cứng, cũng được đưa lên Midway và sau đó những người tỵ nạn này cũng được đưa sang trung tâm tiếp nhận người tỵ nạn. Trong khi đó, thủy thủ đoàn của Midway tiếp tục bốc dở trên 100 chiếc trực thăng và chiến đấu cơ đưa lên các kho chứa trên bờ.

ƯỚC MƠ TỰ DO THÀNH TỰU – THE AMERICAN DREAM ATTAINED

Tất cả 3,073 người VN tỵ nạn được đưa an toàn đến trại tiếp nhận trên đảo Guam làm thủ tục sơ khởi và đưa đến 4 trung tâm tái định cư: California, Arkansas, Pensylvania và Florida. Tại đây, các người tỵ nạn được các tổ chức từ thiện hoặc các người bảo trợ giúp đỡ học tiếng Anh, tìm kiếm việc làm để họ đi vào con đường hội nhập mới của xã hội Hoa Kỳ.

Cuộc di tản to lớn trong Operation Frequent Wind của Hoa Kỳ, cách đây đúng 35 năm đã cứu giúp được130 ngàn Việt Nam di cư sang được bến bờ tự do Hoa Kỳ. Tiến trình hội nhập để trở thành công dân Hoa Kỳ mà họ đã thực hiện tốt đẹp và thành công trong cuộc sống. Đến nay, thế hệ thứ 2, thứ 3 tiếp nối con đường may mắn, thành công và thành công của những người đi trước.

Chúng ta nhìn lại chặng đường 35 năm như là một kỷ niệm, giấc mơ và Ban Tổ Chức Việt Mỹ đã phối hợp nhuần nhuyễn một công tác vinh danh chính phủ Hoa Kỳ, thủy thủ đoàn USS Midway và những cá nhân làm nên lịch sử cho chiếc hàng không mẫu hạm lịch sử USS Midway.

Bên hông tàu, với những hàng cờ Việt Mỹ xen nhau tạo nên một màu sắc tươi đẹp hài hòa của những con người yêu chuộng tự do và yêu chuộng công bằng bác ái làm thăng tiến cho cuốc sống thanh cao đạo đức của xã hội.

Lần đầu tiên, người viết được chứng kiến, người Mỹ hay nói đúng hơn USS Midway Museum đã cùng với người Việt đứng chung trong 1 Ban Tổ Chức hỗn hợp hài hòa. Sự kính nể của các giới chức và nhân dân Hoa Kỳ đối với cộng đồng người Việt qua nhiều hình ảnh mà hình ảnh phi công tài ba gan dạ Lý Bửng là một điểm son đáng kể. Vì vậy, tất cả những gì cao quý trong buổi lễ, Viện Bảo Tàng Midway đều dành hết cho CĐVN và đại diện là BS Lê Dzũng Chủ Tịch Hiệp Hội Người Việt tại San San Diego có lời chào mừng đồng hương và quan khách đến tham dự. Cũng trong buổi lễ long trọng này, chào cờ VNCH trước với bản Quốc Ca do 2 ban nhạc Brass Bands của trường La Quinta High School và Bolsa Grande High School hòa âm với tiếng hát của dàn hợp xướng Ngàn Khơi hơn 30 người đến từ quận Cam hòa cùng hàng ngàn người Việt hát theo vang động cả một vùng trời tự do. Lá cờ Việt Nam được kéo lên trước trên hàng không mẫu hạm USS Midway và ngạo nghễ bay lượn trong gió lộng của 1 ngày đẹp trời làm cho nhiều người Việt tham dự rơi nước mắt vì cảm xúc, sung sướng và hãnh diện. Kế tiếp, Quốc Ca Hoa Kỳ cũng được dàn nhạc kèn đồng hòa âm tuyệt vời và cờ HK cũng được kéo lên cao.

Cùng đứng vào Ban Tổ Chức hỗn hợp với USS Midway Museum, CĐVN có Hiệp Hội Người Việt San Diego chịu trách nhiệm về tiếp tân, trật tự, truyền thông...Văn nghệ với Brass Bands của 2 trường La Quinta High School & Bolsa Grande High School cùng với ban hợp xướng Ngàn Khơi, Sóng Xanh, the Friends và với các nghệ sĩ khác. Về bảo trợ đặc biệt của giới truyền thông: Lttle Saigon Radio, Hồn Việt TV, Việt Tide...và hàng trăm cơ quan truyền thông báo chí Việt Mỹ khác cũng đến thu hình và thông tin. Làm MC buổi lễ long trọng với cô Thụy Trinh, một MC xinh đẹp, duyên dáng, thông minh, thông dịch thoát ý và nhanh gọn, cô Thụy Trinh đang làm việc với Little Saigon, Hồn Việt TV. MC người Mỹ thuộc USS Midway Museum, ông Scott McGaugh, một MC giỏi ứng phó nhanh chóng.

Buổi chiều, USS Midway Museum có tổ chức tiệc khoản đãi những người khách quý từng làm việc, phục vụ và những người di tản trong cuộc hành quân Operation Frequent Wind đã có mặt trên USS Midway 2 ngày lịch sử 29 và 30 tháng 4 năm 1975.

Đây là buổi Lễ Tưởng Niệm ngày Quốc Hận 30 tháng tư năm 2010 vô cùng long trọng có rất nhiều ý nghĩa và đông đảo người tham dự, đã in sâu trong tâm khảm tôi từ nay đến hết cuộc đời này.

(Sacramento 03.05.2010)

TÌNH CHIẾN HỮU

Tình chiến hữu và tình huynh đệ chi binh tại đơn vị hay trên chiến trường là một thứ tình cao quý nhân bản của người chiến binh mà chúng ta là chiến sĩ Quân Lực Việt Nam Cộng Hoà luôn mãi ghi nhớ và còn mang theo khi thân xác chúng ta đi về thế giới khác an bình miên viễn.

Tấm ảnh ngày xưa, tháng 2.1964, nói lên bao kỷ niệm, tâm tư tình cảm về cuộc đời quân ngũ của tôi.

Cách nay cũng đã tròn 60 năm cuộc đời, như lời một bài hát của nhạc sĩ Y Vân (trùng hợp với nhạc sĩ tài hoa Y Vân cũng giả biệt cõi đời khi ông ở tuổi 60).

Đó là tình chiến hữu giữa cấp chỉ huy và cấp dưới cũng như các chiến hữu cùng trang lứa cùng phục vụ một đơn vị hay khác đơn vị.

Ngoài ra từ tình chiến hữu, tôi còn có thứ tình khác đi cùng với tình chiến hữu là tình vợ chồng giữa Thiếu uý Trần Văn Ngà, Trưởng Ban 5 và Ban An Ninh Quân Đội của Trung đoàn 33 và Thiếu uý Trần Thị Bích Nga Trưởng Phòng Xã Hội Sư Đoàn 21 Bộ Binh. "Hữu duyên thiên lý năng tương ngộ", khi cả hai chúng tôi đã được thuyên chuyển về phục vụ tại Khối Chiến Tranh Chính Trị Quân Đoàn IV và Vùng IV Chiến Thuật, tại Tây Đô Cần Thơ.

Nhân ngày Lễ Tạ Ơn tại Hoa Kỳ 2023, tôi ghi lại những kỷ niệm suốt 13 năm quân ngũ không bao giờ quên của một cựu chiến binh chỉ còn mấy ngày nữa đến tuổi 90 đang đi dần đến thế giới an bình hơn, vui vẻ hạnh phúc hơn?

Tôi xin tạ ơn miền Nam tự do, Quân Lực Việt Nam Cộng Hoà, gia đình, thân hữu, chiến hữu...

Nay định cư tại Hoa Kỳ, tôi xin Tạ Ơn nước Mỹ và dân tộc Hoa Kỳ hào phóng cưu mang những cựu tù nhân chính trị và di dân tỵ nạn cộng sản Việt Nam, đã hun đúc tôi nên người.

Sau Tết Nguyên Đán và trước Rằm tháng giêng - năm 1964 tại căn cứ hoả lực, nơi đóng quân dài hạn của Trung Đoàn 33 Bộ Binh thuộc Sư Đoàn 21, vùng Chà Là - Giá Ngựa, Bộ Chỉ Huy Hành Quân Trung Đoàn 33 tiếp đón phái đoàn Sư Đoàn 21 Bộ Binh đến uỷ lạo sau một trận pháo kích dữ dội của Việt Cộng gây thương vong một trung sĩ truyền tin. Phái đoàn do Đại Tá Cao Hảo Hớn, Tư Lệnh hướng dẫn, gồm có: phu nhân Tư Lệnh mặc quân phục đứng cạnh Đại tá, và người phụ nữ mặc áo trắng, bìa trái là bạn cùng nghề dược sĩ như bà Tư Lệnh. Đại tá Cố Vấn Mỹ SĐ 21 đứng phía sau. Đại Tá Cao Hảo Hớn được thăng cấp sau 1.11.1963, Tư Lệnh Phó lên thay Thiếu Tướng Bùi Hữu Nhơn Tư Lệnh cũng mới thăng một cấp được thuyên chuyển về Cần Thơ nhận chức vụ Tư Lệnh Quân Khu V (Vùng IV Chiến Thuật) thay Trung Tướng Trần Thiện Khiêm. Phái đoàn SĐ 21 còn có Thiếu tá Lâm Văn Nên, Trưởng Phòng 5 Chiến Tranh Tâm Lý Sư Đoàn đứng cạnh Trung tá Nguyễn Văn Thanh Trung Đoàn Trưởng 33 đang mỉm miệng cười, (cô Trung Tiết Trưởng Ban Xã Hội TrĐ 33 đứng cạnh Đại Tá Tư Lệnh), Thiếu uý Trần Thị Bích Nga, có đeo phù hiệu chữ thập xanh viền đỏ của ngành xã hội, Trưởng Phòng Xã Hội SĐ 21 BB.

Đón tiếp phái đoàn SĐ 21 ngoài Trung tá Trung đoàn trưởng, có Y sĩ trưởng Trung Đoàn 33 Y sĩ Trung Uý Phạm Tùng Linh (mang kiếng), Thiếu uý Đệ Trưởng Ban 3 và Thiếu Uý Trần Văn Ngà Trưởng Ban 5 (Chiến Tranh Tâm Lý) kiêm Trưởng Ban An Ninh, đứng ngoài bìa phải và cô Trung Tiết Trưởng Ban Xã Hội Trung đoàn 33.

Cũng là cái duyên tiền định, lần đầu tiên tôi diện kiến với cô Thiếu Uý Trưởng Phòng Xã Hội SĐ 21. Không lâu sau đó cô Thiếu Uý thuyên chuyển về Quân Đoàn IV ở Cần Thơ giữ chức Trưởng Phòng Xã Hội Quân Đoàn IV. Năm sau tôi cũng được thuyên chuyển về Phòng V Chiến Tranh Tâm Lý QĐ IV với nhiệm vụ Trưởng Ban Phát Thanh Tiếng Nói Vùng IV Chiến Thuật trên làn sóng của đài Phát Thanh Ba Xuyên, thay thế nhà văn nhà thơ Thiếu uý Nguyễn Triệu Nam thuyên chuyển về Sài Gòn, phục vụ tại đài Phát Thanh Quân Đội.

Con đường ngắn nhất đến tình yêu vợ chồng của tôi từ tình chiến hữu cùng một đơn vị, chúng tôi, Nga Ngà sau thành vợ chồng tại Cần Thơ (năm 1965).

Tôi còn có thứ tình chiến hữu cao đẹp cho mãi đến bây giờ, 2023 cũng phát xuất từ Trung Đoàn 33 BB với các bạn thân nhứt: Bác Sĩ Phạm Tùng Linh, Nguyễn Đình Bảo, Nguyễn Minh Châu. Chẳng may, Trung uý Nguyễn Minh Châu Trưởng Ban 2 Trung đoàn thuyên chuyển về Trung Tâm Thẩm Vấn tù binh ở Sài Gòn, Châu đã chết vì tai nạn xe, khi Châu đang lái xe vespa về nhà, giữa thập niên 60. Cách đây ba năm, anh Nguyễn Đình Bảo cũng đã qua đời vì bạo bịnh tại Oakland miền Bắc Calofornia. Tình chiến hữu năm xưa thâm niên nhứt của tôi, nay chỉ còn anh Linh, tôi và bà xã tôi. Chúng tôi, Linh, Bảo và tôi cùng tuổi, còn Châu thì nhỏ hơn chúng tôi vài tuổi, chúng tôi cùng phục vụ tại Trung đoàn 33 BB từ những ngày đầu trong quân ngũ.

Còn tình huynh đệ chi binh thể hiện qua cấp chỉ huy Trung Tá Trung Đoàn Trưởng 33 BB Nguyễn Văn Thanh đối với anh em chúng tôi và đối với cấp dưới trong đơn vị, Trung tá Thanh đã lớn tuổi như một người cha người anh cả của đơn vị mà hầu hết các chiến binh phục vụ dưới quyền Trung tá đều kính trọng nể phục.

Trên lãnh thổ Khu 42 chiến thuật do SĐ 21 BB đảm trách, kể cả Khu Chiến thuật Tiền Giang và Khu 41 Chiến thuật thuộc Vùng IV Chiến Thuật, lần đầu tiên kể từ sau khi có Hiệp Đinh Genève (1954-1964), gần đúng 10 năm mới có một trận pháo kích dữ dội chớp nhoáng tại Miền Tây trong vòng trên dưới 5 phút có hơn 20 quả đạn cối 81 bắn vào địa điểm đóng quân của Trung Đoàn 33 BB. Bốn quả đầu rơi đúng mục tiêu. Một quả đánh gãy một an ten truyền tin làm cho một trung sĩ đang trực bị thương và chết sau đó chừng một tiếng. Một quả rơi trúng ngay câu lạc bộ (nhà ăn) của Trung Đoàn, hai quả chạm trên các đọt, lá, tàu dừa nổ tung trên cao nóc hầm, văng miểng xuống hầm của tôi và Thiếu uý Nguyễn Minh Châu Trưởng Ban 2. Gần đó, căn hầm của Trung Tá Trung Đoàn Trưởng và căn hầm của Cố Vấn Mỹ cũng có văng miểng đạn pháo, một quả thứ năm rơi gần hai khẩu đại bác 105 ly, sát cạnh TrĐ. Kể như 5 quả pháo đầu tiên VC bắn trúng mục tiêu, nhưng khoảng hơn 20 quả sau rớt tứ tung lệch mục tiêu rơi xuống sông Bảy Háp, các mương rạch và vườn chim của dân ở gần chỗ đóng quân. Theo ước tính của Ban 2, Việt cộng có thể có năm hoặc hai ba khẩu súng cối 81 ly (lúc này ở Miền Tây, VC chưa có súng cối 82 ly), năm quả đầu điều chỉnh toạ độ tốt, còn các quả sau, chúng không kịp chỉnh lại toạ độ và có thể vừa bắn vừa chém vè nên không chính xác vì chúng cũng sợ phản pháo của súng cối 81 của Trung đoàn, hai khẩu pháo binh 105 ly và các toán tiền đồn, phục kích đêm phát hiện tấn kích chúng.

Rất may, quả đạn rơi trúng giữa câu lạc bộ, có đại uý Nguyễn Văn Mạch đang ngủ qua đêm, từ đơn vị khác thuyên chuyển về Trung đoàn và được ở tạm tại câu lạc bộ, chờ đi ra tiểu đoàn. Đại uý Mạch buồn tiểu thức dậy khoảng hơn một giờ khuya, đi ra tiểu ở một góc dừa cách câu lạc bộ hơn 10 thước, bỗng nghe ụp ụp năm tiếng liên tiếp, biết VC pháo kích, ông vội ngồi xuống, sát cây dừa to, ông nghe luôn năm tiếng nổ chát chúa và thấy có một quả rơi trúng câu lạc bộ. Tới lúc đó, ông mới nằm dài xuống đất nghe tiếp hàng chục quả đạn pháo, nghe tiếng nổ xa hơn những quả đầu tiên. Hết pháo kích, máy đèn của đơn vị chạy lại. Tại câu lạc bộ, quả đạn rơi chạm nóc nhà nổ tung, cái ghế bố xếp và mùng của Đại uý Mạch bị thủng mấy chục lỗ, riêng nóc mùng gần giống cái rổ, lỗ thủng lớn nhỏ chi chích... Thế là Đại uý Mạch tốt số, may mắn không chết, không bị thương và sau này ông sống thọ lên "lon" Trung tá và lớn tuổi giải ngũ tại một quân trường.

Nhìn tấm ảnh năm xưa, có tất cả 11 người, kể luôn một người Mỹ (Cố Vấn) dù chỉ thấy có mũ đứng cạnh trực thăng. Đến nay, 2023, tôi biết có đến hơn nửa đã là người sang định cư ở thế giới khác. Cuộc sống của đời người thật quá ngắn ngủi, có thể vừa mới thấy mới gặp lại vĩnh biệt trần gian, về với cát bụi.

Trung Đoàn 33 BB đóng quân cách bờ sông Bảy Háp vài chục mét trong khu vườn dừa, cau um tùm và cạnh bên có thêm vườn tre và nhiều loại cây khác, là vườn chim, cách tỉnh lỵ Cà Mau trên 10 cây số. Sông Bảy Háp là một thuỷ lộ huyết mạch đến quận Năm Căn vận chuyển thổ sản, hải sản của Năm Căn, nhứt là than đước, một nơi sản xuất cung cấp than cho cả miền Tây đến tận Thủ Đô Sài Gòn.

Tôi có tin, biết Trung Tá Nguyễn Văn Thanh đang sống với con trai út tại Cần Thơ, từ đầu năm đến nay đi ra vô bịnh viện rất thường xuyên. Năm đó ông thầy Nguyễn Văn Thanh của tôi đã vào hàng U 100, chỉ còn thiếu 5 năm nữa tròn trăm tuổi. Trung tá Nguyễn Văn Thanh là người thầy đầu đời quân ngũ của tôi, ông biểu hiện tình huynh đệ chi binh cực kỳ cao quý. Trung Tá trực tiếp chỉ dạy chúng tôi qua thực tế cách lãnh đạo chỉ huy, không phải lý thuyết suôn, chúng tôi sĩ quan mới tra trường còn non kém. Tôi không bao giờ quên kỷ niệm thân thiết với cuộc đời binh nghiệp của tôi từ năm 1963 tại Chà Là - Gía Ngựa. Tôi được phục vụ dưới quyền một cấp huy tài giỏi, hiền hòa, luôn chỉ dẫn, giúp đỡ thuộc cấp - Trung Tá Nguyễn Văn Thanh, tình chiến hữu, tình huynh đệ chi binh của Trung Tá giúp tôi nên người, tôi nhớ ơn ông mãi dù ông với tôi chỉ là người dưng.

Tôi nhớ lại những kỷ niệm sống bên cạnh ông thầy Nguyễn Văn Thanh qua các cuộc hành quân đầu đời ở vùng Thất Sơn đầu năm 1963, vùng khu sản xuất xi măng Kiên Lương - Hà Tiên, Rạch Sỏi gần tỉnh lỵ Kiên Giang (Rạch Giá). Đặc biệt khi Trung đoàn 33 Bộ Binh đóng chốt dài hạn thành một căn cứ hoả lực tại vùng có địa danh Chà Là hay Giá Ngựa, cách tỉnh lỵ Cà Mau hơn 10 cây số và cách khu trù mật Hải Yến của Cha Hoá trên dưới 6 cây số, cũng nằm ven theo sông Bảy Háp, thuỷ lộ, từ tỉnh lỵ Cà Mau đi đến quận cuối cùng Năm Căn của tỉnh An Xuyên (Cà Mau). Hai câu thơ của nhà văn Dương Hà tả chân sống động cảnh sông Trèm Trẹm và Rừng U Minh vô cùng "ấn tượng" của một vùng mà Trung đoàn 33 BB đã mở cuộc hành quân khai thông đường thuỷ từ Rạch Sỏi đến quận Sông Ông Đốc dọc theo sông Trẹm, gỡ, phá các chốt trú quân của của VC lan rộng ra đến ven biển.

Trời tháng 10 năm 1963 trở lạnh vào sáng sớm và sương mù còn dày đặc bao trùm tỉnh lỵ Cà Mau, dù lúc đó đã hơn chín giờ sáng. Đúng giờ này, cuộc hành quân của Trung Đoàn 33 thuộc Sư Đoàn 21 Bộ Binh, rời tuyến xuất phát và tiến quân bằng đường sông và đường bộ vào vùng Chà Là - Giá Ngựa, ở ven sông Bảy Háp, cách thị xã Cà Mau hơn 10 cây số. Cuộc hành quân được hoãn lại, phải đợi bớt sương mù, trong sáng. Đến 10 giờ, có vài tia nắng yếu ớt chiếu rọi, ông Trung Đoàn Trưởng ra lệnh các đơn vị cho binh sĩ ăn cơm trưa nhanh, đúng 11 giờ, cuộc hành quân tiến hành đúng với phóng đồ hành quân theo kế hoạch và được Bộ Tư Lệnh Sư Đoàn 21 chuẩn thuận. Cái tài của cấp chỉ huy là tiên liệu trước các cái thường trúng phóc.

Trung Tá Thanh nói với các sĩ quan Ban Tham Mưu Trung đoàn, từ Cà Mau đơn vị di chuyển chậm vì hai bên bờ sông Bảy Háp (Bảy Hạp) rất rậm rạp cần có các đơn vị tiền sát mở đường trên hai bờ sông với 2 đại đội của 2 tiểu đoàn, Bộ Chỉ Huy Trung Đoàn và các đơn vị di chuyển theo đội hình hành quân bằng các ghe, tàu đò trưng dụng (có trả tiền thuê cho chủ ghe, tàu), các tàu Hải Quân hộ tống đi đầu và đi cuối đoàn công voa trên dưới 20 chiếc tàu ghe lớn nhỏ. Trên không còn có một chiếc "đầm già" - phi cơ L.19 - bao vùng quan sát vì hai bờ sông vùng này là hang ổ của VC. Các đồn bót Bảo An và Dân Vệ ở đây bị cộng quân "nhổ" gần hết. Hai ông Quận Trưởng Cái Nước và Đầm Dơi thường ăn không ngon ngủ không yên, cứ thay đổi hoài, không bị thương thì cũng chết trận hay lạnh cẳng tìm cách "thoát hiểm"...

Ông Trung Đoàn Trưởng còn cho biết, từ tuyến xuất phát, cuộc hành quân lần này là tiến quân theo hình cuốn chiếu, nghĩa là 2 đại đội mở đường đi dọc hai bên bờ sông Bảy Háp, chừng 2 cây số, dừng lại hoán đổi, xuống tàu, để 2 đại đội khác lên bờ thay thế đi trước, đoàn tàu lục tục đi sau. Vì vậy, cuộc hành quân sẽ di chuyển chậm mà chắc và an toàn.

Ngoài các đơn vị cơ hữu của Trung Đoàn, còn có lực lượng Giang Đoàn của Hải Quân yểm trợ đi theo đội hình tác chiến. Vùng này, VC ngoài phục kích, bắn sẻ, còn thường đặt thủy lôi - chất nổ buộc vào các cọc cây nhỏ cắm sâu dưới mặt nước, đợi tàu vào tầm ngắm sát hại của chúng, chỉ cần một tên du kích, có thể mặc quần đùi ở trần núp đâu đó bấm dây vào cục pin làm thủy lôi phát nổ và gây nhiều tổn thất cho ta.

Các đơn vị đến địa điểm đóng quân cũng hơn 3 giờ chiều và binh lính mỏi mệt, chỉ muốn nghỉ cho khỏe. Nhưng, ông sếp nhỏ nhẹ nói:

- Các anh em cấp chỉ huy phải đôn đốc lính tráng đào công sự, giao thông hào xong, dựng lều trại đàng hoàng, bố trí canh gác chu đáo mới được tắm rửa lo cơm nước...dù nơi này muỗi vo ve như sáo thổi, ráng chịu cực ngày đầu.

Lệnh ông ra còn nhắc nhở, tối đêm nay, quân mình mới đến, chắc chắn chểnh mảng trong công việc canh gác vì di chuyển cả ngày cực nhọc, đó là cơ hội quân địch tấn công. Ông còn dặn dò tiếp mọi người phải đề cao cảnh giác, các anh em cán bộ sĩ quan, ngồi trên tàu, không có đi bộ nhiều, các anh em phải thức nhiều đêm nay kiểm soát các vọng gác, các chiến sĩ dễ ngủ gục quên nhiệm vụ gác giặc, du kích VC thấy dễ ăn chúng sẽ tấn công gây tiếng vang.

Tôi, một sĩ quan Thủ Đức, chưa tham dự cuộc hành quân quy mô nào ở vùng VC đang uy hiếp ngày đêm các đơn vị địa phương Bảo An và xã ấp. Và đây cũng là lần đầu nên còn non kém chưa có kinh nghiệm chiến trường, lấy bài học này của "ông thầy" làm hành trang cho cuộc đời binh nghiệp của bản thân mình.

Đêm đó, khoảng 12 giờ khuya, nhớ lời ông Thầy, Anh Phương ngoài khẩu colt 45, còn mang theo cây carbine M2 phòng thân, đi đến vài vọng gác quan yếu, gần căn lều của ông Trung Đoàn Trưởng và của Quân Y. Hầu như nơi nào lính cũng ngủ gà ngủ gật vì nơi này là các vọng gác vòng trong. Hơn nữa, đây là xứ muỗi nên các lính gác giặc đều có mũ lưới trùm đầu kín mít dễ làm buồn ngủ và cũng vì sau một ngày di hành mệt mỏi nữa. Còn các vọng gác vòng ngoài như là tiền đồn, sát bờ rạch nhỏ phía sau, bên hông Bộ Chỉ Huy Hành Quân cây cối um tùm, các lính gác cảnh giác hơn và là gác đôi nữa vì địch có thể sẽ xâm nhập vùng này trước nhứt...

Lúc bấy giờ, tất cả 3 ông Trung Đoàn Trưởng của Sư Đoàn 21 Bộ Binh, Trung Tá Nguyễn Văn Thanh là cấp chỉ huy Trung Đoàn thâm niên quân vụ cũng như có cấp bậc cao nhứt là Trung Tá, còn hai Trung Đoàn Trưởng Trung Đoàn 31 và 32 có cấp bậc Thiếu Tá và tuổi tác vào hàng em hoặc cháu của ông Trung Tá Thanh.

(Hình: TT Thanh lúc 92 tuổi, năm 2014 - mất năm 97 tuổi tại Thành Phố Cần Thơ, nhà con trai cũng là một tiệm cơm thức ăn Việt Nam. Tôi có nhờ người thân ở Cần

Thơ mang vòng hoa phúng điếu đến viếng - THÀNH KÍNH PHÂN ƯU- các cựu chiến hữu TR. Đ 33 BB).

Trung Tá Thanh từng theo học Khóa 2 Đập Đá, cùng khóa với nhiều vị Tướng lãnh như Thiếu Tướng Hồ Văn Tố, Trung Tướng Nguyễn Văn Mạnh...

Trung Tá Nguyễn Văn Thanh đeo lon Trung Tá từ năm 1963 và 12 năm sau, năm 1975 vẫn còn là Trung Tá già đã giải ngũ, bị VC nhốt tù một chục năm và tịch thu nhà cửa tài sản ở đường Pasteur Cần Thơ. Ra tù, cả gia đình bị lưu đày vào vùng kinh tế mới hoang vu nước phèn đồng chua ở Khu trù mật cũ Hỏa Lựu (Tỉnh Chương Thiện xưa).

Khi còn là Thiếu Tá Trung Đoàn Trưởng, Thiếu Úy Lê Văn Hưng là Trưởng Ban 2 do ông chỉ huy và khi Trung Tá Thanh về phục vụ Quân Đoàn 4 năm 1974 - 1975, Thiếu Úy Lê Văn Hưng năm xưa, nay là Chuẩn Tướng Tư Lệnh Phó Quân Đoàn 4, là cấp chỉ huy của Trung Tá Thanh.

Năm 1963 - 1964, cả Bộ Tư Lệnh Sư Đoàn 21 Bộ Binh với những sĩ quan trẻ đều kính phục về sự lãnh đạo chỉ huy và đức độ liêm khiết, lương thiện của Trung Tá Thanh. Đặc biệt, tài điều binh và đánh trận, hể nơi nào gai gốc, vùng nào có nhiều VC quấy rối, y như rằng đơn vị ông được lệnh điều quân tới đó. Vùng Chà Là Giá Ngựa ở cuối gần Rừng U Minh Hạ cũng là địa điểm "nóng" nhứt lúc bấy giờ trong địa bàn trách nhiệm của Sư Đoàn 21 Bộ binh - Khu 42 Chiến Thuật.

Từ khi có sự hiện diện của Trung Đoàn 33 Bộ Binh ở vùng này, dân chúng địa phương tỏ ra vui mừng vì không còn sợ bị pháo kích tự do - vùng VC luôn hoạt động như công khai, thách thức các đơn vị địa phương. Các đơn vị Bảo An - Dân Vệ cũng như hai ông Quận Trưởng Đầm Dơi, Cái Nước nay hoàn toàn an tâm không còn "lạnh cẳng" như trước.

Các tàu ghe thương hồ tấp nập qua lại hàng ngày trước chỗ đóng quân của Trung Đoàn. Những điểm VC thường bắt buộc các ghe tàu buôn bán lưu thông từ Cà Mau đến quận Năm Căn phải dừng, đậu lại nghe chúng tuyên truyền và đóng thuế. Con đường thủy này dài khoảng trên dưới 40 cây số, nay có các đơn vị của các tiểu đoàn đã được lệnh đến các nơi phá bỏ các trạm kiểm soát của VC và bảo vệ an ninh lộ trình rất tốt đẹp.

Công tác của Trung Đoàn 33 BB thời điểm đó cũng tương đối nhàn nhã mà tôi được lệnh luôn đẩy mạnh công tác dân sự vụ phát quà phát thuốc nhứt là thuốc chloroquine chống sốt rét vì là vùng muỗi nhiều, cái ổ của bệnh sốt rét. Các gia đình có vườn cau, vườn dừa bị Trung Đoàn khai quang để làm sân đáp của trực thăng và làm các ụ, giao thông hào phòng thủ nơi đóng quân của Trung Đoàn, của Tiểu Đoàn. Thời đó, một cây dừa bị đốn bỏ, nếu tôi nhớ không lầm, được bồi thường $200 cây lớn đang có trái và cây dừa chưa có trái cũng như cây cau có trái được bồi thường $100/cây, giá thị trường 1 đồng 2 - 3 trái dừa hoặc trái khóm lớn...

Hàng ngày, 3 tiểu đoàn và các toán trinh sát của Trung đoàn và tiểu đoàn đều tung ra nhiều cuộc hành quân nhỏ chung quanh khu vực đóng quân cũng như thu thập tin tức tình báo. Đa số nhà cửa của người dân sống rải rác dọc theo bờ sông khá sung túc hơn những gia đình ở vùng sâu, vùng xa thiếu an ninh.

Một điều đáng lưu ý nhất là nhà nào nhà nấy chỉ có các cụ lớn tuổi, đàn bà và nhiều trẻ con nheo nhóc mà không thấy có người đàn ông trẻ và trung niên cùng sống chung.

Ban 2 và Ban 5 của trung Đoàn biết rõ, chồng của những thiếu phụ và cha của các đám trẻ đều là du kich VC, ban ngày rút vào bưng hay mật khu, ban đêm mò về nhận tiếp tế tình và thức ăn cũng như thu thập tin tức...

Gần 2 tháng, cả Bộ Chỉ Huy Hành Quân Trung Đoàn và 3 tiểu đoàn cơ hữu đều tiến hành công tác bình thường, không có gì quan trọng xảy ra. Khu vực này thuộc trách nhiệm của Khu 42 Chiến Thuật mà Trung Đoàn 33 là đơn vị xung kích trấn đóng và thường xuyên tổ chức các cuộc hành quân cấp tiểu và trung đoàn, ít khi chạm địch.

Đến ngày 1 tháng 11 năm 1963, qua máy thu thanh, chúng tôi biết tại Thủ Đô Sài Gòn đang có cuộc "cách mạng" lật đổ nền Đệ Nhất Cộng Hòa, Trung Tá Thanh đã biết tin này trước qua Đại Tá Bùi Hữu Nhơn Tư Lệnh Sư Đoàn 21 Bộ Binh ra chỉ thị, các đơn vị thuộc quyền chuẩn bị sẵn sàng chờ lệnh và đề phòng VC tấn công. (Thiếu Tướng Bùi Hữu Nhơn định cư gần San Jose và đã qua đời vào lúc có nạn dịch COVID cao điểm).

Tại vùng Giá Ngựa cũng như cả rừng U Minh Thượng (thuộc tỉnh Kiên Giang - Rạch Giá) và rừng U Minh Hạ (thuộc tỉnh An Xuyên - Cà Mau), các đơn vị địa phương và du kích VC nằm im không có hoạt động gì đáng kể. Thời điểm này, năm 1962 - 1963, các cuộc hành quân cấp tiểu đoàn và trung đoàn thường đi cả ngày mà chẳng gặp sự chống cự quan trọng nào của VC. Thỉnh thoảng các đơn vị hành quân tịch thu được các kho vũ khí nhỏ của VC gồm toàn mìn nội hóa, chông, súng ngựa trời, súng 2 nòng, súng Mas 36 cũ kỹ của Pháp thời Đệ Nhị Thế Chiến. Phải nói rằng các đơn vị chủ lực quân đi hành quân ở vùng này như đi "thăm dân cho biết sự tình".

Trước đó, chỉ có Bảo An và Dân Vệ đóng đồn bót, VC thường lợi dụng đêm tối tấn kích bằng mìn và thường dùng nội công ngoại kích nhổ các nút chặn đó hoặc phục kích đặt mìn sát hại các ông quận, ông xã...như cơm bữa. Nay, có cả một trung đoàn thiện chiến của Sư Đoàn 21 BB về trấn đóng vùng này nên sinh hoạt thường ngày hoàn toàn nhộn nhịp khởi sắc và các ông tỉnh, quận xã thường ngủ yên giấc.

Nhưng, sau khi có cuộc chính biến 1.11.1963 chừng vài tuần, tình hình chiến sự vùng này sôi nổi lên. Các cuộc hành quân thường chạm địch và tịch thu nhiều vũ khí mới có cả súng cối, trung tiểu liên, súng bá đỏ CKC mới toanh của cộng sản Bắc Việt vận tải bằng đường biển vào.

Cuộc chiến bắt đầu leo thang. Từ cuối tháng 12 năm 1963, tin tình báo dồn dập, nhiều đơn vị lớn cấp tiểu đoàn VC thường "bôn tập" về gần 2 quận Cái Nước, Đầm Dơi, chúng có âm mưu tấn kích chiếm hai quận này, như trước đây chúng đã từng thực hiện. Tin tình báo của Sư Đoàn 21 cũng gởi xuống cho biết tình hình địch đang trên đà tăng thêm nhiều quân số và được trang bị vũ khí mới. Sư Đoàn chỉ thị Trung Đoàn phải tung ra hàng ngày các cuộc hành quân tảo thanh các vùng sâu vùng xa mà VC thường về trú quân với âm mưu mở đợt tấn công lớn vào hai quận Cái Nước, Đầm Dơi và xa hơn nữa là quận Thới Bình, Sông Ông Đốc...

Thời điểm này, Ban 5 chúng tôi thường xuyên mở các buổi học tập dành cho Đại đội Trọng pháo, Đại đội Công Vụ với các thành viên cơ hữu của Bộ Chỉ Huy để ông Trung Đoàn Trưởng chỉ thị những gì cần phải triệt để đề cao cánh giác, nhứt là "mỹ nhân kế". Lúc này, chúng tôi thấy có nhiều cô thôn nữ, ăn diện khá tươm tất với quần mỹ a láng coóng, aó trắng hay áo màu mới nguyên cứ lạng qua lại trước Bộ Chỉ Huy Hành quân Trung đoàn và Trung Đội Pháo Binh 105 ly, ở sát đường đi. Các chiến sĩ tình báo cũng giả vờ hỏi chuyện, các cô nàng cùng một luận điệu, nói rằng, từ khi có các anh về đây đóng quân, khu này hoàn toàn an ninh nên chúng tôi diện một chút và thường đi chợ hơn để mua bán...

Trung Đoàn 33 BB ăn Tết Nguyên Đán đầu tiên tại Chà Là khá yên lành vì có lệnh của Trung Tá Thanh chỉ thị các chiến sĩ không được uống rượu say sưa vào buổi chiều và nhứt là cấm cờ bạc sát phạt nhau.

Ban ngày, ba ngày Tết chúng tôi cũng tạm cho lính tráng thoải mái ăn nhậu và máu mê cờ bạc của nhiều người cũng khó dứt bỏ trong các ngày Tết xa nhà. Vì vậy, với tư cách là Trưởng Ban 5 kiêm Trưởng Ban An Ninh Trung Đoàn, Anh Phương cũng có xin phép cho anh em vui chơi không thái quá, chỉ có ban ngày, ban đêm cấm tuyệt đối.

Trong mấy ngày Tết, từ 6 giờ chiều, Trưởng Ban 5 và Trưởng Ban 2 Trung Đoàn dẫn theo vài anh khinh binh đi kiểm soát tất cả các nơi canh gác, nơi ngủ nghỉ của lính tráng, dẹp các sòng bài và các bàn nhậu linh tinh. Chúng tôi đề cao cảnh giác cao độ vì thấy có nhiều hiện tượng như có nhiều phụ nữ ăn diện đẹp mời hay các cụ mời mọc chúng tôi hay anh em lính tráng ăn nhậu thoải mái tại nhiều nhà dân gần nơi đóng quân mà trước đó không có chuyện đó.

Ngày Mồng Một Tết ta, năm 1964, hình như rơi vào cuối tháng 1 dương lịch. Chúng tôi, Trưởng Ban 5 và Ban 2 hạp tính nhau, ở chung một gian hầm được bao phủ kín nóc và chung quanh với các cây cau, cây dừa được ken lại và đổ đất ở trên nóc hầm đề phòng bị pháo kích không xuyên phá được. Cả hai chúng tôi lại không biết hút thuốc, không uống được rượu đế nên không ai nài ép được. Đó là ưu điểm của những người làm tình báo không sợ bị phục rượu hay bị đầu độc bằng rượu bằng thuốc lá. Vùng Chà Là Giá Ngựa là cái ổ của VC hoạt động từ thời kháng chiến chống Pháp và cũng là nơi tập kết của Việt Minh cộng sản rút ra Bắc sau Hiệp Định Genève năm 1954.

Sau ba ngày Tết Ta cuối tháng 1 năm 1964, tin tình báo từ Phòng Nhì Bộ Tổng Tham Mưu, Quân Đoàn 4 và của Sư Đoàn 21 Bộ Binh dồn dập chuyển xuống các đơn vị, nói rằng cộng sản Bắc Việt đã điều động nhiều quân và vũ khí mới xâm nhập vào miền Nam, trong đó có vùng U Minh Thượng và U Minh Hạ là vùng trách nhiệm của Trung Đoàn 33 Bộ Binh. Tin tình báo xác quyết CSBV chuẩn bị đánh lớn trên khắp 4 Vùng Chiến Thuật.

Vì vậy, Trung Tá Trung Đoàn Trưởng mở cuộc họp với đầy đủ ba ông Tiểu Đoàn Trường cùng với các Trưởng Ban 2 - Ban 3 tiểu đoàn và các ông Cố Vấn Trưởng. Ở Trung Đoàn cũng có Trưởng Ban 2 - 3 - 5 - Truyền Tin - Quân Y - Công Vụ, đại đội Trọng pháo Trung đoàn cùng 2 sĩ quan của Trung Đội Pháo Binh 105 ly và Cố Vấn Mỹ của Trung đoàn.

Sau khi, Ban 2 Trung Đoàn trình bày tình hình địch và Ban 3 trình bày tình hình bạn, địa điểm đóng quân các tiểu đoàn, cách Bộ Chỉ Huy Hành Quân của Trung Đoàn không quá xa, nằm trong tầm yểm trợ hoả lực của pháo binh. Các Ban trình bày khả năng của Trung Đoàn khi có diễn biến cộng quân tấn công, cắt đường tiếp vận đường sông và đường bộ từ tỉnh lỵ Cà Mau, đơn vị chịu đựng được bao lâu...? Sau đó Trung Tá Trung Đoàn Trưởng chỉ thị các Ban củng cố thêm chắc chắn các hầm ở của cán bộ, các hầm làm việc của Quân Y, Truyền Tin, phòng Hành Quân, tu bổ lại các vọng gác và giao thông hào...và các tiểu đoàn cũng phải thật sự đề cao cảnh giác. Trung Tá Thanh còn nói thêm, tình hình chính trị ở Trung Ương xáo trộn mạnh, chắc chắn cộng quân sẽ lợi dụng đẩy mạnh công tác tấn công phá hoại...

Trong cuộc đời binh nghiệp của tôi, dù ở đơn vị tác chiến vỏn vẹn chưa quá một năm rưỡi mà lúc nào tôi cũng tôn kính Trung Tá Nguyễn Văn Thanh là bậc thầy vĩ đại của tôi vì ông tiên đoán điều gì y như rằng những chuyện xảy ra không lâu sau đó. Về nghệ thuật chỉ huy và đắc nhân tâm chinh phục lòng người của ông mà tôi biết, ông thuộc vào cấp chỉ huy tài giỏi siêu đẳng. Nhưng, ông sinh bất phùng thời, không thăng quan tiến chức suôn sẻ. Cho đến năm 2014, ông còn mạnh khỏe nhưng bịnh lãng quên đang đến với ông. Cuộc đời ông còn hiện hữu trên thế gian chỉ tính bằng ngày bằng tháng...

Y chang những gì Trung Tá Thanh chỉ thị, hệ thống phòng thủ của Bộ Chỉ Huy Hành Quân của Trung Đoàn 33 được củng cố thêm chắc chắn, cộng sản bắt đầu mở các cuộc tấn công lớn tại vùng U Minh. Sau Tết Nguyên Đán khoảng một tuần (đầu tháng 2.1964), chúng tôi nếm trải một trận pháo kích kinh hoàng mà suốt gần 10 năm qua, từ năm 1955 đến năm 1964 VC chưa bao giờ thực hiện tại vùng này. Thời gian VC im lặng mai phục, điều nghiên học tập và xâm nhập sâu vào các vùng bưng, mật khu cũ, thiết đặt lại đường dây liên lạc của Việt minh cộng sản năm xưa.

Lúc hơn một giờ sáng, đang ngủ, chúng tôi bỗng giựt mình tĩnh giấc nghe liên tiếp ụp ụp, tiếng "đề ba" của súng cối, chứng tỏ VC đặt súng cối tương đối gần căn cứ. Tíc tắc sau, những tiếng nổ kinh hoàng rơi tại bốn địa điểm khác nhau.

Từ hầm ngủ cũng là hầm chỉ huy của Trung Tá Trung Đoàn Trưởng, ông ra lệnh Pháo Binh phản pháo và súng cối 81 ly cơ hữu của BCH Trung Đoàn cũng phản pháo những điểm đã ước tính trước, VC có thể đặt súng cối pháo kích vào BCH. Pháo binh đang chuẩn bị, liên tiếp hàng chục trái đạn cối khác tiếp tục rơi ào ào xuống xung quanh khu vực đóng quân của Trung Đoàn và gần 2 khẩu pháo, cũng như có vài quả rơi tõm xuống sông. May không có trái đạn pháo nào rớt gây thiệt hại nặng, chỉ có một quả pháo đầu tiên rơi trúng Trung Tâm Truyền Tin làm cho một hạ sĩ quan trực bị thương nặng, chết sau đó chừng một tiếng và có 2 máy truyền tin liên lạc với Sư Đoàn và liên lạc nội bộ Trung Đoàn hoàn toàn bị hư hỏng, được thay thế ngay máy dự phòng.

Thiếu Úy Nguyễn Minh Châu - Trưởng Ban 2 và tôi chụp lấy nón sắt đội lên đầu, lấy súng lục, lấy thêm súng carbine và lựu đạn, tung cửa hầm chạy vội ra 2 điểm gác gần nhứt nhằm hổ trợ tinh thần các chiến sĩ gác giặc, e sợ VC dùng chiến thuật tiền pháo hậu xung mà chúng thường sử dụng. Tất cả chúng tôi đều nhảy xuống giao thông hào. Trong khi đó VC tiếp tục pháo kích đợt 3 cũng chừng một chục quả nữa, nhưng không vào mục tiêu BCH Trung Đoàn như trước, có lẽ chúng bị phản pháo dữ dội và chính xác nên chúng vác súng cối chạy đến chỗ khác và cũng bắn cho có, không tính toán được tầm bắn như trước...

Từ ngày, Anh Phương được bổ nhậm về Trung Đoàn 33 Bộ Binh tháng 1 năm 1963, Hậu Cứ của Trung Đoàn đóng ở tỉnh lỵ Long Xuyên, sau chuyển lên Châu Đốc và trở lại Long Xuyên, sau cùng trước khi tôi thuyên chuyển về Quân Đoàn IV, BCH Trung Đoàn đóng tại Thị Xã Sóc Trăng, BCH Hành Quân tại Chà Là - Gía Ngựa, hậu trạm của Trung đoàn, gần sân quần vợt tỉnh lỵ Cà Mau.

Cả năm 1963, Trung Đoàn 33 là đơn vị lưu động, nay hành quân ở vùng Thất Sơn, mai hành quân U Minh Thượng - Rạch Giá. Ngày khác lại hành quân sang vùng quận Hà Tiên hoặc hành quân quanh khu nhà máy sản xuất xi măng Kiên Lương...

Có thể nói Trung Đoàn 33 BB lúc bây giờ là đơn vị xung kích lưu động luôn mở các cuộc hành quân do Sư Đoàn 21 chỉ định, những nơi xung yếu mà VC thường xuất hiện quấy phá... Có một thời gian một vài tháng, BCH Trung Đoàn đóng quân ở trong cùng đầu kinh xáng Cây Me - Tri Tôn, Châu Đốc bảo vệ công tác đào kinh số 1 thông qua kinh thuộc xã Ba Chúc (Núi Tượng) - Tịnh Biên, Châu Đốc, dẫn ra Kinh Vĩnh Tế.

Nhiệm vụ của Trung Đoàn, bảo vệ an ninh vùng mật khu Thất Sơn để dân công đào kinh cho đến khi hoàn tất. Tổng Thống Việt Nam Cộng Hòa Ngô Đình Diệm và một phái đoàn hùng hậu có ngoại giao đoàn trên 50 người đến địa điểm đóng quân mới của Trung Đoàn, chỗ vòng cung, từ kinh số 1 chảy ra kinh Vĩnh Tế, dự buổi thuyết trình của tỉnh và của Trung Đoàn 33 về công tác dẫn thủy nhập điền quan trọng này của tỉnh An Giang.

Trung Đoàn 33 cũng có gần một tháng đóng quân ở Rạch Sỏi - Kiên Giang, thường xuyên mở các cuộc hành quân lùng sục vùng Rừng U Minh Thượng, các mật khu cũ của VMCS.

Con sông chạy xuyên qua Rừng U Minh Thượng - Rạch Giá đến U Minh Hạ - vùng Cà Mau là con sông Trèm Trẹm "ngàn đời vẫn đỏ" đúng với câu thơ của nhà văn Dương Hà, ông gốc sanh trưởng ở Rạch Giá. Nước sông Trèm Trẹm, mùa nào cũng đỏ sậm như màu nâu vì là nước từ kinh rạch nhỏ trong rừng U Minh Thượng chảy ra sông Trèm Trẹm hoà với nước kinh rạch của rừng U Minh Hạ, mang theo đất phù sa cũng như cây cỏ mục đưa ra sông cái. Lúc bấy giờ, chúng tôi thấy vô số vịt trời, le le... thường bơi lội lặn hụp tìm thức ăn khi đoàn tàu hành quân đến gần, chúng mới bay lên và sau đó lại đáp xuống phía sau đoàn tàu...

Rừng U Minh ngày ấy, nay đã hơn nửa thế kỷ trôi qua và cuộc đời của những người lính kiêu hùng năm xưa, bây giờ đang đối diện với bịnh tật, tuổi tác và Thần chết đang lảng vảng mời gọi.

Sự hy sinh cống hiến cuộc đời mình phục vụ đất nước với tình chiến hữu và tình huynh đệ chi binh luôn mãi bất diệt của cấp chỉ huy trong thời chiến tranh như Trung Tá Nguyễn Văn Thanh đối với cấp dưới. Và thuộc cấp cũng kính mến chúng tôi, các chiến sĩ của Trung Đoàn 33 BB luôn tôn kính cấp chỉ huy. Hai lần tôi về thăm lại quê hương vì có chuyện gia đình và không quên thăm lại chiến trường xưa với 16 tỉnh 92 quận của Vùng IV Chiến Thuật. Cả hai lần tôi có đến nhà Trung tá Nguyễn Văn Thanh tại Cần Thơ viếng thăm vấn an ông thầy cũ trong Quân đội. Khi ông thầy qua đời, từ Mỹ, tôi có nhờ bạn ở Cần Thơ mang vòng hoa phúng điếu đến kính tiễn ông Thầy.

Chúng tôi ba chiến sĩ thân nhứt từ ngày phục vụ tại Trung đoàn 33 BB cho đến nay: Bác sĩ Phạm Tùng Linh đang định cư tại Paris - Pháp, Nguyễn Đình Bảo cùng khoá 13 Thủ Đức với tôi, định cư ở thành phố Oakland và tôi ở Sacramento, miền Bắc California. Chúng tôi hẹn gặp lại nhau sau hơn nửa thế kỷ tại nhà anh chị Phạm Tùng Linh tại Paris - Pháp quốc.

(H: Từ trái Nguyễn Đình Bảo - Phạm Tùng Linh - Trần Văn Ngà - Bà Ngà - Bà Linh. Trong hình năm người - Bác sĩ Linh có tin cho biết đã qua đời tại Paris, cách đây hơn một năm)

Bác sĩ Phạm Tùng Linh ra trường Y Khoa được trưng tập vào Quân Đội và anh ra nhận nhiệm đầu đời quân ngũ là Trung Đoàn 33 BB tại Bộ Chỉ Huy của Trung Đoàn đóng quân lần thứ hai tại tỉnh lỵ An Giang - ngang trường trung học Thoại Ngọc Hầu, thay thế bác sĩ Trần Duy Tự sau là Dân Biểu đơn vị Sóc Trăng nhiệm kỳ 1967 - 1971.

Nơi làm việc cuối cùng của anh Linh trước 30.4.1975 là Trưởng Ty Y Tế tỉnh Vĩnh Bình.

Anh Nguyễn Đình Bảo, gốc Quan Thuế được động viên vào khoá 13 Thủ Đức (tên khoá Ấp Chiến Lược) như tôi. Anh Bảo phục vụ ở Trung Tâm Hành Quân Sư Đoàn 21 khi mới trình diện, sau ra phục vụ Trung Đoàn 33 một thời gian ngắn và được biệt phái về lại Quan Thuế, anh giữ chức Trưởng Ty Quan Thuế An Giang.

Trước năm 1975 anh phục vụ trong ngành Quan Thuế tại phi trường quốc tế Tân Sơn Nhất và anh cưới người vợ gốc Lào làm trong hảng Laos Airline tại văn phòng ở Tân Sơn Nhất. Trong Quân Đội, tôi phục vụ chuyên ngành thông tin báo chí và ngành tâm lý chiến, ngoài đời là một nhà giáo và nhà báo mà cùng ở Sài Gòn nhiều năm mà không gặp không biết anh cùng ở Sài Gòn, cũng khá buồn cười. Mãi 20 năm sau, tôi mới biết anh Bảo ở Oakland, cách Sacramento không xa, tôi rất thường lên xuống thành phố Oakland mà cũng không biết tin nhau.

Sau 50 năm, ba anh em chúng tôi, Linh Bảo Ngà gặp nhau tại Paris - nhà vợ chồng anh Linh (vợ anh Linh là người Pháp, đã qua đời trước mùa COVID 19). Trong hình chỉ thiếu chị Bảo vì chị có gia đình từ Lào sang định cư ở Paris nên chị phải đi thăm gia đình. Anh Bảo cũng đã qua đời tại thành phố Oakland (California) cách nay cũng trên bốn năm.

Nay, tôi chỉ còn tình chiến hữu thân thiết nhứt đầu đời quân ngũ với anh Phạm Tùng Linh. Chúng tôi thỉnh thoảng cũng gọi điện thoại thăm nhau. Sau ngày về hưu, vài năm, anh Linh bị bịnh Parkinson cho tới nay và tôi thì vướng đến "ba cao một thấp" - cao máu - cao đường - cao mỡ và thấp khớp. Tôi chỉ còn đúng một tháng tròn tuổi 90, tôi luôn giữ mãi tình yêu quê hương đất nước, gia đình và tình chiến hữu luôn bất diệt trong tôi.

Tôi xin Tạ Ơn Trời - Tạ Ơn Đời - Tạ Ơn Người và Tạ Ơn Đất Nước & Nhân Dân Hoa Kỳ...

(Mùa Lễ Tạ Ơn - Thanksgiving 2024)

(H: Ba bạn hiền - Từ trái sang phải: Bác sĩ Pham Tùng Linh - Nguyễn Đình Bảo - Trần Văn Ngà)

NHỮNG ĐÊM GIÁNG SINH ĐÁNG NHỚ

Hai giờ sáng 12.12.2023, thức giấc sớm, ra khỏi mền, trời lạnh căm căm, tôi mặc thêm áo trấn thủ. Cái chiêu chống lạnh hay nhứt của tôi là lên youtube nghe nhạc êm dịu. Tình cờ, tôi nghe tiếng hát nữ ca sĩ Sa Huỳnh với bản Sương Lạnh Chiều Đông của nhạc sĩ quá cố Mạnh Phát (1926 - 1973). Một bản nhạc trữ tình lãng mạn có hơi hướm đậm chất NOEL, không phải một bài Thánh ca mà là một bài hát tình cảm dạt dào yêu thương trong mùa giá lạnh NOEL của tình yêu trai gái tuổi xuân thì: *"Sương lạnh chiều đông vương tiếng thở... Mười năm mơ kết mây thành hoa trắng - Hoa vỡ, mây tan, tàn giấc mơ hoa - Anh hãy về đây đêm giá lạnh - Vẫn nghe nồng hơi ấm của tâm hồn trọn mơ".*

Nhạc và lời của bài hát đánh động xoáy vào tim tôi qua âm điệu du dương mượt mà sâu lắng dồi dào chất thơ lãng mạn trong một đêm lạnh của tháng 12.

Dù tôi chưa phải là con chiên Công Giáo lại có những đêm Giáng SInh (NOEL) trong quân ngũ vui tươi nhiều cảm xúc, đời tù cải tạo bị lưu đày quê hương nghiệt ngã ở miền Bắc xã hội chủ nghĩa và các ngày lễ Giáng Sinh hiện thực tại xứ Cờ Hoa. Những mùa GIÁNG SINH năm xưa vụt đến như sao xẹt trên vòm trời xa quê nhà với nhiều tinh tú lung linh làm cho tâm hồn tôi lâng lâng như một giấc mơ hoa.

Sau mùa lễ Tạ Ơn 2023 tràn đầy niềm vui, bịnh tim, đường cao, thấp khớp, đau đầu gối dù vẫn phải có cái chân thứ ba giúp đi đứng thêm vững vàng tránh ngã té. Mọi thứ bịnh kể như ổn định từ thời điểm này chỉ còn vài tuần sang đầu năm mới 2024 (10.1.1935), tôi được thêm tuổi, tròn 89 cái xuân già, tương lai các thứ bịnh mãn tính của tôi "qu'est sera... sera" chưa biết ngày sau sẽ ra sao?. Bây giờ, gia đình vợ con tôi vui, tôi lại càng vui thường tự thưởng uống một lon bia hay một cốc rượu vang vào bữa ăn chiều cũng làm cho ấm lòng chiến sĩ già hết xí quách mà còn gân còn viết lách lăng nhăng, giúp cho các bữa ăn thêm ngon và ngủ được đầy giấc trên năm tiếng.

Thế mới kẹt cho tôi vốn là cựu giáo chức, một cựu huấn luyện viên thể dục thể thao học đường nay không được tập thể dục chân, không bao giờ có cơ may trở lại hồ bơi, giã từ vĩnh viễn từ đây. Đành phải chấp nhận số phận "đau thương" của tuổi già với "ba cao, một thấp". Tôi chỉ còn hoạt động của tay, chăm sóc trồng trọt rau và hoa, cây trái. Tôi có thêm thì giờ ngồi lướt trên máy computer ít nhứt mười tiếng mỗi ngày. Youtube là bạn thân của tôi thường vào đêm khuya, bao kỷ niệm nên thơ thời trai trẻ trong quân đội, độc thân vui tính hiển hiện trước mắt tôi.

Tôi nhớ rõ Mùa Giáng Sinh đầu tiên trong quân ngũ, năm 1962 tại Liên Trường Võ Khoa Thủ Đức trên đồi Tăng Nhơn Phú, trước ngày mãn khoá có ba ngày. Chiếc xe Lambretta mới mua vài tháng trước khi nhập ngũ, đi phép lần đầu, tôi xin phép sĩ quan cán bộ đại đội đưa xe vào quân trường để khi nào có phép cuối tuần, tôi lái xe về Sài Gòn. Đêm Noel, dù không có giấy phép. Sau giờ cơm chiều, tôi diện bộ quân phục số 2 láng coóng mới giặt ủi "dù" về thăm "a múi", tỉnh bơ lái xe ra cổng. Bấm còi nhè nhẹ, chào anh sinh viên sĩ quan khoá 14 đang gác cổng như tôi có giấy phép về Sài Gòn. Anh ta tưởng tôi có giấy phép đặc biệt và anh cũng biết Khoá 13 chỉ còn ba ngày nữa là mãn khoá được đi phép xong là trình diện đơn vị mới. Anh sinh viên gác cổng không cần hỏi giấy phép, lại còn chơi ngon, dở cổng cho tôi chạy qua như xe ô tô mà không phải đi cổng xe hai bánh.

Thế là thoát, tôi lái xe một mạch thẳng vào Chợ Lớn đến đường Ngô Nhân Tịnh, gần cầu Bali Cao, bấm chuông một căn phố lầu ba tầng rộng lớn là nhà ở cũng và văn phòng xuất nhập cảng các loại tơ lụa, vải của người bạn gái gốc Hoa. Gia đình a múi chuyên bán sĩ cho các tỉnh, cô cũng là học trò của tôi và đã có bằng tú tài Hoa Văn, nay phải học tiếng Việt tại trường Phước Kiến, lớp đệ tứ luyện thi lấy bằng trung học đệ nhứt cấp, a múi chỉ nhỏ hơn tôi bốn tuổi. Hai chị em phải đi học thêm chữ Việt vì thời đó chánh phủ Việt Nam bắt buộc sổ sách buôn bán của Hoa kiều, người nước ngoài, phải viết bằng chữ Việt. Hai chị em con của một đại gia gốc Triều Châu, bà vợ lớn từ bên Tàu sanh cô chị, bà thứ thiếp lấy ở Việt Nam, gốc xứ mắm Châu Đốc cùng quê với tôi cũng là gốc Tiều chỉ sanh một cô con gái như bà vợ cả. Hai chị em nói được tiếng Việt nhưng chưa sỏi dù có nhờ gia sư dạy thêm tiếng Việt tại nhà trọn một năm, cũng đọc chữ Việt còn khó khăn. Vì vậy hai chị em phải đi học chính quy chữ Việt nhằm giúp gia đình trong kinh doanh, sổ sách. giấy tờ.

Cũng là dịp may, khi tôi đến thăm a múi, có Ba của cô từ Châu Đốc lên Chợ Lớn kiểm soát công việc của nhân viên và thăm bà vợ lớn. Ông thấy tôi về thăm gia đình, ông rất vui mừng, ông đưa tiền chừng bốn năm ngàn cho cô con gái lớn "Oàn Chư - Ngoạn Chi" là bạn gái của tôi bảo đưa tôi đi ăn. Hồi chiều, tôi có chuẩn bị trước không ăn tại trường để bụng đói về ăn cùng với bạn gái. Nếu không vọt được ra khỏi trường, tôi trở về đại đội đi ăn ở câu lạc bộ quân trường cũng vui.

Thế là trúng mánh, tôi xin phép ba má bạn gái chở hai a múi đi ăn tại nhà hàng Đại La Thiên, cách nhà không xa, chở hai người ngồi sau là vi phạm luật giao thông. Ban đêm, cảnh sát Công Lộ ít đi tuần tra và nếu có bắt gặp thấy tôi mặc quân phục, có thể cảnh sát cũng "tha".

Có dịp, bạn gái in hai hòn non bộ vào lưng tôi. Cô em "Oàn Chin - Ngoạn Kim" còn nói với chị xít thêm gần, ôm sát tôi, em mới có đủ chỗ ngồi, nghe hai chị em nói với nhau như vậy tôi lại càng thêm vui thích. Hai cô nói tiếng "kuả duỳ" (quốc ngữ) - quan thoại, tôi hiểu tiếng Hoa vì tôi có học Hoa Văn tại trường đại học sinh ngữ, cạnh đại học sư phạm trọn một niên khoá và còn tiếp xúc hàng ngày với giáo sư người Hoa và cả học sinh nữa nên tôi hiểu và nói được tiếng quan thoại. Tôi cũng rất ít nói tiếng Hoa với bạn gái, tôi muốn cô phải nói tiếng Việt giỏi mới giúp gia đình được cũng như cô lấy chồng người Việt phải nói sành tiếng Việt. Sở dĩ, tôi học Hoa ngữ do cô bạn gái năn nỉ tôi phải học, Ba cô từng nói:

- Ba cũng có cảm tình với "nó" mà không biết tiếng Hoa thì Ba không gã con cho nó đâu. Người Hoa có óc kỳ thị "khủng" không muốn con gái lấy chồng Việt (con đại gia lại càng khó hơn nữa) mà tôi là một ngoại lệ. Thế chẳng đặng đừng, tôi phải học tiếng Hoa mà duyên nợ không có nên cũng trớt vớt không đi đến tình nghĩa vợ chồng.

Đêm Noel 1962 tôi trúng số độc đắc, "hai gò bồng đảo sương còn ngậm" của người bạn gái làm cho tấm lưng thớt tôi cảm nhận êm ru mát rượi, lâng lâng như du hồn tôi vào cõi thiên thai. Đến nhà hàng Đại La Thiên, tôi nắm tay người bạn gái dìu lên thang lầu. Tôi có chủ đích nên bảo cô em đi trước, bước lên vài bậc thang tôi nghiêng qua hôn má, hôn lên mái tóc và ôm sát a múi, nàng cũng ngất ngây sung sướng như tôi. Tôi nói với cô em gái, em gọi cho anh chị ăn món nào cũng ngon cả. Trong đời anh, đêm Noel năm nay anh trúng số được đi ăn chung với hai chị em.

Anh nói thiệt, anh "dù" không có phép tắc giấy tờ gì cả vì còn ba ngày nữa phải rời khỏi trường, có bị quân cảnh bắt, nhà trường nhốt tù cũng tối đa có ba ngày thôi. Nghe tôi nói như vậy, cô bạn gái Oàn Chư rất cảm động quay qua ôm hôn má tôi trước mặt cô em, tôi cũng hôn đáp lại. Cô em gọi cả chục món ăn ngon của Đại La Thiên, cô còn nói với nhà hàng mỗi món làm một nửa vì chỉ có ba người ăn. Chúng tôi vừa ăn vừa nói chuyện, ăn rất chậm để có nhiều thì giờ đá lông nheo với bạn gái, cũng chỉ vơi chừng một phần tư thức ăn vì hai chị em cũng mới ăn cơm ở nhà xong chừng một tiếng là tôi về tới. Vừa ăn vừa suy nghĩ, tối nay tôi ngủ tại nhà ở tầng lầu ba, tầng lầu dành cho khách, tôi đâm lo đủ thứ, tôi lại đoán tối nay, nhà trường có thể sẽ báo động coi xem có bao nhiêu sĩ quan cán bộ và sinh viên sĩ quan vọt ra ngoài trường nhân Lễ Noel "Đêm Thánh Vô Cùng" và sự canh phòng doanh trại cũng có thể chểnh mãn.

Ăn xong, tôi nói với hai a múi là chừng gần 10 giờ rưỡi anh phải về trường không dám ngủ qua đêm ở nhà hai em vì anh có linh cảm tối nay thế nào nhà trường cũng có báo động ứng chiến. Tôi có ý nghĩ chở hai chị em đi dự lễ Noel sớm ở bên quận 8, vì tôi không dám lái xe ra khu nhà thờ lớn Đức

Bà, chỗ "hot" nhứt vì đông đúc người đi dự lễ, chắc chắn có nhiều cảnh sát, quân cảnh tuần tra, giữ an ninh nên tôi có thể bị xét hỏi, thêm rắc rối, mất vui.

Cô em gái rất sáng trí, gọi nhà hàng tính thêm tiền một cái "ga men" lớn cho hết thức ăn còn quá nhiều chỉ không lấy món súp sợ nước súp sóng sánh đổ ra ngoài, để tôi mang về quân trường ăn ngày mai. Cô chị móc ra một nắm tiền và nói Ba vừa cho, trả tiền xong cho nhà hàng. Tiền còn lại, bạn gái đưa hết cho tôi nói là tiền Ba cho anh. Tôi nói thật lòng, anh cũng mới lãnh lương sớm cũng gần một ngàn, nay chỉ lấy hai ngàn cho Ba và hai em vui lòng, tiền còn lại, em giữ lại tiêu xài. Khi anh đến đơn vị sẽ gởi thơ nhắn tin hai em đi đến thăm anh.

Bây giờ, còn gần hai tiếng, anh gần hai em thật hạnh phúc, anh đưa hai em đến xem một đêm Noel của người Công Giáo cũng gần Chợ Lớn, chỉ qua cầu Chà Và, xe chạy theo đường Phạm Thế Hiển vài cây số là đến.

Hai chị em đồng ý, bạn gái tôi lần này ôm thật sát thật chặt, tôi phải lái chậm để tận hưởng những giây phút thần tiên hiếm hoi, lưng tôi hứng trọn hai gò bồng đảo thật quá đã, tuyệt vời làm cho máu trong cơ thể tôi nóng lên chạy rần rật. Tôi còn có ý muốn hai ngọn đồi đè, đập mạnh trên lưng in đậm dấu ấn kỷ niệm. Thỉnh thoảng tôi giả vờ thắng gấp làm cô em la chói lói:

- Xỉ cói, xỉ cói (tiếng quan thoại có nghĩa cái gì vậy, nghĩa chính là kỳ cục), tôi nói có xe chạy gần. Vài lần sau tôi cũng thắng gấp và cười, cô em biết tôi muốn tận hưởng những giây phút thần tiên bên người chị, cô im lặng.

Chúng tôi đi một vòng quanh nhà thờ, lái xe tránh chỗ đông người. Thay vì gởi xe đi bộ thì tôi mất dịp ngàn năm một thuở được người bạn gái đóng dấu hạnh phúc tình yêu trên lưng. Tôi thấy còn sớm, chưa quá chín giờ, tôi dự trù 10 giờ rưỡi mới trở lại quân trường. Tôi nói:

- Anh chỉ muốn hai em biết người có đạo Chúa, trân trọng đón chào Chúa Giáng Sinh, không chỉ ở Việt Nam mà trên toàn thế giới, nơi nào có nhà thờ Chúa thì nơi đó cũng long trọng cung kính đón mừng ngày Chúa Giáng Sinh. Hai em cùng lúc nói "xê xê (tiếng Quảng là tố chè - cám ơn). Trong đời hai chị em, lần đầu tiên mới có dịp chiêm ngưỡng ngắm cảnh bắt mắt ngoài nhà thờ. Nhân lễ Giáng Sinh, cây Noel to lớn trước sân nhà thờ trang hoàng rực rỡ với hàng ngàn đèn màu lung linh, chớp tắt rực rỡ cả một khu vực rộng lớn. Gần đó lại có một vườn hoa với nhiều bông hoa đua nở tươi thắm khoe sắc khoe màu làm tăng thêm sự linh thiêng của Noel trong họ đạo của Cha Hoàng Huỳnh. Nhà thờ của Cha Hoàng Quỳnh ở cuối quận 8, hàng năm đều có tổ chức kính mừng Lễ Giáng Sinh vô cung long trọng trang nghiêm. Tôi nói tiếp:

- Anh còn hơn một tiếng gần hai em đêm nay anh quá hạnh phúc, bây giờ, anh chạy thêm một vòng ra mũi tàu Phú lâm hóng mát gió đồng và chạy trở về đưa hai em đến nhà thờ Cầu Kho cũng là gần nhà anh ở đường Nguyễn Cảnh Chân. Trước khi đưa hai em về nhà, anh lên chào Ba Má và về lại trường, chúng ta còn ăn chè sâm hố lượng nữa, bạn gái ôm tôi hôn và cũng nói xê xê nỉl (nì - nị, ít kính trọng hơn nỉl, tiếng quan thoại).

Tôi phục thằng tôi, tiên đoán như thần, về tới quân trường, thay quần áo, giăng mùng vừa xong mới hơn 11 giờ khuya, kèn, còi báo động vang rền. Chúng tôi nhanh lẹ thay quân phục tác chiến, mang giày trận, đội nón sắt mang ba lô có đồ dùng và quần áo có sẵn trong ba lô, lấy súng đạn trong kho chạy ra tập họp trước văn phòng đại đội. Tôi phải chạy ra trước vì là sinh viên sĩ quan "tuần sự đại đội", có nhiệm vụ tập họp đại đội trình diện Đại uý cán bộ đại đội trưởng. Đại uý Ngô Hiệp Phái đại đội Trưởng đại đội 12 bảo tôi ra lệnh đại đội tập họp ba hàng ngang, thay vì ba hàng dọc như tôi đã tập họp, mỗi trung đội một hàng và điểm danh từng trung đội. Tất cả SVSQ (Sinh Viên Sĩ Quan) đều hiện diện đủ chỉ có hai sĩ quan cán bộ trung đội trưởng vắng mặt (Chuẩn uý Vân TrĐ 46 và Chuẩn uý Hải TrĐ 47 - trung đội này có tôi).

Đại uý đại đội trưởng khen SVSQ có tinh thần kỷ luật cao, dù còn ba ngày nữa là tốt nghiệp ra khỏi trường, không có một ai vắng mặt trong Đêm Giáng Sinh - Đêm Thánh Vô Cùng rất thiêng liêng của người Công Giáo. Đại uý Phái còn nhắc nhở, VC thường tấn công vào các đơn vị trong những ngày lễ lớn. Ra trường anh em về đơn vị phải đề cao cảnh giác trong tất cả ngày lễ lớn của ta vì anh em binh sĩ thường ăn nhậu quên lảng nhiệm vụ, VC có thể đánh úp, tấn công hay quấy rối... Tôi nhớ mãi lời chỉ bảo của đại uý đại đội trưởng.

Sau 10 ngày phép, về trình diện đơn vị Sư Đoàn 21 - Bộ Tư Lệnh tại tỉnh lỵ Bạc Liêu. Chờ đợi, khoảng gần một tuần, tôi được phân bổ về Trung Đoàn 33 Bộ Binh, ở Long Xuyên. Chừng hai ngày sau, Trung Đoàn 33 chuyển lên Châu Đốc (vô cùng may mắn, tôi được ăn Tết Nguyên Đán tại quê nhà Châu Đốc). Vài tháng sau đơn vị trở lại Long Xuyên ở thêm vài tháng trước khi di chuyển về tỉnh lỵ Sóc Trăng - Ba Xuyên.

Nhận lệnh, Bộ Chỉ Huy hành quân của Trung đoàn và cả ba tiểu đoàn (lúc bấy giờ, trung đoàn chỉ có 3 tiểu đoàn cơ hữu, sau này tăng thêm thành 4 tiểu đoàn) di quân về Cà Mau - An Xuyên chuẩn bị nhận công tác mới. An Xuyên một tỉnh mới thành lập cũng chưa lâu, cơ sở vật chất còn thiếu và nhiều đường sá trong tỉnh lỵ chưa tráng nhựa, mưa xuống rất dơ bẩn. Nhiều khách sạn trong tỉnh còn sử dụng nước ngọt chứa trong lu, khạp dùng gáo dừa múc nước...

Tôi đoán Trung đoàn sẽ có công tác ở vùng Cà Mau lâu dài. Bộ Chỉ Huy chính của Trung Đoàn vẫn trú đóng ở Ba Xuyên.

Trước khi nhận công tác mới, Bộ Tư Lệnh Sư Đoàn 21 có xin Quân Đoàn gởi xuống Cà Mau đoàn Văn Nghệ Miền

Tây của Phòng 5 Chiến tranh tâm lý Quân đoàn IV biểu diễn ba đêm văn nghệ ở Cà Mau phục vụ trung đoàn, tiểu khu và dân chúng. Đoàn Văn Nghệ Miền Tây cũng có hai đêm trình diễn ở Bạc Liêu trước khi xuống Cà Mau.

Tôi được lệnh Trung tá Trung đoàn trưởng dẫn một trung đội trừ của đại đội trọng pháo 33 đi trên hai GMC về Bạc Liêu hộ tống đoàn văn nghệ Miền Tây đi về Cà Mau. Tôi nhận hai xe và trung đội trừ tại sân của đại đội công vụ, hai xe chạy đến văn phòng của BCH Trung đoàn, tôi phải đi vào lấy Sự vụ lệnh, tôi ngồi chiếc GMC đầu, Trung sĩ nhứt Sáu, trung đội phó có trách nhiệm với trung đội của anh, ngồi ở chiếc xe GMC thứ hai. Khi tôi trở ra xe, anh Sáu nói, Thiếu uý đi xe thứ hai để tôi đi xe đầu. Tôi chả nói gì, theo lời trung sĩ I Sáu, tôi lên xe sau và ra lệnh cho hai xe lăn bánh. Từ tỉnh lỵ Cà Mau đến quận châu thành - Tắc Vân, chừng 4 - 5 cây số, hai xe qua khỏi Tắc Vân chừng hơn một cây số, một quả mìn đặt sát đường nổ to khói bụi tung toé, tôi thấy chiếc xe GMC đầu lảo đảo, may không bị lật, tôi ra lệnh nổ súng hai bên đường. Với trớn xe thứ hai chạy tới cách xe trước hơn hai chục thước, một quả mìn thứ hai nổ trước đầu xe cũng xa. Tôi ra lệnh, các chiến sĩ trên xe vừa bắn vừa nhảy xuống xe nằm sát ven lộ bắn bừa vào các lùm bụi. Tôi chạy đến xe trước, anh em cũng đã nhảy ra khỏi xe nằm sát mé lộ cũng bắn vào các lùm bụi hai bên đường.

Anh tài xế báo cáo, anh không sao, Trung sĩ I Sáu bị thương đầu bất tỉnh. Cái may là mìn nổ trước đầu xe vài thước cho nên cát đá văng lên làm bể đèn, kiếng xe, anh Sáu không đội nón sắt nên bị thương ở đầu và mặt. Nghe tiếng nổ đầu tiên hai chiếc dodge 4 của Chi khu Tắc Vân có hơn một tiểu đội luôn trực suốt ban ngày vì VC hay đặt mìn vào sáng sớm hoặc buổi chiều tại khu vực này, gần quận, chạy đến tiếp cứu. Xe có máy truyền tin, gọi về Chi khu thông báo và tôi xin Trung đoàn cho xe cứu thương chở trung sĩ I Sáu bị thương nặng và xin đổi một chiếc xe GMC khác dù xe chỉ bị bể kiếng, đèn, máy xe còn nổ và lốp xe không sao. Chừng hơn mười lăm phút sau, một xe cứu thương của Trung đoàn ra chở TS I Sáu về bịnh xá, và một xe GMC khác thay thế, tôi ra lệnh anh em lên xe tiếp tục công tác, các anh đi xe bị mìn lên xe sau vừa đến.

Hai xe của chúng tôi đến chợ Hộ Phòng, cạnh đầu cầu Hộ Phòng đã thấy có xe Đoàn Văn nghệ Tinh Hoa đã đậu cạnh các chiếc xe hàng xe đò đợi yên tĩnh, mở đường thông suốt rồi mới dám đi. Tôi thông báo cho trưởng đoàn văn nghệ, một GMC bị mìn chỉ bể đèn kiếng và một trung sĩ I bị thương nặng đã đưa về trạm xá trung đoàn, lỗ mìn đã được quận cho lấp lại rồi. Bây giờ xe đoàn Văn Nghệ chạy theo chúng tôi, một xe GMC chạy trước, một xe chạy sau hộ tống đoàn văn nghệ về Cà Mau. Từ Hộ Phòng về Cà Mau chỉ còn nửa đường từ Bạc Liêu đến Cà Mau, nhiều xe đò và xe hàng hai ba chục chiếc nối đuôi nhau như một đoàn công voa theo chúng tôi về Cà Mau.

Buổi chiều hôm đó, Trung tá Trung đoàn trưởng nói cho các ca nhạc sĩ nghỉ xả hơi vì trải qua một ngày nguy hiểm lo sợ và trung sĩ I Sáu đã qua đời vì bị vỡ sọ. Nếu anh có đội nón sắt thì cũng bị thương mà có thể không đưa đến tử vong. Đó cũng là một kinh nghiệm, đội nón sắt và mặc áo giáp khi đụng trận cũng có thể giữ được mạng sống. Trung tá Trung đoàn trưởng đưa tiền cho tôi đãi đoàn văn nghệ Miền Tây một bữa ăn đặc sản đồng quê tại quán ăn nổi tiếng Bà Sáu Mập của tỉnh Cà Mau. Tôi xin phép Trung tá mời thêm các sĩ quan tại BCH trung đoàn cùng ăn với các nghệ sĩ, Trung tá gật đầu và tôi nhờ Ban 2 cho hai nhân viên mặc thường phục có mang carbine bá xếp và súng lục cùng vài trái lựu đạn giúp giữ an ninh, tôi cho tiền hai anh này, ngồi ăn tại hai quán ăn gần đó, quan sát các người ra vào ăn uống. Tôi cũng ra lệnh hai nhân viên an ninh của tôi, ngồi trên xe jeep ăn uống cũng cách vài chục thước quán ăn cũng có nhiệm vụ giữ an ninh, nhứt là để ý trông chừng các xe jeep bị VC gài mìn hay lựu đạn. Tôi rất kỹ về mặt giữ an ninh cho đoàn văn nghệ và cho chúng tôi, chiều hôm đó chỉ có Trung tá Trung đoàn trưởng, cố vấn Mỹ và sĩ quan trực còn tại BCH.

Ngoài giới thiệu thành phần tham dự tiệc, tôi trình bày cho đoàn Văn Nghệ biết vì muốn bảo vệ an ninh tối đa cho đoàn mà trung đoàn có một chiến sĩ hy sinh và một chiếc GMC hư hỏng. Chúng tôi cũng xin thông báo đoàn văn nghệ có ba buổi trình diễn, một dành cho Trung đoàn, một cho tiểu khu An Xuyên và một dành cho đồng bào. Các anh chị em nghệ đã biết xứ Cà Mau là cái nôi của Việt Minh công sản trước năm 1954, nay VC cũng trà trộn trong dân. Vì vậy, chúng tôi đề nghị khi trình diễn cho dân chúng thưởng thức văn nghệ, ty cảnh sát tỉnh cũng sẽ bố trí giữ an ninh thật chặt chẽ, các anh chị em nghệ sĩ an tâm mà cống hiến hết tài năng văn nghệ của mình phục vụ mọi người. Cả hai bàn vỗ tay hoan nghênh. Tiếp theo, trưởng đoàn văn nghệ xin cám Trung tá Trung đoàn trưởng, đại uý Trung đoàn phó và các sĩ quan cán bộ cùng toàn thể anh em chiến sĩ có sự quý mến Đoàn, chúng tôi vô cùng kính mến biết ơn. Chúng tôi có bó hoa xin tặng thiếu uý (tôi còn đeo lon Chuẩn uý, đến cuối tháng 11.1963 mới đeo lon thiếu uý) trưởng Ban 5 và An Ninh Trung đoàn thoát hiểm vì đi đón đoàn văn nghệ, mà một TSI thay thiếu uý ngồi xe đầu thế mạng, tử thương. Chúng tôi xin chúc Thiếu uý luôn được bình an và chúng tôi xin tặng bó hoa tươi thắm cho thiếu uý.

Tôi đứng lên nói lời cám ơn Ban Văn Nghệ, bữa tiệc hôm nay có đại uý Trung đoàn phó là sĩ quan cao cấp nhứt của chúng tôi, xin đoàn văn nghệ tặng bó hoa danh dự này cho đại uý Trung đoàn phó đại diện cho cả trung đoàn, còn tôi chỉ xin anh chị em tặng cho tôi một cành hoa hồng là đủ. Ca sĩ Uyên Phương chừng 16 - 17 tuổi (em cô cậu ruột ca sĩ nổi tiếng Bạch Yến hiện ở Paris) rút ra một cành hoa hồng đưa cho một nữ ca sĩ xinh đẹp nhứt trong đoàn sẽ tặng tôi. Ca sĩ Uyên Phương rất duyên dáng cúi đầu chào đại uý Trung đoàn phó và trao tặng bó hoa. Kế đến cô ca sĩ khá đẹp khoảng trên 20 tuổi (thuộc típ dày cơm, có ba vòng ngon lành thu hút) trao tặng tôi một cành hoa hồng, tôi bắt tay và cám ơn. Sau đó, tôi kính mời đại uý Trung đoàn phó cầm đũa và nâng ly cùng với đoàn văn nghệ và chúng tôi thưởng thức món gỏi ngó sen tôm thịt nướng trước, đưa cay với rượu Whisky. Kế tiếp có món cá lóc tổ bà nái nướng trui, cá rô mề biết nói kho tộ và món canh chua bông sua đũa với đầu và ruột cá lóc. Còn rượu, thiếu tá cố vấn trưởng trung đoàn có gởi cho tôi hai chai Johnny Walker. Chúng tôi có một bữa ăn gây ấn tượng tốt đẹp với đoàn văn nghệ.

Ngày đoàn văn nghệ rời Cà Mau, cả đoàn bịn rịn, có cô ca sĩ sụt sùi rơi lệ vì có nhiều cảm tình với trung đoàn và với chúng tôi, các sĩ quan trẻ lịch thiệp tiếp đón. Tôi cũng có hai chiếc GMC hộ tống đưa đoàn đi đến Hộ Phòng, tôi mời cả đoàn ăn trưa và chúng tôi chia tay. Bên kia cầu Hộ Phòng là ranh giới của tỉnh Bạc Liêu khá an ninh hơn bên phía thuộc tỉnh An Xuyên - Cà Mau.

Hơn một tháng sau, đến ngày lễ Giáng Sinh, trung đoàn đang đóng quân dài lâu tại căn cứ Chà Là, Giá Ngựa, cạnh bờ sông Bảy Háp, thuỷ lộ từ Cà Mau đến quận Năm Căn, cách khu trù mật Hải Yến của Cha Hoá chừng 5 - 6 cây số. Thiếu uý Châu, trưởng Ban 2 và tôi, hai anh em đang uống trà ăn bánh ngọt chờ đón giây phút thiêng liêng Chúa ra đời nằm trong máng cỏ cũng là lúc hai chúng tôi sẽ đi kiểm soát các vọng gác quanh doanh trại. Bỗng có một binh sĩ truyền tin đi nhanh đến mời chúng tôi đến phòng truyền tin nghe điện thoại, từ Cần Thơ gọi, đúng mười phút nữa như hẹn trước. Cả đoàn văn nghệ đang dự tiệc Giáng sinh. Anh trưởng đoàn là anh ruột của ca sĩ Uyên Phương cất tiếng chào hai chúng tôi, chúc mừng Lễ Giáng Sinh an vui của trung đoàn 33 đang đóng quân ở Chà Là và đặc biệt chúc hai anh em chúng tôi luôn bình an khoẻ mạnh. Anh trưởng đoàn giới thiệu hai cô ca sĩ trao hoa, Uyên Phương có nhiều cảm tình với thiếu uý Châu và ca sĩ trao một cành hồng cũng có tình cảm với tôi, có lời chúc mừng Giáng Sinh và mời chúng tôi có về Cần Thơ ghé thăm hai cô.

Gần một năm sau tôi được thuyên chuyển về Quân Đoàn IV ở Cần Thơ, tôi có đến nhà thăm cô ca sĩ (quên tên) mà tôi cũng có nhiều cảm tình. Cô gặp tôi nói:

- Em rất quý mến và có thiện cảm với anh, vì chúng em, đoàn văn nghệ, anh đi đón suýt bỏ mạng, em đợi anh khá lâu gần cả năm không thấy anh ghé thăm. Chúng ta không có duyên nợ, cách đây một tháng gia đình em có tổ chức lễ hỏi em với một anh thiếu uý địa phương quân của tiểu khu Phong Dinh. Em thành thật mời anh tham dự tiệc cưới tại nhà hàng Phong Dinh Lầu, tôi gật đầu nhận lời, cô mang ra thiệp cưới viết mời tôi. Ba má cô có mời tôi dùng bữa cơm trưa với gia đình.

Trường hợp của bạn Nguyễn Minh Châu, gia đình muốn giạm hỏi cho Châu một cô cũng là bạn học với Châu năm xưa và rất đẹp lại ở gần nhà, ba má nhắn Châu về coi mắt. Châu đồng ý vài tuần sau đó làm lễ cưới. Hơn tháng sau, Châu có lệnh thuyên chuyển về Trung tâm thẩm vấn tù binh trung ương ở Sài gòn. Hai gia đình chung tiền mua cho vợ chồng Châu một ngôi nhà nhỏ cũng khá khang trang. Khi đi phép về Sài Gòn, tôi có ghé viếng thăm, tối chúng tôi có đi phòng trà ca nhạc Bồng Lai nghe nhạc lại gặp Uyên Phương đang là ca sĩ thường trực, có mặt hằng đêm. Châu nói với Uyên Phương:

- Anh rất có cảm tình với em và muốn tiến tới hôn nhân với Uyên Phương, nhưng hoàn cảnh đưa đẩy, anh đi phép về Sài Gòn trước, dự định bận về lại đơn vị sẽ ghé Cần Thơ ở chơi vài ngày, thăm người đẹp ca sĩ và ngỏ ý muốn tiến tới tình vợ chồng coi Uyên Phương có phản ứng ra sao.? Cũng là duyên nợ, về Sài Gòn gặp người bạn cũ có sức hấp dẫn và gia đình hai bên đã hứa hẹn kết tình thông gia vì cùng nghề nghiệp phục vụ tại văn phòng Trung Ương Tình Báo Quốc Gia. Vì vậy, Châu thuyên chuyển về Sài Gòn rất nhanh. Châu nói với Uyên Phương:

- Anh với em cũng thiếu duyên nợ, bây giờ anh xem Uyên Phương là "em gái hậu phương". Tới tua lên hát, Uyên Phương giới thiệu một bản nhạc tặng hai thiếu uý của trung đoàn 33 ở Cà Mau, nay đang có mặt tại Bồng Lai. Một tràng pháo tay vang lên, chúng tôi còn ở lại nghe Uyên Phương lên hát tua kế tiếp rồi chúng tôi lặng lẻ ra về. Tội nghiệp cho Châu về làm việc ở trung ương - Sài Gòn, chữ thọ lớn, vững chắc mà Châu lại chết sớm vì tai nạn xe, khi anh lái xe Vespa sau khi rời sở làm lại gặp tai nạn. Mỗi con người chúng ta đều có số, giày giép quần áo cũng có số mà!

Trái đất tròn, sau mười mấy năm sau, định cư tại Hoa Kỳ, tôi may mắn lại gặp cô Bạch Mai, cựu nữ xướng ngôn viên trong chương trình Tiếng Nói Vùng IV Chiến Thuật và đài phát thanh Ba Xuyên - Cần Thơ, cô có giới thiệu người em bạn dì là ca sĩ Uyên Phương đoàn văn nghệ Miền Tây của Quân Đoàn IV ở Cần Thơ, hỏi tôi có biết không?. Tôi mới thuật lại chúng tôi có quen biết từ ở Cà Mau, Cần Thơ và Sài Gòn, Bạch Mai cho biết Uyên Phương đang ở Denver - Missouri. Tôi nhờ Bạch Mai mời giúp đến hát tại Sacramento nhân dịp tôi tổ chức sinh nhật lần thứ năm tạp chí Tiếng Vang do tôi chủ trương có thiếu tướng Lê Minh Đảo tham dự.

Bạch Mai cho biết vì tình thân, Uyên Phương cùng chồng đến dự, tiền phòng ngủ và vé máy bay Uyên Phương lo hết với cát xê 2 ngàn, tôi đồng ý ngay và Bạch Mai đến ở nhà tôi một đêm sau tiệc văn nghệ. Nay, 2023, vợ chồng Uyên Phương đang cư trú tại miền Nam Cali và cựu nữ xướng ngôn viên xinh đẹp Bạch Mai của Ban Phát Thanh Tiếng Nói V4CT do tôi làm Trưởng Ban đã qua đời cuối tháng 10 vừa qua tại San Diego với tuổi 75 (1948-2023). Bạch Mai làm việc cho đến Tiếng Nói Vùng IV Chiến Thuật tắt thở 30.4.1975. Trước đó, Ban Phát thanh còn có một nữ xướng ngôn có vẽ đẹp kiêu sa thu hút - Nguyễn Thị Huệ (con gái rượu của ông Trưởng ty Bưu điện Ba Xuyên) có dốp béo bở hơn, cô nghỉ việc. Hiện đang định cư cùng chồng con cháu tại Houston, Texas.

Đêm Giáng Sinh tại trại tù cải tạo Sơn La năm 1976, tôi tưởng đâu đã bỏ xác ở Sơn La hoặc tại liên trại Tân Lập (K1) - Vĩnh Phú sau đó cũng vào dịp Noel, Đêm Thánh Vô Cùng. Sơn La một vùng rừng núi bạt ngàn trùng điệp, nổi tiếng. thời tiết khắc nghiệt, nước độc nên có câu:

"Nước Sơn La, ma Hoà Bình".

Một đêm Giáng Sinh, chúng tôi, đang ngồi co ro quanh một bếp lửa ở đầu hồi lán của đội, tại đây cũng có đường lên nhà cầu của các lán gần đó ở trên dốc đồi. Cha Nghiêu (Thiếu tá, Trưởng Phòng Tuyên Uý Công Giáo Quân Đoàn IV, Cha đã về hưu) cũng bị CS bắt cầm tù, từ Cần Thơ chuyển về trại 6 Sơn La, chuyên giam tù có cấp bậc thiếu tá. Cha Nghiêu rất thân với tôi khi cùng phục vụ tại Cần Thơ, tôi thường giúp Cha hệ thống âm thanh của Quân Đoàn khi đến lễ Noel, lúc bấy giờ nhà nguyện của Quân Đoàn chưa có hệ thống âm thanh lớn riêng khi tổ chức quy mô. Cha lớn tuổi hơn tôi nhiều, lúc nào tôi cũng kính trọng Cha, Cha nói ông qua tôi hút một bi thuốc lào Cái Sắn (Cha gốc một họ đạo ở Cái Sắn - Kiên Giang). Tôi "mới vào nghề hút thuốc" kể cả thuốc lào, đang thèm mà mùa đông lạnh lẽo hút một điếu thuốc lào thứ dữ còn gì vui sướng cho bằng. Tôi theo Cha hút tại chỗ một bi cũng phê, sướng tê tái và một bi mang về lán nhà hút vì không dám ở lâu khác lán mà nhứt là gần linh mục Công Giáo trong đêm Noel "dễ chết" bị vu oan giá hoạ báo cáo linh tinh bậy bạ. Tôi cám ơn Cha đi nhanh về lán nhà, chỉ băng qua sân trống chừng hơn mười thước, dù còn choáng váng say thuốc lào Cái Sắn nặng và ngon hơn nhiều thuốc lào An Thái hay thuốc lào rời trại tù phát hàng tháng. Về lại nhóm hơ lửa và hút thuốc lào, có bạn hỏi:

- Cha Nghiêu cho anh mấy bi, tôi nói chỉ có một bi và dấu nhẹm một bi hút tại chỗ. Tôi nói với anh Nguyễn Mạnh Hoạch, Công Giáo đạo gốc di cư như Cha Nghiêu, tôi nói:

- Xin sư phụ cho tôi hút trước một hơi vì đang lạnh quá phải băng qua sân trống, anh cảm phiền hút hơi kế tiếp. tôi vừa nói vừa nạp bi thuốc lào vào nỏ, châm lửa hút chỉ mới hít chừng nửa hơi tôi say khướt, đầu chúi vào bếp lửa, anh Hoạch đỡ tôi lên mà tóc đã cháy một ít khét lẹt. Một anh bạn lấy cái điếu cày hút tiếp cũng quá đã mà cũng còn có vài sợi thuốc lào dài dính ngoài nỏ điếu, anh Hoạch nhặt hết cho vào lại vào nỏ, đốt hút như hút sái nhì, cũng khà một tiếng sảng khái. Anh nói:

- Thuốc lào Cái Sắn còn ngon còn nặng, phê hơn lào ba số 999 (hay 3 số 5, số 7 - bây giờ tôi quên) của Phú Nhuận, nổi tiếng trong giới hút thuốc lào. Lúc bấy giờ, tôi đang ngồi tựa vào một cây cột vẫn còn phê mà nghe các anh nói, bình loạn về thuốc "nào - lào". Anh Nguyễn Mạnh Hoạch lớn hơn tôi ba bốn tuổi, anh từng giữ chức Tiểu đoàn phó tiểu đoàn 40 chiến tranh chánh trị, trú đóng gần đình Bình Thuỷ Cần Thơ, anh là thầy dạy tôi hút thuốc lá, thuốc lào. Ngoài đời thường, tôi đâu có biết hút thuốc lá là gì còn thuốc lào lại càng bù trớt. Khi ra tù, tôi có chạy lên họ đạo Hóc Môn tìm thăm anh Hoạch vài lần, cám ơn sư phụ dạy tôi hút thuốc. Gia đình anh qua Hoa Kỳ diện HO như tôi, định cư ở Nam Cali. Chúng tôi cũng có gọi điện thoại hỏi thăm nhau vài lần rồi cũng quên đi vì mưu sinh. Nếu anh Hoạch còn mạnh khoẻ, đến nay cũng trên 92 tuổi. Tôi cũng nghe tin Cha Nghiêu đã qua đời trong trại tù cải tạo ở Miền Bắc, không còn dịp trở về quê họ đạo của Ngài ở Cái Sắn - Kiên Giang.

Tại trại tù Sơn La, tôi cũng có một kỷ niệm với Cha Trần Quý Thiện, quản nhiệm nhà thờ Công Giáo trong Bộ Tổng Tham Mưu. Lúc đó, bạn Trần Quý Cưng (đang ở San Diego), cựu Trưởng phòng Tâm Lý Chiến tiểu khu Gia định, cùng quê Châu Đốc với tôi, Cưng học sau tôi ba bốn lớp được bầu làm đội trưởng. Cưng "cất nhắc - đề bạt" với cán bộ cho tôi làm đội phó đời sống và còn một đội phó nữa. Trước ngày lễ Noel chừng một tuần, trại tù Sơn La còn do bộ đội quản lý chưa chuyển qua công an, phát cho mỗi tù nhân khoảng trên 30 viên kẹo như kẹo con nít ăn có bao giấy kiếng, thay vì phát 2 lạng đường vì không có đường nên thay kẹo. Tôi lãnh kẹo mang về đội chia lại cho các bạn trong đội. Quá thèm đường, chúng tôi thiếu chất ngọt, đêm đó ai cũng ngậm hoặc nhai ba bốn viên kẹo cho đã thèm, còn cất lại để dành, tôi dự trù ăn cho đến Tết Nguyên Đán. Còn Cha Thiện quá cẩn thận và quá kỹ, Cha chỉ dám ăn một viên kẹo đến mấy ngày, cất kỹ lắm.

Đến ngày Noel chúng tôi một nhóm bốn người, ba anh là con chiên Công Giáo cũng gốc Bắc di cư, tôi "ngoại đạo" hẹn đem kẹo lên núi cao đốn vầu, ăn mừng Chúa Giáng Sinh, mỗi người mang theo năm viên kẹo ăn một lần cho đã. Các bạn giải thích cho tôi biết con chiên ngoan đạo, đến mùa Giáng Sinh phải làm gì, tĩnh tâm, đi nhà thờ, xưng tội cũng như lo trang hoàng nhà cửa có cây Noel, chuẩn bị thức ăn ngon... tôi chỉ nhớ đại khái như vậy. Bốn anh em chúng tôi có một bữa ăn kẹo để tưởng nhớ đến ngày lễ Noel Chúa sinh ra đời chịu khổ hình trên thập tự giá cứu chuộc loài người.

Sau Noel vài ngày, Cha Thiện báo cho tôi biết, Cha mất hết mấy chục viên kẹo mà cả tuần Cha mới ăn có mấy viên. Tôi nói vui với Cha vì Cha không ăn nên anh em ăn giúp, mặt Cha xịu xuống, tiu nghỉu rất tội nghiệp. Cũng ngày hôm đó, toán của tôi chừng mười người có nhiệm vụ đi hái bắp cho trại, tôi cũng cải thiện chỉ dám ăn sống làm sao dám nướng, còn các anh em lại tự tiện nướng, tôi không can ngăn vì can ngăn chẳng có ai nghe. Tôi đi lánh chỗ khác, cán bộ trại tuần tra thấy có khói, đi lên bắt tại trận bốn năm anh em ăn bắp nướng. Cán bộ hỏi tôi sao anh không cản ngăn và báo cáo cho cán bộ. Tên bộ đội có vẽ giận dữ, tôi sẽ nói với quản giáo đội anh, cách chức anh ngay và anh phải bị kiểm điểm... Thế là may, tôi bị mất chức đội phó chỉ "nhậm chức" vỏn vẹn có ba tháng.

Kỷ niệm xưa lại đến, Cha Trần Quý Thiện, vợ chồng anh Đỗ Như Điện (San Diego) và cựu Dân biểu Nguyễn Lý Tưởng (Nam Cali) trong chuyến đi mục vụ ở miền Bắc Cali,

Cha Thiện nói với anh Điện ghé thăm tôi ở Sacramento, Cha ngủ có phòng riêng mà phòng đó tôi dành riêng cho Cha Lễ từ New Zealand sang Hoa Kỳ khi Cha đến thăm gia đình tôi. Còn vợ chồng anh Điện và anh Tưởng phải nằm ngủ trên sàn nhà. Đó cũng một kỷ niệm nhớ đời, Cha Trần Quý Thiện cũng là một cây viết bình luận thời sự rất sắc bén, Cha đã về Nước Chúa khá lâu tại nam Cali.

Lễ Noel năm 1993 tại Hoa Kỳ, gia đình tôi ngoại đạo nên không có kỹ niệm gì nhiều về Lễ Giáng Sinh đầu tiên tại Mỹ cho mãi đến năm 2018. Nhân tôi đi có chút công việc viết lách một tập hồi ký giúp một bà chủ vườn dâu ở Brisbane, Úc Châu. Bận về tôi ghé lại New Zealand thăm viếng Cha Nguyễn Hữu Lễ, tôi rất kính quý Cha qua tác phẩm TÔI PHẢI SỐNG (đã chuyển sang Anh ngữ do một nhà xuất bản lớn của Anh in và phát hành, cách nay chừng hai tháng) viết về chế độ lao tù cộng sản vô cùng nghiệt ngã mà bản thân tôi cũng từng trải qua ít nhiều dù không bằng Cha. Hơn nữa Cha Lễ có tinh thần bất khuất chống cộng cho đến hơi thở cuối cùng, không phải như có nhiều tu sĩ của nhiều tôn giáo, tu chỉ muốn giải thoát cho bản thân mà quên trách nhiệm sống chết với chính nghĩa và lý tưởng dân tộc.

Tôi nghe Cha Lễ nói với một con chiên, ai tin Chúa, phục thiện, bỏ tà theo chánh, rữa tội vào đạo Chúa thì các tội lỗi trong quá khứ cũng sẽ được tẩy rữa, trở thành con người mới.

Thế là nhân Lễ Pentecôte - Hiện Xuống, tôi xin "nhập môn" học giáo lý cấp tốc và tôi xin vào đạo Công Giáo tại nhà tại Nhà thờ Tân Tây Lan (Auckland - New Zealand). Tôi xin có tên Thánh cùng với tên Thánh Andrew của Cha Lễ cho nhanh khỏi tìm tên Thánh nào khác...

Vì vậy, tôi là một tân tòng Công Giáo ở cái tuổi gần đất xa trời, ngoài tám mươi tuổi. Về Sacramento, tôi xin vào họ đạo Các Thánh Tử Đạo Việt Nam, thường không bỏ một lễ Chúa nhựt nào ở nhà thờ, ngoại trừ tôi đau và nằm bịnh viện.

Các con tôi khen bố ngoan đạo, tôi chỉ biết mình theo đạo nào phải có đức tin tuyệt đối mà đạo Công giáo theo tôi nghĩ phải dự Thánh Lễ ngày Chúa Nhựt như là mọi tín hữu nhiệt thành tin Chúa.

Từ khi vào đạo Công Giáo tôi lại có cảm nhận sâu xa về ngày Lễ Noel tại nhà thờ cũng như lo trang hoàng nhà cửa cũng có cây thông Giáng Sinh nhân tạo cũng có tổ chức ăn Réveillon tại nhà...

Nay cũng có tí tuổi, không biết tôi còn hưởng an lành, hạnh phúc được bao mùa Giáng Sinh nữa. Qu'est sera, sera... Amen!

(Kỷ niệm mùa Noel - năm 2023)

HOA LẠC GIỮA RỪNG GƯƠM
&
GƯƠM LẠC GIỮA RỪNG HOA

* NAY GƯƠM KHÔNG CÒN SẮC BÉN - HOA VẪN LÀ HOA TRINH NỮ

Đoàn Nữ Quân Nhân (NQN) Hải Ngoại, một binh chủng đặc biệt, dù quân số không nhiều như các Quân Binh Chủng khác của Quân Lực Việt Nam Cộng Hòa, ĐOÀN NQN cũng thành lập được Tổng Hội do cựu Thiếu Tá Trần Thị Huy Lễ giữ nhiệm vụ Tổng Hội Trưởng nhiệm kỳ đầu (TT Huy Lễ Trưởng Phòng Xã Hội Sư Đoàn Thủy Quân Lục Chiến), hiện định cư tại Nam Cali. Các cựu nữ quân nhân ở rải rác khắp nơi từ châu Âu, Úc, Canada và đông nhứt là ở Hoa Kỳ, ước tính trên dưới 100 chị, chưa kể chồng con về tham dự Hội Ngộ lần thứ 6 tại Westminster cuối tháng 7 năm 2018 vừa qua. Đồng thời cũng đánh dấu sự trưởng thành của Đoàn Nữ Quân Hải Ngoại với Tổng Hội Trưởng Trần Thị Huy Lễ được Đại Hội tín nhiệm giữ trọng trách thêm một nhiệm kỳ nữa.

Trong Quân Lực Việt Nam Cộng Hòa có một Binh chủng đặc biệt, cũng là người lính mà không trực tiếp chiến đấu ngoài tiền tuyến hay gọi là bảo vệ quê hương lại không cần đến súng đạn làm vũ khí. ***(H: Kỳ Hiệu Đoàn Nữ Quân - QLVNCH)***

Nhưng, NQN có học về súng và tập bắn súng từ các khóa học căn bản sau này khi trường Nữ Quân Nhân được thành lập và chánh thức hoạt động từ năm

1965. Truớc đó, hầu hết những nữ quân nhân nhập ngũ, như là một diện đồng hóa vào Quân Đội, không trải qua giai đoạn huấn luyện căn bản quân sự.

Dựa vào tài liệu trên Wikipedia, quân số dự trù cho Đoàn Nữ Quân Nhân 10 ngàn người, tương đương với quân số cơ hữu của một Sư Đoàn Bộ Binh. Nhưng, Đoàn Nữ Quân Nhân mới thực hiện trên 6 ngàn người gồm có sĩ quan, hạ sĩ quan và binh sĩ (rất ít). Wikipedia còn cho biết là Đoàn Nữ Quân Nhân có đến 600 sĩ quan từ cấp Đại Tá đến Chuẩn Úy.

Theo sự hiểu biết của người viết bài này, sĩ quan đã phục vụ trong Đoàn Nữ Quân Nhân trước năm 1975 (không tính sĩ quan đã giải ngũ, cũng không nhiều) đang định cư ở hải ngoại, ước tính trên dưới 100 người.

Trong NQN trước năm 1975, về cấp bậc cao nhứt có Đại Tá Trần Cẩm Hương - Trung Tá có 4 vị: Nguyễn Thị Hằng, Nguyễn Thị Hạnh Nhơn, Hồ Thị Vẽ và Lưu Thị Huỳnh Mai ***(Trung Tá Nguyễn Thị Hằng nhập ngũ từ Quân Đội Liên Hiệp Pháp sau Đệ nhị thế chiến, trước năm 1950, quý vị Đại Tá Hương - Trung Tá Nhơn và Trung Tá Vẽ, nhập ngũ năm 1950 thuộc Quân Đội Quốc Gia (sau này đổi danh xưng là Quân Lực Việt Nam Cộng Hòa). Sau 30.4.1975, Trung Tá Hằng được con bảo lãnh sang Bỉ định cư và khi bà Hằng bị bịnh lãng trí nặng, quay trở về VN sống cho đến cuối đời, cách nay trên 25 năm, nếu TrT Hằng còn sống đã qua hay xấp xỉ 100 tuổi. Cấp Trung tá, qua đời gần đây nhất là TT Lưu Thị Huỳnh Mai tại Nam Cali - Bốn Trung tá NQN đã qua đời hết. Nay còn cấp cao nhất NQN là cựu Thiếu tá, (cũng không nhiều, đều trên 80 tuổi).***

Cấp Thiếu Tá có 10 vị và nếu kể thêm nữ Thiếu Tá Cảnh Sát Nguyễn Thanh Thủy là 11 vị *(Wikipedia đã xếp TT Nguyễn Thanh Thủy vào cấp Thiếu Tá NQN - điều này không đúng vì ngành Cảnh Sát Quốc Gia và Quân Đội có quy chế, điều hành, nhiệm vụ hòan toàn khác nhau).* Mười Thiếu Tá NQN: Bàng Kim Linh - Cao (?) Mỹ Duyên - Cao Mỵ Nhân - Lê Thị Nuôi - Lê Kim Sa - Nguyễn Thị Bích Phượng - Nguyễn Thị Điện - Trần Thị Bích Nga - Trần Thị Huy Lễ - Trần Thị Tâm. Còn cấp Đại Uý trong Wikipedia liệt kê chưa tới 20 người, chắc chắn còn thiếu sót, cấp bậc Trung Úy, Thiếu Úy và Chuẩn Úy không thấy Wikipedia đề cập đến số lượng, người viết ước tính có chừng 50-60 vị.

VÀI DÒNG VỀ CUỘC ĐỜI CỦA ĐẠI TÁ TRẦN CẨM HƯƠNG

CON CHIM ĐẦU ĐÀN - CHỊ CẢ ĐOÀN NỮ QUÂN NHÂN QLVNCH

(H: ĐT Cẩm Hương tại chức với lon Trung tá, chưa gắn ba mai bạc khi đã thăng cấp).

Đoàn Trưởng Nữ Quân Nhân đầu tiên từ cấp Thiếu Tá lên đến Đại Tá sau hơn 9 năm tại chức, là Đại Tá Trần Cẩm Hương. Khi Đại Tá Hương nghỉ hưu vì đáo hạn tuổi, cuối năm 1974 và Trung Tá Lưu Thị Huỳnh Mai lên thay từ 1.1.1975 cho đến 30.4.1975. TrT Mai bị vào tù cộng sản nhiều năm, hiện đang sống với tuổi già 85 có nhiều bịnh tật tại miền Nam Cali (và cũng đã qua đời cách đây hai năm).

Nhân viết về Đoàn Nữ Quân Nhân Quân Lực Việt Nam Cộng Hòa, người viết rất trân trọng Binh Chủng không có vũ khí súng đạn mà có vũ khí đặc biệt là tình huynh đệ chi binh, sự chăm sóc, phục vụ tận tụy thương bịnh binh, tử sĩ và gia đình, kể cả công việc dạy dỗ các con của các chiến sĩ ở các trại gia binh, các chiến sĩ đang chiến đấu tại các chiến trường máu lửa hay đang phục vụ các đơn vị yểm trợ, hậu tuyến. Ngoài ra, với tinh thần phục vụ Tổ Quốc cùng tất cả sự dịu dàng, nhân ái đối với gia đình binh sĩ, thương bịnh binh và gia đình tử sĩ cũng như phục vụ chuyên môn tại các phòng sở qua các nghề chuyên môn y tá, xã hội, thông dịch, truyền tin, quản trị, hành chánh tài chánh, quân nhu, thư ký, đả tự, giáo viên... Hầu như tất cả các đơn vị, cơ quan chuyên môn trong mọi Quân Binh Chủng QLVNCH đều có sự hiện diện của các nữ quân nhân kể cả ngành truyền thông báo chí Quân Đội, đặc biệt trong ngành Tình Báo Tâm Lý Chiến... Các nữ quân nhân còn hiện diện trong Binh Chủng Nhảy Dù, biểu diễn nhảy đẹp, không phải nhảy dù chiến đấu trên đầu địch, trước sự chứng kiến của quan khách tại các buổi lễ lớn.

Dù quân số không đông, các nữ quân nhân, bất cứ nơi nào có các đơn vị của các Quân Binh Chủng QLVNCH cũng đều có sự hiện diện của các nữ quân nhân, như các bông hồng tô điểm thêm sự tươi mát hăng say tại các đơn vị. Người viết bài này từng ví các NQN ở các đơn vị, lạc lỏng giữa "chốn ba quân" lửa đạn, đầy chết chốc như là "Hoa Lạc Giữa Rừng Gươm" (một bài viết của tôi trong đặc san Đại Hội kỳ 2 hay 3?).

Nữ quân nhân, theo tôi biết, quân phục trắng (đại lễ), quân phục làm việc màu xanh da trời dịu mát bắt mắt và quân phục tác chiến như nam quân nhân.

Sở dĩ các nữ quân nhân gọi Đại Tá Trần Cẩm Hương là Chị Cả có 2 ý nghĩa. Đại Tá Cẩm Hương là con chim đầu đàn, cấp bậc cao nhứt trong Đoàn Nữ Quân Nhân. Khi du hành sang Hoa Kỳ, Đại Tá Cẩm Hương được một Nữ Tướng Hoa Kỳ 3 sao ra tiếp đón tại phi trường (lúc đó Quân Lực Mỹ chưa có Nữ Tướng 4 sao như hiện nay). Nếu không có ngày 30.4.1975 và Đoàn NQN tuyển mộ thêm nhiều cấp binh sĩ và cấp sĩ quan, quân số NQN cũng tăng lên cao, chắc chắn, Đoàn Nữ Quân Nhân QLVNCH sẽ có Nữ Tướng như Quân Lực Hoa Kỳ và nhiều nước khác trên thế giới. Lý do thứ hai, khi Đại Tá Cẩm Hương vào tù cộng sản cùng với 4 Trung Tá và nhiều Thiếu Tá và các cấp bậc sĩ quan khác, cùng ở chung trại tù. Các tù nhân nữ cũng chia ra đội ở riêng, các sĩ quan cao cấp cùng ở chung một đội, các chị em NQN muốn tỏ lòng kính trọng Đại Tá Cẩm Hương dù bất cứ hoàn cảnh nào và để che mắt cai tù, các chị gọi Đại Tá Cẩm Hương là Chị Cả, còn các chị khác gọi Chị và kèm theo tên. Đó cũng là một hình thức, các NQN luôn kính trọng trân quý con chim đầu đàn - Chị Cả của Đoàn Nữ Quân Nhân.

Đại Tá Trần Cẩm Hương, nguyên quán Cần Thơ, vốn là một tiểu thơ khuê các trong một gia đình học thức và giàu có ở Tây Đô Cần Thơ. Ai sanh trưởng hoặc sống lâu năm hay từng làm việc tại thành phố Cần Thơ đều nghe danh, biết tiếng "Vườn Thầy Cầu" thanh lịch mà cá nhân người viết cũng từng đến viếng khu vườn này, không cách xa trung tâm Cần Thơ, chừng một hai cây số. Đại Tá Hương khi có công tác về Cần Thơ, chắc chắn Đại Tá về thăm viếng lại Vườn Thầy Cầu với sự trân trọng. Hình như Đại Tá Cẩm Hương có liên hệ gia đình thân thiết với Thầy Cầu, vào hàng em cháu?

Cha của Đại Tá Trần Cẩm Hương là kỹ sư Trần Văn Mẹo, từng giữ chức Bộ Trưởng Công Chánh thời Đệ Nhất Cộng Hòa.

Điều lưu ý, thời Pháp thuộc, Nam Kỳ là vùng đất do Pháp trực tiếp đô hộ và người dân Nam Kỳ luôn hưởng được quy chế về quyền công dân của mẫu quốc Pháp. Còn Bắc Kỳ và Trung Kỳ gọi là vùng đất do chánh quyền Pháp bảo hộ vì còn có Triều Đình Huế cai trị. Cho nên, người dân Nam Kỳ phóng khoáng, tự do trong mọi sinh hoạt hơn người gốc miền Bắc và miền Trung. Đặc biệt, người miền Nam tình nguyện đi vào phục vụ trong Quân Đội là sư hãnh diện, danh dự, một nghề nghiệp cao quý - không phải là những người thất học. Các vị đó, thường là con cháu của các gia đình đại điền chủ, thương gia, giàu có, quyền thế hay công chức cao cấp trong chánh quyền, được đi học đàng hoàng đến nơi đến chốn, được tự do, thoải mái chọn con đường binh nghiệp làm cứu cánh cho cuộc đời thời bình hay thời chiến.

Vào Quân Đội từ bên Pháp, thời Đệ Nhị Thế Chiến, như Trung Tướng Trần Văn Đôn (sanh tại Bordeaux - Pháp) -

Đại Tướng Nguyễn Khánh - Đại Tướng Trần Thiện Khiêm - Trung Tướng Lê Văn Kim... là con của những vị "đại gia hay quyền thế", Đại Tá Lâm Quang Phòng (sanh năm 1916 - chết tại Sacramento trên dưới 15 năm) du học Pháp và Hà Nội, con của đại phú nông ở Rạch Giá, theo kháng chiến và trở về với Quân Đội Quốc Gia... và Đại Tá Trần Cẩm Hương cũng vào hàng "danh gia thế phiệt" tình nguyện vào Quân Đội Quốc Gia vừa được Pháp công nhận chánh thức trao quyền chỉ huy, năm 1950, mà bà không chọn nghề nghiệp khác thích hợp với người phụ nữ hơn. Cùng thời với Đại Tá Cẩm Hương - Trung Tá Nguyễn Thị Hạnh Nhơn, Trung Tá Hồ Thị Vẽ và nhiều nữ quân nhân khác cũng nhập ngũ vào thời điểm Quân Đội Quốc Gia đang chuyển mình vươn lên lớn mạnh từ năm 1950.

Đại Tá Trần Cẩm Hương chết sớm, mới có 60 tuổi (1926 - 1986) sau khi bị tù đày đọa khổ sai trong trại tù cộng sản hơn 10 năm. Khi được thả ra, Đại Tá Cẩm Hương không được về nhà của mình cùng sống chung với các con ở đường Hồ Biểu Chánh - Phú Nhuận - Sài Gòn. Vì ngôi biệt thự của Đại Tá Cẩm Hương đã bị kẻ thắng cuộc tịch thu toàn bộ khu nhà chính, chỉ cho các con của Đại Tá Cẩm Hương được "lưu cư" gian nhà dành cho người làm công trong gia đình năm xưa. Nay "cách mạng chiếu cố" cho gia đình ĐT Cẩm Hương trú ngụ và Đại Tá Cẩm Hương lại bị lưu đày một lần nữa gọi là quản chế tại Đức Hòa - Hậu Nghĩa cho đến ngày Chị Cả ra đi về bên kia thế giới, không còn hận thù, trù dập của chế độc tài cộng sản bạo tàn nữa.

LỊCH SỬ HÌNH THÀNH
ĐOÀN NỮ QUÂN NHÂN & TRƯỜNG NỮ QUÂN NHÂN

Qua Sắc Lệnh 003/QT/SL ký ngày 5.1.1965, Đoàn Nữ Quân Nhân Quân Lực Việt Nam Cộng Hòa được thành hình chánh thức còn được gọi là cải danh, chuyển các nữ phụ tá, cán sự trong Quân Đội Quốc Gia thành Đoàn Nữ Quân Nhân. Văn Phòng Đoàn và Trường Nữ Quân Nhân cùng một địa điểm trên đường Nguyễn Văn Thoại, thuộc quận Tân Bình - Thủ Đô Sài Gòn. Đoàn Trưởng đầu tiên, kiêm Chỉ Huy Trưởng Nữ Quân Nhân là nữ Thiếu Tá Trần Cẩm Hương.

Trường Nữ Quân Nhân trực thuộc Tổng Cục Quân Huấn và Văn Phòng Đòan (Bộ Chỉ Huy Đoàn Nữ Quân Nhân) trực thuộc Bộ Tổng Tham Mưu/ Tham Mưu Phó Nhân Viên.

(H: Các cấp chỉ huy của Đoàn NQN - quân phục làm việc màu xanh da trời - đứng giữa, hàng đầu là Đại Tá Trần Cẩm Hương).

Ngoài Trường NQN, còn có một trường (Trung Tâm Huấn Luyện) cũng do NQN phụ trách - Trường Xã Hội Quân Đội (trong vòng rào Trại Lê Văn Duyệt thuộc Biệt Khu Thủ Đô), nhưng trực thuộc Tổng Cục Chiến Tranh Chính Trị về mặt chuyên môn - Trường Xã Hội Quân Đội nhằm đào tạo chuyên ngành - công tác xã hội và các giáo viên nhà trẻ tại các trại gia binh... do Thiếu Tá Trần Thị Bích Nga giữ chức Chỉ Huy Trưởng những năm sau cùng trước 30.4.1975. Trong lúc các ngành chuyên môn khác của các NQN đều theo học tại các trường cùng nam quân nhân và do nam quân nhân chỉ huy.

Đến năm 1967, Văn Phòng Đoàn Đoàn Nữ Quân Nhân được di chuyển về Bộ Tổng Tham Mưu cũng do Trung Tá Trần Cẩm Hương giữ chức Trưởng Đoàn cho đến khi lên Đại Tá và giải ngũ vì đáo hạn tuổi cuối năm 1974. Còn Trường Nữ Quân Nhân hay còn được gọi là Trung Tâm Huấn Luyện Nữ Quân Nhân do Thiếu Tá Hồ Thị Vẽ đảm trách Chỉ Huy Trưởng và thăng Trung Tá cho đến ngày giải ngũ vì đáo hạn tuổi cuối năm 1974. Đại Tá Cẩm Hương và Trung Tá Vẽ cùng Trung Tá Hạnh Nhơn đều giải ngũ. Nhưng, vẫn được quân cộng sản Bắc Việt chiếu cố đưa vào tù cải tạo. Riêng Đại Tá Cẩm Hương, con chim đầu đàn của ngành Nữ Quân Nhân Quân Lực Việt Nam Cộng Hòa bị tù trên 10 năm và bị lưu đày quản chế gắt gao ở Đức Hòa - tỉnh Hậu Nghĩa cho đến khi lâm trọng bịnh và qua đời lúc tuổi còn trẻ. Đại Tá Cẩm Hương từ trần tháng 2 năm 1987, hưởng thọ 60 tuổi.

Các chị em nữ quân nhân hay tin người Chị Cả Đoàn Nữ Quân Nhân Trần Cẩm Hương qua đời, từ các tỉnh xa và vùng Thủ Đô Sài Gòn năm xưa, không còn biết sợ cộng sản "dòm ngó" bắt bớ, đã về phúng viếng, tiễn biệt Đại Tá Cẩm Hương cũng như đưa Chị Cả đến lò thiêu Thủ Đức, Chị Cả đã hoàn thành nhiệm vụ của một nữ quân nhân có 24 năm phục vụ trong Quân Lực Việt Nam Cộng Hòa.

Đại Tá Trần Cẩm Hương sanh năm 1926 tại Cần Thơ, nhập ngũ ngày 21.8.1950 - Tốt nghiệp Trường Nữ Trợ Tá Xã Hội năm 1952 - Cán Sự Xã Hội của Trường Thévénet ở đường Tú Xương - Sài Gòn do các Soeurs phụ trách giảng dạy.

Theo nhu cầu đòi hỏi, ngành Xã Hội trong Quân Đội Quốc Gia do phu nhân của Trung Tướng Nguyễn Văn Hinh, Tổng Tham Mưu Trưởng đề xướng thành lập. Bà Trung Tướng Hinh là người Pháp, bà tổ chức ngành Xã Hội của

Quân Đội Quốc Gia Việt Nam rập khuôn theo ngành xã hội Quân Đội Pháp. Ngành xã hội trong QLVNCH cũng biến chuyển thay đổi cho phù hợp với sự lớn mạnh vượt bực của các Quân Binh Chủng QLVNCH.

CHỊ CẢ
NGUYỄN THỊ HẠNH NHƠN
TẠI HẢI NGOẠI (MỸ)

(H: Trung Tá Hạnh Nhơn ở hải ngoại - Google)

Cách gọi Chị Cả của Đoàn NQN cũng còn tồn tại ở hải ngoại dành đặc biệt cho Trung Tá Nguyễn Thị Hạnh Nhơn. Trung Tá Hạnh Nhơn cũng là con chim đầu đàn của Hội H.O Cứu Trợ Thương Phế Binh tại hải ngoại. Các chị em NQN cũng gọi Trung Tá Hạnh Nhơn là Chị Cả cũng vừa trân quý vì Chị đã ngoài 80 tuổi vẫn còn hăng say phục vụ công tác từ thiện cứu trợ các chiến hữu thương phế binh và quả phụ QLVNCH tại quê nhà. Đồng thời, "đàn em" nữ quân nhân cũng muốn cách gọi Chị Cả phân biệt với cách gọi Chị suông đối với 2 Trung Tá Hồ Thị Vẽ và Lưu Thị Huỳnh Mai hay các chị khác.

Uy Tín lên cao vùn vụt của Trung Tá Hạnh Nhơn, đảm trách công tác cứu trợ, giúp đở những thương phế binh, quả phụ tử sĩ QLVNCH đang sống lầm than cơ cực tại quê nhà. Dù tuổi già sức yếu cho đến 90 tuổi, Chị Cã đã hy sinh cả cuộc đời còn lại cho công tác nhân ái từ thiện giúp đở các chiến hữu thương phế binh và quả phụ tử sĩ QLVNCH tại quê nhà suốt trên dưới 10 năm liền cho đến ngày Chị Cả ra đi về Đất Phật.

Từ thành công này đến thành công khác với thu nhập càng ngày càng tăng cao lên con số triệu trong nhiều lần tổ chức Đại Nhạc Hội Cám Ơn Anh do Hội HO Cứu Trợ TPB & QP cùng phối hợp với đài truyền hình SBTN, Trung Tâm Asia và nhiều hội đoàn tổ chức, nghệ sĩ, nhân sĩ và truyền thông báo chí đã hết lòng hổ trợ... Đây quả thật một công tác từ thiện, nhân ái có nhiều ý nghĩa nhất của cộng đồng Người Việt ở hải ngoại, đã an ủi, trợ giúp thiết thực những chiến hữu thương tật, quả phụ tử sĩ QLVNCH tại quê nhà đang sống bên lề xã hội CSVN.

Nay Chị Cả Hạnh Nhơn đã về với Đức Phật trên cõi Niết Bàn, Hội H.O Cứu Trợ Thương Phế Binh QLVNCH khó tìm người đủ uy tín tài đức, có tinh thần hy sinh cao độ, chịu cực chịu khổ, thay thế Chị Cả Nguyễn Thị Hạnh Nhơn.

HỘI NGỘ NỮ QUÂN KỲ VI - 29.7.2018 TẠI WESTMINSTER

Dù "quân số" không đông như các Tổng Hội các Quân Binh Chủng Chủng Quân Lực Việt Nam Cộng Hòa khác, Đoàn Nữ Quân Nhân Hải

Ngoại đã làm nên chuyện, như là một truyền thống tổ chức Đại Hội Hội Ngộ được 6 lần, dù 2 năm tổ chức một lần hay 3 năm, thậm chi đến 4 năm cũng không sao, miễn Đoàn Nữ Quân Hải Ngoại vẫn giữ được liên lạc và truyền thống đoàn kết của những chiến binh nữ đã một thời xếp bút nghiên theo nghiệp kiếm cung như nam giới trong thời chinh chiến trước 30.4.1975.

Tổ Chức Hội Ngộ Đoàn Nữ Quân đầu tiên tại San Jose, cách đây trên 15 năm. Kế tiếp tổ chức thêm 5 lần nữa, chỉ có 1 lần tổ chức ở Thủ Đô Hoa Thịnh Đốn, 4 kỳ tổ chức ở Nam California và do Chị Cả Niên Trưởng Nguyễn Thị Hạnh Nhơn đảm trách 3 lần và mới đây cựu nữ Thiếu Tá Trần Thị Huy Lễ,

Chủ Tịch Tổng Hội NQN Hải Ngoại phụ trách tổ chức Đại Hội Hội Ngộ NQN kỳ 6 tại Westminster - miền Nam California vào 3 ngày 28 - 29 và 30.7 năm 2018.

Tổ chức Hội Ngộ NQN kỳ 6 hình như đã phải chờ đến 4 năm (hay 3 năm) mới có cơ hội tổ chức vì mỗi lần tổ chức là một việc làm quan trọng cần có nhiều nhân sự phụ trách các phần vụ trong các khâu tiếp đón đưa rước từ các nơi về khách sạn, phương tiện đi lại dự tiền hội ngộ hay ngày Hội Ngộ chánh thức cũng như tìm những tua du lịch tại địa phương sau ngày Hội Ngộ để giúp các chị và gia đình ở xa về có dịp đi thăm viếng và có thêm thì giờ để còn hàn huyên tâm sự. Có chị, từ ngày mất nước 30.4.1975 đến nay chưa gặp lại các bạn NQN cùng khóa học, cùng đơn vị, các lần Hội Ngộ là những cơ hội bằng vàng để các chị gặp nhau cho thỏa chí tình huynh đệ chi binh bất diệt.

Các thành viên của Đoàn NQN Hải Ngoại, đến nay, tuổi đã cao vào hàng U.70 - 80- 90, trở thành bà nội, bà ngoại hay lên chức bà cố, một thời oanh liệt son trẻ đã qua. Các chị muốn sống lại kỹ niệm với màu cờ sắc áo của người NQN thời vàng son năm xưa chỉ có trong các lần Hội Ngộ mới có cơ may gặp lại nhau dù ngắn ngủi một vài ngày cũng sưởi ấm lòng chiến sĩ NQN.

*** NGÀY TIỀN ĐẠI HỘI - 28.7.2018**

Tổng Hội Trưởng Đoàn Nữ Quân Nhân Hải Ngoại cũng là Trưởng Ban Tổ Chức - cựu TT Trần

Thị Huy Lễ, mời quý vị cựu nữ quân nhân và gia đình đến thăm viếng, cũng như Ban Tổ Chức muốn giới thiệu Viện Bảo Tàng Lịch Sử QLVNCH (Museum of History Republic Of Vietnam Armed Forces) với các chị và gia đình đang sống rải rác khắp nơi trên nhiều tiểu bang và nhiều nước của thế giới tự do. Đồng thời Ban Tổ Chức cũng muốn biết chính xác coi xem chị em và gia đình tham dự ngày Đại Hội chánh thức - chủ nhựt 29.7.208 tại nhà hàng Diamond Seafood Palace có đúng với ghi danh trước không? Và nhắc nhở địa điểm tập trung, qúy chị cùng gia đình đã ghi danh du ngoạn suốt ngày thứ hai 30.7.2018, sau Đại Hội, qua một công ty du lịch chuyên nghiệp.

Viện Bảo Tàng Lịch Sử do một nhóm trí thức, hậu duệ của các chiến sĩ QLVNCH, gia đình cựu tù nhân chánh trị... Các hậu duệ, đã góp công sức và tiền bạc để tạo dựng nên gian phòng rộng lớn này cùng sự đóng góp của nhiều cha anh đang tỵ nạn chánh trị tại Hoa Kỳ.

Chừng 20 NQN vào đầu tiên trong đó lại có người viết bài này, ***tôi cảm thấy mình như Gươm Lạc giữa Rừng Hoa vì tôi là cựu nam quân nhân đang lạc lỏng trong rừng hoa vào buổi hoàng hôn. Gươm ngày nay không còn sắc bén như xưa nên hoa vẫn còn là "Hoa Trinh Nữ", như một bài hát bất hủ của cố ca nhạc sĩ Nhật Trường Trần Thiện Thanh.***

Sau đó, chừng 20 phút, lác đác có vài cây gươm cùn khác lần lượt đến cùng với phu nhân cũng là nữ chiến sĩ QLVNCH. Lúc đó, tôi cảm thấy, có quân tiếp viện, thêm vững lòng mà đánh giặc miệng cho thêm vui thêm hăng.

Buổi chiều ngày tiền Đại Hội, Trưởng Ban Tổ chức Trần Thị Huy Lễ còn mời chị em và gia đình đến chung vui tại tư gia một người bạn với những thức ăn ngon miệng, còn có văn nghệ cây nhà lá vườn bỏ túi. Với thi sĩ Cao Mỵ Nhân (cựu Thiếu Tá, Trưởng Phòng Xã Hội Quân Đoàn I) vừa là MC vừa là ngâm sĩ, dù tuổi cao nhưng giọng ngâm thơ của chị trong cao, rất lảnh lót, tuyệt vời như rót vào lòng các bạn nữ quân nhân từ phương xa về, cùng với nhiều tiếng hát, đặc biệt có tiếng hát của ông bà chủ nhà mến khách nữ quân nhân trong một buổi chiều vui trọn vẹn. Đây cũng là công khó của con chim đầu đàn tổ chức ĐH Hội Ngộ NQN kỳ 6 Trần Thị Huy Lễ, rất đáng được biểu dương.

NGÀY ĐẠI HỘI CHÁNH THỨC - CHÚA NHỰT 29.7.2018

(H: Hội Ngộ NQN Kỳ V)

Tham dự Hội Ngộ lần này rất đông, với nhiều thành phần thuộc chánh quyền, các hội đoàn, tổ chức và hậu duệ QLVNCH. Có sự hiện diện của ông Thị Trưởng Westminster Tạ Đức Trí cùng phu nhân và nhiều Nghị Viên của thành phố Westminster, Garden Grove và nhiều đại diện các hội đoàn, tổ chức chánh trị và giới truyền thông báo chí...chật kín nhà hàng với hơn 54 bàn và Ban Tổ Chức đã phải xin lỗi từ chối 5 bàn ghi danh sau vì BTC không tài nào xếp thêm bàn.

Cả buổi sáng, cũng tại nhà hàng Diamond Seafood Palace là buổi sinh hoạt của Đoàn Nữ Quân Nhân. Ngoài diễn văn chào mừng và tường trình công tác của Tổng Hội NQN của Trưởng Ban tổ chức. Quan trọng là phần tự giới thiệu của từng nữ quân nhân về tham dự rất ý nghĩa và một phần khác cũng khá thu hút sự theo dõi của quý chị là phần báo cáo thành quả của Quỹ Tình Thương do sáng kiến Chị Cả Hạnh Nhơn khởi xướng thành lập từ Hội Ngộ kỳ 4 (2011) cho đến nay đã trải qua 7 năm đã giúp đở thiết thực cho nhiều chị em NQN ở quê nhà đang gặp nhiều khó khăn, tuổi gia bịnh tật...Quỹ Tình Thương NQN do cựu Thiếu Tá Trần Thị Bích Nga phụ trách.

Buổi chiều, Hội Ngộ Kỳ 6 chánh thức với nghi thức chào cờ mặc niệm, đặc biệt là mặc niệm tưởng nhớ công đức của Chị Cả Hạnh Nhơn, dù lớn tuổi trên 80, đã hy sinh hết cuộc đời còn lại của Chị đến 90 tuổi, đối với các thương phế binh và quả phụ QLVNCH ở quê nhà cần sự tiếp giúp của Hải Ngoại. Nhân dịp này, Ban Tổ Chức cũng đã trân trọng giới thiệu các cựu nữ quân nhân và phu quân đã ký giao ước sống trọn đời bên nhau. Cặp "uyên ương" thâm niên quân vụ nhứt, sống chung hòa bình được 63 năm - NQN Nguyễn Thúy Bàn và anh Nguyễn Minh và cặp uyên ương trẻ nhứt cũng tròn 40 năm - NQN Hoàng Huyền và anh Lê Quang Thu. Trong Đặc San Cựu Nữ Quân QLVNH có đăng hình ảnh 16 cặp uyên ương và cũng được Ban Tổ Chức mời lên sân khấu nhận bó hoa hồng tươi thắm và kỷ vật. Đôi uyên ương - Trưởng Ban Tổ Chức Trần Thị Huy Lễ và anh Đoàn Văn Đường được 55 năm chung sống hòa bình, đứng hạng ba trong danh sách 16 cặp uyên ương hiện diện. NQN Nguyễn Thị Minh Tâm và anh Trần Đoàn Thông, hạng nhì với 57 năm từ ngày cưới.

NGÀY HẬU ĐẠI HỘI - 30.7.2018 - DU NGOẠN VUI CHƠI THOẢI MÁI

Sau ngày Hội Ngộ chánh thức, hôm sau thứ hai 30.7.2018, Ban Tổ Chức có sáng kiến tổ chức một tua du lịch "bỏ tiú" đi về trong ngày bằng xe buýt, tàu thủy và và xe lửa. Điểm "tham quan" đầu tiên là một ngôi chùa đồ sộ khang trang của người Ấn Độ. Kế đên viếng thăm khu liên họp Museum - California Science Center. Ở đây, du khách tha hồ ngắm xem khu rừng hoang dã với các thú rừng như voi, cọp, trâu nước, gấu, nai... trong gian trưng bày toàn bằng hình, nhưng tạo cho mình có cảm giác như xem hình thú thật tại các vườn thú quốc gia của nhiều nước. Tại địa điểm này rất đáng đến xem vì có vô số những vật dụng cổ hay những thỏi vàng thật trông phát mê...

Điểm du ngoạn thứ 3, xuống tàu, cách Los Angeles cũng không xa lắm, du ngoạn quanh cù lao ven biển gần một tiếng. Sau cùng lên xe lửa để về viếng The Hollywood Walk of Fame. Nhưng chặng du ngoạn chót được đi trên đường có ghi khắc tên những danh tài nghệ sĩ nổi tiếng...nhưng xe lửa đi ngược chiều bị tai nạn nên đoàn xe lửa chở chúng tôi, chờ đợi hơn cả tiếng đồng hồ mới được thông đường. Vì tối quá hơn 8 giờ, cả đoàn du ngoạn đề nghị xe chạy thẳng về địa điểm đón chúng tôi từ sáng sớm - Little Saigon Inn - cũng gần 10 giờ tối và Chị Trưởng BTC Trần Thị Huy Lễ chờ đón đoàn du ngoạn NQN về và Chị mời đi ăn phở.

Trong chuyến du ngoạn, phái nam chúng tôi rất ít chưa tới 10 người kể tài xế và người hướng dẫn trong tổng số 55 người của một chiếc xe buýt lớn, tôi cũng có cảm tưởng như là Gươm Lạc Giữa Rừng Hoa vậy.

VÀI DÒNG LƯỢC SỬ
ĐOÀN NỮ QUÂN NHÂN - QUÂN LỰC VIỆT NAM CỘNG HÒA

Nữ Quân Nhân của Quân Đội Quốc Gia (sau cải danh thành Quân Lực Việt Nam Cộng Hòa), hiện diện cũng khá lâu, trước năm 1950 và mãi đến sau này mới có Sắc Lệnh 003/QT/SL ngày 5.1.1965 chánh thức thành lập thành Đoàn Nữ Quân Nhân QLVNCH.

Mặc dù hình bóng người nữ quân nhân đã xuất hiện trước năm 1950 trong Quân Đội Quốc Gia ở trong khuôn khổ Quân Đội Liên Hiệp Pháp được gọi là PAF (Personel Auxiliaire Feminin?), các nữ quân nhân được gọi là Nữ Phụ Tá hay Nữ Trợ Tá, có nhiều chiến binh nữ quân nhân Việt Nam đã hiện hữu trong Quân Đội Quốc Gia bên cạnh Quân Đội Pháp, từ ngày quân viễn chinh Pháp trở lại Đông Dương sau đệ Nhị Thế Chiến (1939 - 1945).

"Đoàn Nữ Quân Nhân Việt Nam Cộng Hòa đã hiện diện từ thời còn Quân Đội Liên Hiệp Pháp. Ban đầu chỉ là một nhân số nhỏ thuộc diện công chức bán quân sự. Sau này do nhu cầu cần thiết đã nâng lên thành Đoàn, trực thuộc Bộ Tổng Tham Mưu Quân Lực Việt Nam Cộng Hòa. Đoàn có nhiệm vụ điều hành và phân bổ những nhân sự

của Đoàn đến hầu hết các đơn vị trong Quân Lực Việt Nam Cộng Hòa" (trích trong Wikipedia)

Sau khi cuộc đảo chánh 1.11.1963 xảy ra, và đến ngày 5.1.1965, ngành nữ quân nhân được kiện toàn tổ chức lại với tên gọi Đoàn Nữ Quân Nhân, trưc thuộc Bộ Tổng Tham Mưu, với quân số khiêm nhường cũng trên 6 ngàn người với các chuyên ngành: thư ký, đả tự, thông dịch viên, âm thoại viên, tài xế, và với nhiều ngành đặc biệt như: quân y, xã hội, tổng quản trị, hành chánh tài chánh, quân nhu, truyền tin, giáo viên các trường học tại các trại gia binh...

(H: NQN với quân phục đại lễ trắng, đang diễn hành)

Về cấp bậc chỉ huy Đoàn Nữ Quân Nhân, từ thời kỳ còn nằm trong khuôn khổ Liên Hiệp Pháp, đứng đầu ngành Nữ Quân Nhân là Trung Tá Nguyễn Thị Hằng cho đến ngày giải ngũ. Kế tiếp, Đại Tá Trần Cẩm Hương đảm nhiệm chức vụ Trưởng Đoàn NQN từ năm 1965 cho đến cuối năm 1974, Trung Tá Lưu Thị Huỳnh Mai kế nhiệm Đại Tá Cẩm Hương, nay cũng tuổi cao, hiện định cư ở Orange County. NQN bao gồm sĩ quan - hạ sĩ quan cùng một số rất ít binh sĩ. Binh sĩ được tuyển mộ nhập ngũ từ năm 1968 nhằm thay nam quân nhân trong các nhiệm vụ tại văn phòng như thư ký, đả tự, tài xế... Nữ quân nhân đông nhứt là cấp Hạ Sĩ Quan vì là cấp thừa hành công vụ tại các đơn vị. Vì vậy, không có nhiều sĩ quan chỉ huy như bên nam quân nhân. Còn hàng binh sĩ, cũng mới tuyện mộ một số ít vì binh sĩ ở các đơn vị dù ở hậu cứ cũng thường làm nhiệm vụ, những công việc nặng hay canh gác tại các chốt phòng thủ doanh trại mà NQN không thể đảm trách được vì là "Quân Chủng" Bán Quân Sự - không tác chiến, chỉ là đơn vị yểm trợ.

Nữ quân nhân được huấn luyện căn bản quân sự tại Trường Nữ Quân Nhân (đường Nguyễn Văn Thoại, nay là đường Lý Thường Kiệt - Quận Tân Bình - Thủ Đô Sài Gòn) từ năm 1965 cho đến ngày 30.4.1975. Các khóa huấn luyện quân sự căn bản (cũng vừa huấn nhục) trải qua 6 tuần, sau này rút ngắn lại còn 4 tuần với môn học tổ chức quân đội, cơ bản thao diễn...NQN không trực tiếp tác chiến, nên chỉ có một số buổi học làm quen với vũ khí do Trung Tâm Huấn Luyện Quang Trung đảm trách.

Trường Nữ Quân Nhân huấn luyện trong 10 năm (1965 - 1975) các khóa căn bản cho binh sĩ, hạ sĩ quan. Riêng về sĩ quan đã huấn luyện được 7 khóa tốt nghiệp. Khóa thứ 8 đang thụ huấn dở dang thì xảy ra biến cố ngày 30.4.1975.

(H: Quân phục tác chiến của NQN khi đi công tác hay làm việc tại các đơn vị tác chiến)

Ngoài ra, Trường Nữ Quân Nhân còn huấn luyện các khóa:

* Một khóa hạ sĩ quan cho nguyên là nữ phụ tá trước kia, chưa qua khóa căn bản quân sự nào từ ngày nhập ngũ.

* Bốn khóa căn bản quân sự cho các nữ sĩ quan điều dưỡng Không Quân do Bộ Tư Lệnh Không Quân gởi đến.

* Hai khóa căn bản sĩ quan cho nữ sĩ quan Cảnh Sát Quốc Gia do Bộ Tư Lệnh Cảnh Sát Quốc Gia gởi đến.

Với 25 năm chánh thức hình thành và phát triển lớn mạnh - 1950-1975 - Đoàn Nữ Quân Nhân QLVNCH đã đồng hành phục vụ quốc gia dân tộc cùng với các Quân Binh Chủng bạn. Từ năm 1950 trở về trước,

các NQN được gọi là nữ phụ tá hay nữ trợ tá khi Quân Đội Quốc Gia còn nằm trong khuôn khổ của Quân Đội Liên Hiệp Pháp.

Với quân số 6 ngàn NQN trong tổng số 1 triệu 1 trăm ngàn quân lúc cao điểm của QLVNCH. Các NQN trong các đơn vị chánh quy quả thật quá nhỏ nhoi như *Hoa Lạc Giữa Rừng Gươm* ***và nếu các nam quân nhân hay phu quân các NQN trong các buổi làm việc hay hội họp của NQN thì nam quân nhân chẳng khác nào*** *Gươm Lạc Giữa Rừng Hoa* ***vậy. (Tổng hợp nhiều sự kiện và nhiều tài liệu tham khảo)***

MỔ BỤNG LẤY RAU MÁ

TẠI TRẠI TÙ SƠN LA SAU NGÀY QUÂN LỰC 19.6.1977

Nhân kỷ niệm lần thứ 59 Ngày Quân Lực Việt Nam Cộng Hoà (19.6.1965 - 19.6.2024), tôi chợt nhớ một chuyện tù như là một dấu ấn, kỷ niệm khó quên tại Trại 6 (toàn Bò Tứ - cấp Thiếu tá) Liên Trại 2 Sơn La, khoảng hai ngày sau Ngày Quân Lực 19.6.1977.

Ngày Quân Lực 19.6 luôn mãi ngự trị trong tâm hồn tôi, một cựu chiến sĩ Quân Lực Việt Nam Cộng Hoà, dù thua cuộc đối với quân xâm lược cộng sản Bắc Việt, tôi rất hãnh diện là một cựu tù chính trị chịu nhiều cực hình đau khổ dưới chế độ cộng sản tàn ác dã man vào loại hạng nhứt thế giới mà chúng không tẩy não được chúng tôi. Đến nay, tôi may mắn con sống chỉ còn một tháng nữa vượt qua tuổi con số 90, tưởng đâu đầu đã quay về núi ở tuổi 43 (1978) tại K2 liên trại Tân Lập - Vĩnh Phú. Thân xác từ 65 kg trước ngày vào tù cải tạo. Sau ba năm "học tập", ngồi trong sọt rau, cân lại còn 42 kg, sụt mất 23 kg, đi phải chống gậy, chờ ngày ra đi...

Tôi bị lưu đày ra đất Bắc, đến liên trại 2 Sơn La, trước ngày Quân Lực 19.6 trân quý của chúng ta chỉ có ba ngày - 16.6.1976 (Liên trại 2 Sơn La ở xã Mường Cơi - Huyện Phù Yên, Đông Nam tỉnh Sơn La.

Chủ đề của bài viết này có dây mơ rễ mái trước và sau Ngày Quân Lực 19.6 từ hai đến chín ngày, làm sao tôi

quên được những năm tháng tù đày nghiệt ngã biệt xứ trên đất Bắc (1976 - 1982) và trên lãnh thổ của Việt Nam Cộng Hoà bị CSBV xâm chiếm (1975 - 1976 và 1982 - 1985).

Tôi xin được tặng các bạn tù trại 6 liên trại 2 Sơn La. Đặc biệt tặng các bạn tù ở trại giam Tây Ninh và Cần Thơ chuyển ra Sơn La sau chúng tôi vài tuần.

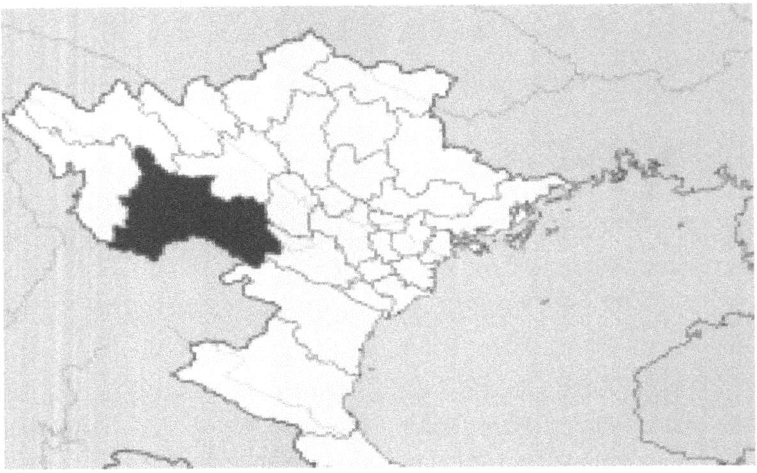

(H: Tỉnh Sơn La vùng màu đỏ có biên giới với Lào và có địa danh cứ điểm Điện Biên Phủ - nổi tiếng thế giới - Quân Pháp đầu hàng tại cứ điểm này đưa đến kết thúc chiến tranh Đông Dương qua Hiệp Định Genève 20.7.1954)

Trước 9 ngày Quân Lực 19.6.1976, Đoàn tàu thuỷ đầu tiên chở những người thua cuộc cấp thiếu, trung tá và những công chức, nhiều tu sĩ các tôn giáo, nhiều Biên tập viên cảnh sát đặc biệt (từ cấp đại uý đến thiếu tá, trung tá), các giới chức chánh trị cũng khá quan trọng... Chúng tôi từ các trại tập trung ở vùng Thủ đô Sài Gòn bị chuyển về nhốt tại trại Suối Máu - Biên Hoà. Đó cũng ý đồ của bọn xâm lược thắng cuộc, tập trung đủ số lượng tù "có nhiều nợ máu với nhân dân" để chúng chuyển ra đất Bắc đầu tiên. Cùng lúc đó, các cấp chức từ hàng đại tá, tướng lãnh cũng như các giới chức cao cấp hành chánh từ Giám đốc đến các Tổng Bộ Trưởng và các vị dân cử từ Hội đồng tỉnh đến các Dân biểu, Nghị sĩ và các lãnh tụ tôn giáo, đảng phái... quý vị này cũng chuyển ra Bắc cùng ngày 10.6.1976 như chúng tôi.

Nhưng, các quý vị đó may mắn được đi bằng máy bay dù ngồi bẹp trên sàn trong lồng máy bay và hai người cùng đeo chung một "đồng hồ" số 8. Còn chúng tôi đi tàu biển không bị còng nhưng bị ói mửa tới mật xanh vì say sóng và quá chật chội không có chỗ nằm, chỉ ngủ ngồi nên luôn "ngất ngư" như người nằm chờ chết.

Từ trại giam tù phiến cộng Quân Khu III - Suối Máu Biên Hoà, nay chúng tôi thay tù binh cộng sản nằm ngủ trên nền xi măng còn tù cộng sản trước kia được nằm giường sắt hai từng (Thiếu tá Quân Cảnh Phạm Đăng Có từng là Chỉ Huy Trưởng trại này cho biết khi tôi và bạn Có nằm cạnh nhau).

Sau hai vụ xử tử hình dằn mặt anh em chúng tôi trước khi chúng tôi bị lưu đày ra đất Bắc. Hai tử tù cũng là hai chiến sĩ anh hùng đáng trân trọng kính phục của chúng ta, vượt trại giam tìm đường tự do. Cựu thiếu tá An ninh Quân Đội Phạm Hữu Thịnh ở Dạ Nam Cầu Chữ Y, Sài Gòn (cách nhà tôi chỉ một con sông, Kinh Đôi) và một cựu thiếu tá Phòng nhì (Quang?) tỉnh Định Tường (Mỹ Tho).

Đoàn tù từ trại Suối Máu được đưa đến cầu xa lộ Biên Hoà (Sàigòn) đi đường biển bằng những chiếc tàu nhỏ, chuyên chở súc vật hay vật dụng... độ chừng trên 30 chiếc, mỗi chiếc chứa khoảng trên dưới 200 người (các chuyến tàu chở tù ra Bắc sau này thường dùng tàu Sông Hương to lớn chở một chuyến nhiều ngàn người). Sau hơn ba ngày đêm, đoàn tàu chở tù đến cảng Bến Thuỷ (thuộc tỉnh Nghệ An). Chúng tôi bị lùa lên bờ giữa đêm khuya và cứ một đội khoảng 60 người lên một toa xe lửa (tàu hoả) trống trơn không ghế ngồi, còn nhiều rác và phân cứt bò khô.

Chờ đợi lên xe hoả cả hơn một tiếng mới xong, cửa đóng kín, thiếu không khí nên có nhiều người bị ngộp thở và có người chết (trong số người chết có Trung tá Ngô Văn Hùng phục vụ tại Tổng Cục CTCT mà tôi quen biết). Qua khỏi Nam Định, đoàn tàu được lệnh mở nửa cửa lên xuống có một hay hai tên bộ đội có vũ khí ngồi canh giữ và đoàn tàu trực chỉ chạy ra miền Bắc mất thêm gần 3 ngày nữa đến tỉnh Yên Bái (cầu - phà Âu Lâu) lúc 2, 3 giờ sáng.

Tại đây, đoàn tù khoảng năm, sáu ngàn người lại được chia làm ba nhóm. Một nhóm có một đoàn xe tải cả trăm chiếc molotova chuyển tù đi ngay vào các trại tập trung thuộc tỉnh Yên Bái. Tù binh còn lại phải đi bộ qua cầu Âu Lâu mất thêm cả tiếng. Chúng tôi đợi đưa lên xe tải và lại chia làm hai nhóm (sau này chúng tôi gặp nhau tại trại Tân Lập Vĩnh Phú, mới biết sự điều hợp của CS ngày đầu tiên tại cầu Âu Lâu). Một đoàn xe cũng hàng trăm chiếc đưa các tù nhân đi về hướng tỉnh Nghĩa Lộ và đoàn xe của chúng chạy về hướng tỉnh Sơn La.

Cái ngày định mệnh đời tù khổ sai biệt xứ, lưu đày ra Bắc của chúng tôi từ chiều 16.6.1976 tại vùng ma thiêng nước độc, sương lam chướng khí, rừng núi bạt ngàn vô tận đã từng nổi tiếng "nước Sơn La ma Hoà Bình", nơi giết tù chánh trị năm xưa. Tôi có cảm nhận thân xác này phải gởi lại đây, đành phó thác cho trời đất ngày mai sẽ ra sao "Que Sera Sera - Whatever Will Be Will Be"?. Suốt sáu ngày trên tàu thuỷ, tàu hoả, cả ngày trên xe tải và thêm ba bốn ngày sau đó, tôi không đi đại tiện được lại mang thêm một cái khổ nữa ở Sơn La. Tại hai nhà tù xây kiên cố từ thời Pháp để lại, khoảng trên hai trăm tù không có chỗ ở trong hai nhà giam kiên cố đó. Chúng tôi được bố trí ở nhà ăn của các cai tù, nhà tranh khá trống trải trên một đỉnh đồi thấp lại thoáng mát hơn. Tối, chúng tôi còn ngắm được sao trời, còn nghe được tiếng gà gáy sáng làm cho tâm hồn mình có một chút hoài niệm về cảnh cũ nhà quê của mình ở miền Nam thân yêu.

Có thể nói trên một ngàn tù đến Sơn La đầu tiên (16.6.1976) mà bộ đội cộng sản xếp loại là tù binh phải học 12 điều nội quy của chúng. Thế là chúng tôi bị lừa phỉnh từ tập trung học tập cải tạo ở miền Nam, nay áp dụng quy chế tù binh mà CSBV không theo quy chế tù binh quốc tế Genève mà chúng tự áp đặt theo ý đồ hành hạ của chúng nhằm giết chết lần mòn tù binh VNCH.

Nhưng, phải công tâm nói, chúng tôi hưởng quy chế tù binh do bộ đội cộng sản quản lý có phần dễ thở hơn khi chúng tôi sau một năm ở Sơn La được chuyển sang trại tù công an. Một cái khác biệt nhỏ nhứt, chúng tôi ở Sơn La bộ đội cấp cho mỗi tù hai mền đỏ của Trung cộng sản xuất, sử dụng khá ấm khi trời rét. Nhưng qua đến trại công an (Hồng Ca - Yên Bái), chúng tôi bị cai tù công an tước lấy một cái mền (chăn) và nhiều vật dụng linh tinh như dao con, thuốc uống, cây gãi lưng... cũng bị tịch thu, cấm sử dụng. Chuyện tù cải tạo còn dài lắm... có dịp tôi xin kể tiếp.

Trở lại trại giam tù binh ở Sơn La. Hàng ngàn tù đầu tiên đến Sơn La chỉ ở quanh quẩn trong ngoài hai nhà tù kiên cố và to lớn, gần một ao nước cũng khá to, dài trên một trăm mét, ngang cũng khoảng trên 30 mét. Ngoài hai nhà tù gọi là K1, còn lại gần một nửa tù "tạm trú" ngủ ngoài nhà giam (nhà ăn của bộ đội trên đỉnh đồi thoai thoải, cách hai nhà giam chính khoảng 50 mét), chừng ba đêm.

Ban ngày, chúng tôi có những anh em tù binh cũ (chừng 150 người từ Trung tá trở xuống, đa số sĩ quan cấp uý) bị bắt từ Tết Mậu Thân 1968, mùa hè đỏ lửa 1972 và cuộc hành quân Lam Sơn 719, thay vì trao trả tù binh, cộng sản ém lại. Nay anh em tù binh cũ hướng dẫn chúng tôi, tù binh mới vào rừng chặt gỗ, tre, vầu mang về cất lán trại cho chúng tôi ở. Sau ba ngày cất xong một lán trại, gần một tuần, có thêm hai lán trại nữa đủ chứa cả trên ngàn tù binh đợt đầu tiên đến Sơn La.

Từ thời điểm đó tất cả tù từ trong Trại Suối Máu chuyển ra, bị khép vào khuôn khổ, tổ đội, lao động cật lực chuyên lo xây cất thêm lán trại, dù có thêm ba lán trại đã thừa chỗ ở mà các đội còn nhận lệnh phải xây thêm lán trại nữa, chỉ xây phần căn bản là nhà ở. Còn hàng rào trại tù có hàng chục lớp, khi có tù đến ở là chính những tù nhân đó lo làm hàng rào kiên cố nhốt mình. Đây cũng là kế hoạch siêu của cộng sản độc ác. Chúng tôi xây lán trại chưa hoàn tất thì có mấy trăm tù từ các nhà giam thuộc tỉnh Tây Ninh chuyển ra đây và anh em tự lo phần làm hàng rào và các cái chưa xong nhốt tù. Vài ngày sau có nhiều tù từ trại giam Cần Thơ chuyển ra đây có mấy chục bác sĩ, nha sĩ, dược sĩ từng phục vụ ở ba Quân Y Viện: Phan Thanh Giản (Cần Thơ) Thơ, Trương Bá Hân (Ba Xuyên), Long Xuyên (An Giang) và các bệnh viện tiểu khu của Quân Khu IV của QLVNCH.

Lúc bấy giờ, tại liên trại 2 Sơn La, tù quá đông có thể lên trên bốn ngàn tù ở trên dưới tám lán trại giam mới mà sử dụng chung một con suối cạn, rộng chưa được hai mét. Thế là thiếu nước sinh hoạt cho tù. Ngoài kế hoạch tính toán của cấp chỉ huy cai tù nên sau chừng ba tuần, có trên hai ngàn tù phải chuyển trại đi nơi khác (gần nhứt Sơn La có nhiều trại tù ở Hoàng Liên Sơn).

Sau đó, Liên trại 2 Sơn La còn lại ba trại được bố trí xây dựng xa nhau, cách ba bốn cây số có suối nhỏ cũng tạm đủ nước sử dụng và còn đào thêm giếng cho hàng trăm cai tù sử dụng nước sạch hơn nước suối.

Các tù binh từ Tây Ninh Cần Thơ đến sau, chỉ còn để lại vài trăm tù nhập với đoàn tù từ Suối Máu Biên Hoà được quy hoạch ở trong ba lán trại. Gọi là trại 1 gồm toàn "bò ngũ" - Trung tá, tập trung tại hai nhà tù xây kiên cố cũng là nơi ban bệ chỉ huy tù đóng chốt. Các "bò tứ" tập trung tại lán trại 6, trên một đỉnh đồi thoai thoải, cách chừng hơn trăm thước quốc lộ hay tỉnh lộ, đường từ miền dưới đi lên Điện Biên Phủ (Sơn La) và các tỉnh vùng cao rừng núi... Còn lán trại 5 chuyên nhốt các "bò tam", gần một đồi chè (trà) bạt ngàn. Các sĩ quan cấp đại uý cũng bị xếp lại thứ dữ "có nhiều nợ máu với nhân dân" như bò tứ bò ngũ hay cấp cao hơn cùng bị chuyển ra Bắc đợt đầu 16.6.1976.

Trại 5 cũng khá gần đường lộ như trại 6 và ở giữa trại 1 và trại 6.

Những ngày đầu tại Sơn La, chúng tôi cũng đi lao động tuỳ theo sức người không bị kềm kẹp đày đoạ như sau này, lao động phải đạt chỉ tiêu, nhứt là ở trại tù do công an quản lý. Chúng tôi có thì giờ sau khi "hoàn thành công tác", tha hồ mà lo cải thiện mưu sinh linh tinh. Ở gần trại 6, có nhiều cây "vã", giống hệt cây sung, trái có từ trên thân cây xuống tận gốc, trái to gấp năm ba lần trái sung của miền Nam. Trái chín có nhiều mật, vô cùng ngọt. Nếu ăn một hai trái có thể không sao, ăn nhiều sẽ ngộ độc có thể đến tử vong. Người dân địa phương (Mường hay Mèo) nhắc nhở chúng tôi không nên ăn quá một trái vì biết chúng tôi thiếu chất ngọt và chất mặn triền miên.

Xung quanh trại 6 ở vùng đất thấp mà có đồi dốc, người ta làm ruộng "bậc thang", trông rất lạ mắt mà ở miền Nam hoàn toàn không có. Những mảnh ruộng nhỏ từ trên xuống từng bậc thang lớn dần giữ nước mưa. Trên những bờ ruộng lúa bậc thang có vô số rau má và rau rắp cá mọc như cỏ hoang mà người Bắc không ăn như như người miền Nam. Chúng tôi tha hồ mà lựa rau má non hái ăn thay thức ăn hay thay cơm. Nhưng ác thay, rau rắp cá cũng có nhiều quá mà lại không ăn nhiều được vì có độ nồng, chỉ dùng để ăn đệm, chung cùng với loại rau khác. Chúng tôi cải thiện nhiều nhứt là rau má khỏi cần luộc chín như rau tàu bay.

Ba loại rau hoang: rắp cá, tàu bay, rau má có khắp nơi quanh trại 6. Rau rắp cá không thể ăn nhiều, rau tàu bay phải luộc chín mới ăn được lại kẹt cho người tù phải có đồ dùng để luộc và phải có bếp lửa lại vô cùng khó khăn hạn chế. Chỉ có rau má, ăn sống ăn chín đều được cả mà ăn sống lại ngon hơn ăn chín, nếu ăn nhai từ từ thì sự tiêu hoá cũng OK, ăn nhiều một lần cả nón cối đầy vung, chừng hơn một kí lô. Vì vậy, rau má trở thành một món ăn cải thiện không thể thiếu khi chúng tôi ăn cơm tù không đủ no nên phải ăn độn thêm rau má. Rau má rửa xong có thể ăn cả rể phần trắng còn mềm hay cắt, lặt bỏ rể chỉ ăn sống lá và cọng lá lại càng dễ tiêu hoá hơn.

(H: Rau má trồng tại vườn rau nhà - Rau má hoang dã lá cũng tương tự, nhưng dày và lớn hơn)

Lúc ở trại 6 Sơn La, tôi còn trẻ, 42 tuổi, hai hàm răng còn rất tốt, chưa hư chiếc răng nào nên nhai rau má quá dễ dàng. Sau này bị đày sang trại tù cộng an quản lý và ăn bo bo nguyên hột nên bộ răng tôi mới có vấn đề, mẻ, gãy...

Trong nhóm tù của trại giam Tây Ninh có nhiều anh em rất quý mến tôi, cứ gọi tôi là anh Mười không gọi tên dù các bạn cũng cấp thiếu tá như tôi và tuổi đời nhỏ hơn tôi từ ba đến năm tuổi. Tôi nhớ mãi các bạn Ngô Khương Thới, Trần Kim Lời, Nguyễn Đắc Thi (Quận Trưởng Gò Dầu), Minh cụt một tay, Trương Văn Thà (Tiểu đoàn trưởng)... Chúng tôi quý mến nhau vì đa số có cùng tín ngưỡng, gốc Toà Thánh Tây Ninh.

Lúc bấy giờ, đội trưởng của chúng tôi là bạn Trần Quí Cưng (đang định cư ở San Diego), nguyên Thiếu tá Trưởng Phòng Tâm Lý Chiến Tiểu Khu Gia Định. Bạn Cưng "cất nhắc" tôi làm Tổ Trưởng, trong tổ có Cha, Linh Mục Trần Quý Thiện chuyên trách mục vụ Nhà Thờ Trại Trần Hưng Đạo (Bộ Tổng Tham Mưu/QLVNCH) cũng là người tù lớn tuổi nhứt trong cả đội. Tổ tôi còn có bạn Ngô Khương Thới, nguyên Tham Mưu Phó Chiến Tranh Chánh Trị tiểu khu Tây Ninh, nhỏ hơn tôi ba tuổi mà bộ răng của bạn ta "xếu xáo", mất một vài cái răng và có hai cái răng vàng đã ngã màu bạc, bạn ta ăn uống cũng khó khăn, nhứt là ăn rau mau má sống. Tôi ăn một lần cả ký hay hơn, còn bạn Thới nhỏ xác, ốm yếu hơn tôi nhiều, ăn rau má cũng ít chỉ khoảng một phần ba nón cối rau má mà lại luôn ăn sau tôi khoảng gần nửa giờ, hai chúng tôi nằm gần nhau. Chúng tôi ăn rau má khơi khơi như ăn bánh kẹo ngoài bữa cơm và chỉ ăn rau, không có muối, cũng cảm thấy no bụng có tí vui vào buổi tối trước khi ngủ.

Một buổi chiều thứ bảy, sau Ngày Quân Lực 19.6.1977 chừng hai ngày, thời điểm Ngày Quân Lực 19.6 lần thứ hai tại Sơn La. Bạn Thới nói với tôi:

- Tôi càng nhớ ngày Quân Lực tôi lại càng đói quá. Anh Thới cải thiện rau má cả một nón cối không đầy vung như tôi thường ăn. Tội cho anh Thới, anh yếu sức hơn tôi, nhỏ xác lại chậm chạp, răng không tốt nên thường ăn chậm hơn chúng tôi có bộ răng khoẻ. Cái nón rau má của bạn Thới, anh cũng rữa sạch mà còn để nhiều rễ rau má trông cũng nõn nà trắng muốt. Anh Thới ăn lá rau má trước, còn cọng và rễ, anh ăn sau cùng. Chiều nay, bạn ta đói nên ăn nhiều hơn các ngày trước.

Chỉ sau hơn một giờ, anh Thới nắm tay tôi kéo lại rờ bụng anh, bụng anh phình to, anh thở dốc, khó khăn như muốn hết hơi. Tôi tri hô gọi anh đội trưởng, báo cáo gấp lính ở vọng gác, cách lán tôi chừng hơn mười thước, anh Thới thở không được cần cấp cứu gấp. Thế là cả đội cũng đã chuẩn bị ngủ sớm vội ngồi dậy coi xem bịnh anh Thới ra làm sao mà phải gọi cấp cứu.

Cán bộ trực và quản giáo của đội vội xuống gặp anh Thới thấy anh khó thở, ôm bụng kêu than đau quá, nhờ cán bộ và anh em cứu giúp. Cán bộ quản giáo ra lệnh đội trưởng cử nguyên tổ của anh Thới (tôi làm Tổ Trưởng) chỉ cần 8 người cùng anh tổ trưởng phải chuyển gấp người bịnh đến trại 1 có trạm xá dành riêng cho tù, có bác sĩ Quân Y (phe ta) điều trị.

(H: Rừng núi Sơn La bạt ngàn)

Quản giáo ra lệnh chặt một cây vầu lấy khúc gốc cho thêm chắc dùng làm đòn, võng anh Thới đi cấp cứu. Chúng tôi làm nhanh, lấy một chiếc mền còn tốt của anh Thới làm võng, xỏ đòn vào khiêng anh Thới, nằm gọn trong võng (xin lỗi, như người ta khiêng gánh heo đi bán). Cái đòn dài, hai người đi đầu và hai người đi sau khiêng ra khỏi cổng trại đi xuống tỉnh lộ để đến trạm xá của trại tù liên trại 2.

Tôi, tổ trưởng đi sau cán bộ quản giáo có mang theo một cái đèn bão để thấy đường, đi đầu. Đi trên lộ đá dù gập gềnh nhiều ổ gà ổ voi vẫn dễ đi hơn đường rừng núi mà bốn người xoay trở, đổi vai thấy không thoải mái, đi khó khăn, không nhanh.

Tôi đề nghị với cán bộ quản giáo thay vì chia làm 2 toán, luân phiên thay đổi, bây giờ chia làm 4 toán sẽ dễ đi hơn. Tôi giải thích:

- Bịnh nhân ốm yếu nhỏ con, chừng trên dưới 40 cân (40 kí lô). hai người khiêng sẽ dễ đi và lại được nghỉ lâu, thay phiên nhau. Cán bộ quản giáo gật đầu. Thế là chúng tôi có bốn toán 2 người, tự giác khiêng võng chừng hai trăm mét thay đổi. Cứ thế mà chúng tôi đi trong đêm tối thui, nhờ cái đèn bão tôi cầm đi trước và nhắc nhở những ổ gà, anh em khiên đi chậm và cẩn thận. Chín anh em chúng tôi "khẩn trương" chuyển một bịnh nhân. Đi trước dẫn đường có cán bộ quản giáo và đi sau cùng có hai tên bộ đội mang súng dài theo hộ tống 10 quan Thiếu tá "đi chơi" trong đêm tối.

Con đường lộ dài trên 4 cây số, con đường mòn vào trại 1 cũng trên dưới 2 cây số. Cộng chung cả con đường từ trại 6 đi xuống lộ, cả lộ trình cũng khoảng 7 cây số, chúng tôi di chuyển từ khoảng 8 giờ tối, mãi đến hơn 11 giờ khuya mới tới trại 1 có trạm xá bàn giao bịnh nhân.

Người nhận bịnh là bác sĩ Võ Tam Anh, rất thân quen với tôi trước năm 1975. Bác sĩ Anh, nguyên Đại đội trưởng đại đội 32 lựa thương của Vùng IV Chiến Thuật quản trị (trên hồ sơ, giấy tờ và theo dõi kiểm soát công việc của ngành quân y dưới quyền... giúp Cục Quân Y). Đại đội có hàng mấy chục bác sĩ và rất đông các nha dược sĩ và nhân viên quân y phục vụ khắp Vùng IV Chiến Thuật, còn đơn vị quản lý đóng ở Vĩnh Long.

Bác sĩ Võ Tam Anh có người em ruột là luật sư Võ Tứ Cầu, thi hành lệnh động viên khoá 16 Thủ Đức, Chuẩn uý Võ Tứ Cầu có một thời gian ngắn làm việc chung với tôi trong Ban Thông Tin Báo Chí Quân Đoàn IV ở Cần Thơ.

Vì có quen biết trước, tôi mới có dịp hỏi nhỏ BS Anh, anh Thới bịnh gì và anh phải mổ ngay. Nếu chậm trể chừng một tiếng nữa thì anh Thới sẽ chết vì trong bụng chứa quá nhiều rau má không tiêu hoá và đã lên men, bụng sẽ to thêm...

Bốn thiếu tá bác sĩ định bịnh chớp nhoáng chỉ mất có mấy phút, chúng tôi còn đứng ở trạm xá, chưa về lại trại 6, cán bộ quản giáo còn đang tán chuyện với các "đồng chí".

Một cái giường dã chiến ọp ẹp có giăng mùng vén lên, có hai ba cái đèn dầu và có một cái đèn pin cũng khá to do BS Anh cầm rọi cho toán bác sĩ mổ. Sau khi rữa sạch thân hình anh Thới. Hai bác sĩ khiêng anh đặt lên bàn mổ, buộc tay chân vào thành bàn mổ. BS Anh nói nhỏ với tôi:

- May, có anh nha sĩ mang theo thuốc tê để nhổ và chữa răng, nay dùng chích chung quanh chỗ mổ cho bớt đau. Mọi việc chuẩn bị mổ xong, chúng tôi phải rời trạm xá về lại trại 6.

Tôi nghĩ, ca mổ lấy rau má cả nùi trong bao tử anh Thới, cũng là một hiện tượng có thể nói vô tiền khoán hậu, qúy bác sĩ tham dự ca mổ anh Thới, nếu nay có đọc được bài viết này, xin viết tiếp bổ túc hay sửa sai giúp tôi.

Khi tôi định cư ở Sacramento, tôi đi du lịch sang Pháp nhiều lần có tìm hỏi bác sĩ Võ Tam Anh, vì có nghe tin, BS Anh có mở phòng mạch. BS Anh ở xa Paris, cách Paris gần cả ngàn cây số nên tôi cũng đành chịu không thăm anh được mà tôi muốn tìm hiểu thêm ca mổ của anh Thới, anh kể lại chuyện mới chính xác hơn tôi.

Sau hơn một tuần, vết mổ đang lành, anh Thới được gởi trả về lại đội.

Vụ mổ bụng anh Thới lấy ra một nùi rau má và anh Thới vẫn còn sống cho đến ngày ra trại tù, về Tây Ninh. Nay, không biết anh Thới có còn khoẻ mạnh sang Mỹ diện HO hay zulu cải cách về Vùng V Chiến Thuật?

Bác sĩ Võ Tam Anh, trước 30.4.1975, khoảng trên dưới một năm, tôi hay tin BS Anh được bổ nhiệm chức vụ Thứ Trưởng hay Phụ Tá Tổng Trưởng Chiêu Hồi (BS Hồ Văn Châm làm Tổng Trưởng). Cách nay chừng bốn năm, tôi có hỏi thăm BS Anh, em ruột BS là cựu luật sư Võ Tứ Cầu (định cư ở Nam Cali) cho biết BS Anh đã qua đời tại Pháp vài năm trước.

Tôi có lên Google tìm hình BS Anh gặp bài viết của BS Anh qua giọng đọc của Tám Tình Tang (Audio) - Lương Y như Từ Mẫu trong trại tù cải tạo của Phương Vũ Võ Tam Anh. Tôi còn đọc thêm trên Google hai bài nữa của BS Võ Tam Anh: Trở về cố hương (2015) và bài Y Khoa miền bắc XHCN. Quý vị nên đọc cho biết vị Quân y sĩ Võ Tam Anh khả kính của chúng ta với ngòi bút tài hoa, ông đã tả chân vô cùng sống động người thật việc thật của chế độ "ưu việt xã nghĩa". Nếu nước Việt không có chế độ xã nghĩa này, Việt Nam đã là con rồng của Á Châu từ lâu, tiếc thay...

Một chi tiết, khi tôi gặp BS Anh tại "phòng mổ" (nói cho oai), thấy anh còn đeo chiếc đồng hồ Omega còn mới. Tôi hỏi thật nhỏ:

- Anh còn mang được đồng hồ, BS Anh nói:

- Cả nhóm Quân Y Quân Khu IV đề cử tôi làm trưởng nhóm Quân Y để cứu giúp anh em phe ta kể cả phe địch cũng còn cậy nhờ anh em mình cứu chữa nữa.

Bác sĩ phe ta mà lên đến cấp Thiếu tá thì kinh nghiệm và chửa bịnh và việc mổ xẻ đáng là bậc thầy của đám cán bộ quân y sĩ ù ù cạt cạt của VC (CSBV). Vì vậy BS Anh, một tù nhân duy nhứt được đeo đồng hồ để biết giờ (chữa bịnh) cũng như giữ đèn pin trong khoa mổ và khám bịnh lúc trời tối...

Qua bài viết ngắn ngủi thô thiển này, tôi mong có hồi âm của các bạn tù nhứt là các bạn thuộc trại tù tỉnh Tây Ninh, coi xem phe ta đã có bao nhiêu bạn đã ra đi, nhứt là bạn già Ngô Khương Thới đã cho tôi một kỷ niệm khó quên.

Sau năm 1985, tôi lên Tây Ninh sửa lại mộ phần của mẹ tôi chôn cất trong khu Thánh địa của đạo Cao Đài, tôi có nghe tin bạn Trần Kim Lời (Thiếu tá Trưởng Khối CTCT Tiểu khu Tây Ninh), ra tù chừng hơn một năm đã qua đời. Trong trại tù Sơn La, Trần Kim Lời gọi tôi là anh mười (tôi thứ 10 nên tôi có bút hiệu là Năm Voi. Năm con voi có 10 cái ngà - Mười Ngà cũng xêm xêm). Bạn Lời thường tâm sự với tôi, khi bạn ở trại tù Tây Ninh chưa chuyển ra Sơn La, vợ bạn Lời đã sang ngang, lấy một cán bộ VC ở địa phương. Từ đó, bạn Lời đã mang bịnh nội tâm sầu muộn rồi, nên khi ra tù, bạn Lời chứng kiến vợ mình nay là vợ của kẻ thù địch, lại có ba bốn con nhỏ, trông thấy càng "ứa gan". Bịnh nội tâm cắn xé càng thêm dữ dội vì hàng ngày thấy vợ mình sống với kẻ thù, (bạn Lời nhỏ hơn tôi bốn tuổi), bạn Lời chết sớm quá chưa có chương trình HO sang Mỹ. Tội nghiệp cho một người bạn tù xấu số. Còn đa số các chị, chồng bị đi tù cộng sản, các chị luôn có dạ sắt son chung thuỷ với chồng, và thay chồng nuôi con, thật đáng trân trọng kính phục... ./.

(Sacramento - kỷ niệm Những Ngày Quân Lực 19.6 đáng nhớ).

TÌNH CHIẾN HỮU TRUYỀN THÔNG VÙNG IV CHIẾN THUẬT

Sự ra đi gần đây về thế giới an bình cuối cùng của hai người bạn: Nguyên Vũ (4.2024) ở Houston - Texas và Bạch Mai (10.2023) ở San Diego - California, cùng làm việc chung ttrong Ban Thông Tin Báo Chí Quân Đoàn IV & Vùng IV Chiến Thuật.

*Tôi có cảm nhận tới lượt mình ra đi sẽ không còn xa vì tôi lớn tuổi nhứt trong đơn vị nhỏ tám người chánh thức của Ban Thông Tin Báo Chí Quân Đoàn IV & Vùng IV Chiến Thuật, Cần Thơ. Từ ngày thành lập năm 1964 cho đến ngày tôi rời chức vụ này về phục vụ tại Bộ Tham Mưu Tổng Cục Chiến Tranh Chánh Trị (Khối Thông Tin và Giao Tế Dân Sự), 1970 và sau cùng là Trưởng Phòng Tâm Lý Chiến Biệt Khu Thủ Đô. Kế nhiệm tôi có Phó Ban lên thay, Đại uý Trầm Trọng Tài cùng khoá 13 Thủ Đức với tôi và người cuối cùng giữ chức vụ Trưởng Ban Thông Tin Báo Chí là Đại uý Trần Quí Sách (nhà thơ nhà văn nổi tiếng với bút danh Trần Hoài Thư (*Trần Qúi Sách - Khoá 24 Thủ Đức, đã qua đời ở New Jersey ngày 27.5.2024*).*

Trên chiến trường súng đạn với những cuộc hành quân lùng diệt địch hay hứng chịu những trận pháo kích, phục kích, tấn công kinh hoàng của đối phương... Và ngành truyền thông của Vùng IV Chiến Thuật cũng là một mặt trận, chiến trường qua ngòi bút, qua tường thuật những phóng sự chiến trường kích thích tinh thần chiến đấu của các đơn vị cũng khá sôi nổi.

Ngành truyền thông báo chí Quân Đội tại Cần Thơ, có chương trình phát thanh Tiếng Nói Vùng IV Chiến Thuật trên làn sóng của đài Phát Thanh Ba Xuyên (sau di dời về Cần Thơ), phát hành nguyệt san Chiến Sĩ Miền Tây và có phóng viên chiến trường chuyên trách (Mai Hoà) luôn thực hiện những phóng sự chiến trường nóng bỏng gởi về trung ương và nhiều báo dân sự... Còn có các cơ quan truyền thông dân sự, như:

- Chi nhánh Việt Nam Thông Tấn Xã Miền Tây do nhà báo Huỳnh Kim Quang Trưởng văn phòng VNTTX (đã qua đời tại Việt Nam cũng khá lâu). Việt Nam Thông Tân Xã Miền Tây còn tuyển thêm hai nhân viên, là phóng viên Trần Tấn Phú Lâm (hiện định cư tại Anh Quốc) và phóng viên Phạm Hoàng Thúc (định cư khá lâu tại San Jose và qua đời ở Texas).

- Đài Phát Thanh Cần Thơ, quản đốc đài là ông Dương Hữu Tự. Ban Phát Thanh Tiếng Nói Vùng IV Chiến Thuật được sử dụng làn sóng của đài này (trước kia đặt tại Sóc Trăng).

- Đài Truyền Hình 7 Cần Thơ (Đài TH 9 Sài Gòn).

- Nhựt báo Miền Tây do nhà Văn nhà báo An Khê Nguyễn Bính Thinh chủ nhiệm kiêm chủ bút với một Ban Biên Tập chuyên nghiệp: nhà thơ Kiên Giang Hà Huy Hà, nhà văn Nguyễn Ngọc Mẫn, Tyca, Cao Trần, Mai Thế Yên, Nguyễn Thiếu Nhẫn (hiện định cư tại San Jose)...Nay tôi biết rõ còn trên trần thế hai người là Nguyễn Thiếu Nhẫn và Mai Thế Yên. Còn nhà báo Cao Trần không biết rõ bạn ta còn hay mất dù tuổi trên dưới 80.

Dù trải qua trên nửa thế kỷ mà tôi vẫn còn nhớ vanh vách từng người phục vụ trong ngành truyền thông báo chí của Quân Đoàn IV năm xưa.

Với tính hoài cổ của người có tuổi luôn nhớ lại kỷ niệm xưa của các bạn hiền cùng ám số chuyên nghiệp thông tin báo chí, tôi viết lại những gì tôi biết về ngành chuyên môn phục vụ của mình và cũng là cơ may tôi kiểm điểm lại "quân số" ai còn ai mất. Dù Ban TTBC Quân Đoàn IV, quân số chánh thức có 8 người, trong 6 năm tôi phục vụ có đến trên 20 người, làm việc thời gian ngắn một vài tháng và dài nhứt có tôi và phóng viên chiến trường Mai Hoà...

Tôi nhận được Phân Ưu nhà văn Nguyên Vũ Vũ Ngự Chiêu khoá 16 Thủ Đức của Tổng Hội Thủ Đức, nguyên văn:

THÀNH KÍNH PHÂN ƯU

Văn Phòng Tổng Hội trân trọng kính chuyển bản
PHÂN ƯU

Cụ Ông Vũ-Ngự-Chiêu

Tiến sĩ Sử Học Thế Giới, Đại Học Madison WI Hoa-Kỳ
Tiến Sĩ Luật Khoa - Đại Học Houston, TX Hoa-Kỳ
Cử Nhân Khoa Triết Đông - Đại Học Văn Khoa Sai-gon, ViệtNam
Cựu SVSQ/TB Khóa 16 Thủ Đức - Cựu Sĩ Quan Pháo Binh QLVNCH

Nhà Văn Nguyên Vũ

Kính nhờ Quý Hội địa phương chuyển đến Tang Quyến
THÀNH KÍNH PHÂN ƯU
quý Đồng Môn cùng thân hữu của gia đình Cư An Tư Nguy
để kính tường và thêm lời cầu nguyện.

Cái nghiệp làm báo viết báo ở Việt Nam vẫn còn bám theo tôi dưới hình thức này hay hình thức khác khi sang Mỹ định cư theo diện HO - tù nhân chánh trị, từ năm 1993.

Ngoài cái nghề bỏ báo sáng sớm rất vất vả, mưu sinh khi mới đặt chân trên xứ Mỹ, mất vài năm. Tôi chuyển sang cái nghề cũng liên quan đến báo chí có đủ tiền chi tiêu cho cuộc sống.

Từ Thủ phủ Sacramento đi đến thành phố San Jose khoảng hai tiếng lái xe, tôi đã từng lái lên xuống mỗi tuần ít nhứt một lần vào ngày thứ sáu, suốt gần mười năm với cái nghề chở báo từ nhà in ở San Jose về cho ba tờ tuần báo ở Sacramento: Sàigòn Nhỏ, Thằng Mõ, Làng và tờ bán nguyệt san do tôi chủ trương, lại có thêm hai lần mỗi tháng mang "art works" Tiếng Vang đưa cho nhà in và hai lần chở báo Tiếng Vang về Sacramento.

Đến năm 2007, tôi tự đình bản tờ báo riêng và trước đó không lâu, nhà in mang báo giao tận toà soạn ở Sacramento. Thế là tôi không còn chuyên nghề chở báo mướn và viết báo nhiều nữa, chuyển sang nghề viết truyện cũng làm cho tôi không quên nghề cũ khi còn ở trong Quân Đội.

Tôi cũng thường có dịp lên xuống thành phố hoa vàng San Jose tham dự các buổi họp chánh trị hay dự các buổi biểu tình ở San Jose hay ở San Francisco. Đặc biệt, các buổi Ra Mắt Sách của các văn thi hữu quen biết hay các đồng nghiệp viết lách thân, cùng chung một tờ báo ở Việt Nam hay Hoa Kỳ, tôi thường có mặt nên có nhiều sách tác giả ký tặng. Tôi cũng cảm nhận có cái gì đó vui vui, yêu đời và thoả mãn tính ham thích đọc sách từ hồi tuổi thanh thiếu niên, nay sống lại.

Khi dịch COVID 19 ập đến, mọi sinh hoạt như ngưng đọng lại và chúng ta "đồng khổ" giống như cái gọi là "đồng khởi" của Bến Tre năm xưa chỉ làm cho dân nghèo, cả nước Việt tiến nhanh tiến mạnh lên cùng ăn bo bo thay cơm để sinh tồn. Dịch Covid cũng làm cho dân tình cả thế giới thêm khổ sở âu lo mệt mỏi.

Từ có cái "mắc dịch" Covid đến nay cũng trên năm năm, tôi không có dịp đi San Jose tham dự nhiều sinh hoạt cộng đồng hay vui chơi giải giải trí và ăn vặt như trước kia. Tôi bám trụ tại nhà chỉ giải trí bằng trồng rau và chăm sóc hoa nín thinh còn hoa biết nói thì đành chào thua.

Nay "có tí tuổi" thường đau nhiều thứ bịnh, hai chân luôn hành tội đau nhức đi đứng khó khăn lạng quạng và lại mất cái quyền lái xe, bằng lái bị treo như hai chân bị khoá lại phải ở yên một chỗ. Con cháu thì ở xa, muốn ăn một tô phở phải đi uber hay tắc xi thì hơi kẹt, tô phở thêm đắt. Dần dần cũng quen cảnh ở yên tại nhà chỉ lên Net dạo chơi hay viết lách lăng nhăng giết thì giờ...cũng quên dần năm tháng.

Bổng một hôm có người bạn rủ tôi đi San Jose dự buổi tưởng niệm ngày Quốc Hận 30.4 lần thứ 49 vào thứ ba, và tổ chức đúng ngày 30.4 không chọn ngày cuối tuần như các năm trước. Tôi rất thích nơi nào tổ chức đúng ngày như 19.6, 30.4, Quốc Tổ Hùng Vương mồng 10 tháng 3 âm lịch... Còn ngày Tết Nguyên Đán có nhiều thế hệ kể cả thế hế hệ trẻ tham dự, nếu tổ chức rơi vào ngày làm việc thì sẽ có ít người tham dự, vì vậy phải tổ chức vào ngày cuối tuần. Còn tổ chức ngày 30.4 và 19.6 kể cả ngày Giỗ Tổ Hùng Vương hầu hết là người cao niên tham dự nên ngày nào cũng là ngày nghỉ của quý cụ.

Có dịp trở lại thành phố thung lũng hoa vàng mà tôi có nhiều dấu ấn kỷ niệm thân thương khó quên. Sau dự lễ tưởng niệm ngày đau buồn Quốc Hận 30.4 tại sân San Jose City Hall. Tôi được một người bạn, năm xưa phục vụ tại Bộ Tư Lệnh Quân Đoàn IV ở Cần Thơ hỏi tôi có hay biết tin nhà văn Nguyên Vũ đã qua đời ở Houston - Texas ngày 19.4 vừa qua, cách 11 ngày.

Nay biết cũng hơi muộn, nhưng tôi vẫn bàng hoàng xúc động dù năm năm trước đây (2019), khi nhà thơ Tô Thuỳ Yên mất cũng tại Houston. Tôi có hỏi bạn bè ở Houston đưa tiễn Tô Thuỳ Yên, tình trạng sức khoẻ Nguyên Vũ thế nào vì tôi biết tin Nguyên Vũ đã bị bịnh mãn tính cũng dây dưa khá lâu. Tin cho biết Nguyên Vũ bịnh vẫn như cũ.

Thời gian dần trôi qua, đến sau ngày 25.10.2023 vài ngày, tôi nhận được Cáo Phó do một người bạn đồng môn trường trung học Hoàng Diệu Sóc Trăng của cô Bạch Mai gởi qua email. Cáo phó báo tin buồn cựu xướng viên đài phát thanh Ba Xuyên-Cần Thơ và Ban Phát Thanh Tiếng Nói Vùng IV Chiến Thuật do tôi làm Trưởng Ban, cô Nguyễn Thị Bạch Mai đã ra đi về nước Chúa. Thế là tôi có thêm một đồng nghiệp truyền thông vượt hệ thống quân giai dành đi trước Sếp về Thiên Đàng. Ban Phát Thanh Tiếng Nói Vùng IV Chiến Thuật, xướng ngôn Bạch Mai còn rất trẻ, 18 tuổi, xinh đẹp khả ái có giọng đọc rất truyền cảm đi sâu vào lòng người. Trước khi cô Bạch Mai vào làm việc với Ban Phát Thanh, cô Nguyễn Thị Huệ cũng là nữ sinh xinh đẹp của trường Hoàng Diệu làm xướng ngôn viên khi đài phát thanh còn ở Ba Xuyên, chưa di dời về Cần Thơ.

Khi Cha Nguyễn Hữu Lễ đã phát hành tập bút ký Tôi Phải Sống, rất nổi tiếng, Ngài muốn thu băng tặng cho những ai mua sách có thêm CD Tôi Phải Sống. Tôi có giới thiệu cô Bạch Mai đọc và một giọng nam, từ Missouri sang nhà cô Bạch Mai ở San Diego thực hiện Tôi Phải Sống qua hai CD.

(H: Elizabeth Bạch Mai - 9.9.1948 - 25.10.23).

Được biết, Linh Mục Nguyễn Hữu Lễ đã chuyển ngữ tác phẩm Tôi Phải Sống sang Pháp và Anh ngữ, hiện có bán trên Amazon và Cha thông báo là Tôi Phải Sống sẽ được thực hiện thành phim nếu gây qũy được trên dưới $ 4 triệu USD.

Tôi vô cùng bàng hoàng xúc động nhận tin buồn về người bạn trẻ cùng làm việc chung với tôi khá lâu, Elizabeth Nguyễn Thị Bạch Mai cựu Xướng ngôn viên đài phát thanh Ba Xuyên - Cần Thơ và Ban Phát Thanh Tiếng Nói Vùng IV Chiến Thuật, đã qua đời tại thành phố San Diego vì bạo bịnh mà người đạo Công Giáo thường nói được "Chúa gọi về" chúng ta chỉ ngậm ngùi thương tiếc và "Amen" cầu nguyện.

Bận trở về Sacramento, ngồi trong xe bạn ở băng sau một mình, tôi cũng khá mệt, chìm trong giấc ngủ cũng ngon giấc, đang bị bịnh suyễn, thả hồn phiêu bạt về Cần Thơ và gặp Nguyên Vũ rủ tôi đi nhậu ở quán chuyên bán đặc sản của miền Tây, rùa rắn lươn, ếch nhái và chim chóc như óc cao, chằng nghịt, mỏ nhác, cơm tay cầm... Vĩnh Ký, gần khu nhà thờ chánh toà Cần Thơ.

Xe chạy gần nửa tiếng, tôi chợt tỉnh dậy và nói thầm:

- Kỷ niệm xưa còn gợi ta chi? Hơn nửa thế kỷ trôi qua nhanh như giấc mộng, tôi đã từng trải qua nhiều lần suýt bỏ mạng ở trại tù cải tạo Sơn La, Yên Bái, Vĩnh Phú, Z30D, "anh không chết đâu anh" vì còn nhiều nợ trần gian chưa trả hết.

Đã qua tuổi 87 (năm 2022), một lần chửa bịnh tim ở bệnh viện, tôi thấy thấp thoáng cửa Thiên đàng, cũng may Thánh Phêrô bận việc đi xa nên cửa đóng then cài kỹ quá, nên tôi phải quay về lại trần thế. Tôi tưởng đâu đầu quay quê hương ấp Bà Bài Châu Đốc, nay vẫn còn chưa chịu chết mà các bạn cùng có dịp làm chung, trẻ tuổi hơn tôi trong Ban Thông Tin Báo Chí Quân Đoàn IV sao lại vĩnh biệt trần gian quá nhiều. Tôi phục vụ từ lúc chưa có Ban TTBC, đến khi có Ban TTBC cuối năm 1964 cho mãi tới 1970, tôi thuyên chuyển về Tổng Cục Chánh Trị cũng trong nhiệm vụ thuộc ngành truyền thông báo chí.

Ban Thông Tin Báo Chí Quân Đoàn IV (Ban TTBC) trực thuộc khối Chiến Tranh Chánh Trị không còn trực thuộc phòng Tâm Lý Chiến nữa, tổ chức mới dựa theo cách tổ chức của quân đội Đài Loan. Từ ngày thành lập cho đến năm 1970, tôi vẫn đóng chốt ở chức Trưởng Ban còn kiêm thêm vài chức vị khác như Trưởng Ban Phát Thanh Tiếng Nói Vùng IV Chiến Thuật trên đài Ba Xuyên và sau về Cần Thơ, Tổng Thơ Ký toà soạn Nguyệt San Chiến Sĩ Miền Tây...

Sau ngày 30.4.1975 tan tác "tan hàng" đau buồn. Đến nay tôi tính số các bạn đồng nghiệp trong Ban Thông Tin Báo Chí (TTBC) Quân Đoàn IV, tôi là người cao tuổi nhứt và có cấp chức hơn các bạn, theo bản cấp số có 8 người chỉ có 2 sĩ quan mà nhiều lúc lên bốn, năm, sáu sĩ quan, quan nhiều hơn lính... Có một thời gian vì nhu cầu, Ban TTBC làm việc chung với Ban Thông Tin Báo Chí cố vấn Mỹ cũng với 8 thành viên có 3 sĩ quan, một thiếu tá, hai Đại uý. Chỗ làm việc mới tại khu vực của USAID, gần nhà đèn Cần Thơ.

Thời gian thấm thoát thoi đưa, tôi bị vào tù cải tạo của cộng sản sau cuộc đổi đời 30.4.1975, từ quan chỉ quen cầm bút thay vì cầm súng, nay đi xuống cầm cuốc, thành tù khổ sai không biết ngày nào được ra tù. Những đêm trường giá lạnh ở đất Bắc, tôi nhớ gia đình, vợ con, bạn bè, nhớ đủ thứ hết cũng giúp đưa tôi vào giấc ngủ với nhiều mộng mị...

Tôi có dịp nhớ lại rất tỉ mỉ, từ đơn vị tác chiến của Sư Đoàn 21 Bộ Binh được thuyên chuyển về Phòng V (Chiến Tranh Tâm Lý) Quân Đoàn IV trú đóng tại Cần Thơ, sau này có tên mới Tâm Lý Chiến. Tôi về Cần Thơ thay thế Thiếu uý - nhà văn nhà thơ Nguyễn Triệu Nam về đài Phát Thanh Quân Đội (đang chuẩn bị có chương trình Dạ Lan mà nhà văn Nguyễn Triệu Nam, một thành viên trong Ban Biên Tập).

Cũng là cơ may, có bạn thân cùng khoá biết tôi có học báo chí hàm thụ từ bên Pháp và cũng viết báo vài phóng sự xã hội và tin tức khi còn dạy học, chưa vào Quân Đội. Vì vậy, tôi được bạn giới thiệu với Đại uý Nguyễn Đạt Thịnh Trưởng Phòng V Quân Đoàn IV xin tôi về thay thế thiếu uý Nguyễn Triệu Nam. Lúc bấy giờ phòng V còn có cô Đặng Mỹ Dung (sang Mỹ viết tác phẩm nổi tiếng Ngàn Giọt Lệ Rơi cũng qua đời cách nay không lâu). Cô Mỹ Dung phục vụ với lương dân chính cho Ban Phát Thanh với Thiếu uý Nam. Khi tôi về làm việc chánh thức tại Phòng V cô Mỹ Dung và Đại Uý Nguyễn Đạt Thịnh không còn làm việc tại Cần Thơ mà đã đổi về Sài Gòn.

Hơn hai tuần, Trung Đoàn 33 Bộ Binh nhì nhằng không cho tôi rời đơn vị dù Quân Đoàn đã gởi nhiều công văn, Bưu điệp thúc hối cho tôi thuyên chuyển gắp về Cần Thơ.

Cũng là cái không may, Trung Tá Trung Trưởng Đoàn 33 rất quý mến tôi, ông có lệnh thuyên chuyển giữ chức Tỉnh Trương Vĩnh Bình, ông đi nhận chức mới nên tôi gặp rắc rối, vì hai ông trung uý già Công Vụ và Tổng Quản Trị của Trung Đoàn 33 lại cực kỳ "ghét" muốn "đì" tôi. Nếu để lâu, Phòng V Quân Đoàn phải tìm người khác thay thế để thiếu uý Nam về Sài Gòn. Trong khi đó, Bộ Chỉ Huy Hành Quân của Trung Đoàn 33 mà tôi đang phục vụ đóng quân gần vùng U Minh Hạ - Cà Mau làm bạn với muỗi, đĩa và chờ ăn đạn pháo của vi xi.

Có bạn cùng khoá đang làm tại Phòng Tổng Quản Trị giới thiệu tôi với thiếu tá Trưởng Phòng Tổng Quản Trị Quân Đoàn. Ông nói rất dễ thương:

- Từ rừng U Minh xứ muỗi mà em được đổi về Cần Thơ "gạo trắng nước trong" thì em phải chọn Cần Thơ. Em muốn Quân Đoàn nhận em làm việc ngay ngày hôm nay, tôi sẽ làm công điện gởi cho Sư Đoàn 21 xác nhận em đã trình diện và đã nhận nhiệm vụ mới. Nhưng, em sẽ bị Sư Đoàn 21 khiển trách, vượt hệ thống quân giai, không được Sư Đoàn ký lệnh thuyên chuyển, tự ý bỏ đơn vị... em sẽ bị Sư Đoàn ký lệnh phạt, tối đa 30 ngày trọng cấm (Tư Lệnh SĐ 21BB lúc bấy giờ là Đại tá Đặng Văn Quang). Thế là tôi làm liều chịu lãnh "ba mươi củ", ngày hôm sau bắt đầu nhận việc. Tôi thay

Thiếu uý Nam tại phòng V và cũng có chỗ ở trong cư xá sĩ quan độc thân của anh Nam để lại cho tôi.

Sau cái chết mới nhứt của Ban TTBC/QĐ IV, nhà văn Nguyên Vũ Vũ Ngự Chiêu. Dù Nguyên Vũ không làm việc lâu trong Ban TTBC. Nhưng tôi với Nguyên Vũ có nhiều cái đáng nhớ. Chuẩn Uý Vũ Ngự Chiêu tốt nghiệp Khoá 16 Thủ Đức cùng Khoá với nhà thơ Tô Thuỳ Yên (Đinh Thành Tiên), Phan Thông Hảo (giáo sư Pháp Văn, quê quán Cần Thơ), Đàm Quang Đôn (luật sư sau là Dân Biểu của đơn vị Phong Dinh). Ngoài ra, còn có luật sư Võ Tứ Cầu, kỹ sư canh nông Nguyễn Văn Hoàng, giáo sư Triết Nguyên Văn Oánh, giáo sư triết Lê Văn Tấn... đều có thời gian ngắn phục vụ trong Ban TTBC. Binh nghiệp của Vũ Ngự Chiêu là Pháo Binh, anh trải qua thời kỳ đầu làm đề lô (chỉ điểm, toạ độ cho pháo binh tác xạ yểm trợ chiến trường), đi theo các đơn vị tác chiến của Sư Đoàn 21 Bộ Binh và các tiểu đoàn Biệt Động Quân trong Khu 42 Chiến Thuật.

(H: Nhà văn Nguyên Vũ Vũ Ngự Chiêu 1942-2024)

Tôi không biết rõ, trước khi anh Nguyên Vũ vào Quân Đội anh có viết sách báo gì chưa?. Nhưng, khi anh về phục vụ pháo binh ở Khu 42 Chiến, anh đi đề lô có dịp anh chứng kiến tận mắt những trận chiến hào hùng nên anh viết phóng sự thật sống động rất nổi tiếng thu hút độc giả. Anh không phải viết cho báo Quân Đội như phóng viên chiến trường Mai Hoà của Ban TTBC. Phóng sự chiến trường của Nguyên Vũ đăng thường xuyên trên tờ nhựt báo

Tia Sáng, toà soạn ở đường Phát Diệm - Sài Gòn, chênh chếch với nhà làm bản kẽm Cliché Dầu mà tôi thường lên Sài Gòn đặt làm bản kẽm hình ảnh cho tờ Chiến Sĩ Miền Tây. Và cũng thường đến toà soạn Tia Sáng thăm nhà văn An Khê (đã mất tại Pháp trên dưới 20 năm) và anh cũng từng làm chủ nhiệm Nhựt báo Miền Tây mà tôi cũng có cộng tác. Tôi quen biết Nguyên Vũ tại toà soạn nhựt báo Tia Sáng.

Miền Tây vắng khá lâu những phóng sự chiến trường sôi nổi có hồn, trung thực có chất lượng cao trên báo Tia Sáng của Nguyên Vũ cũng làm cho nhiều độc giả Tia Sáng thắc mắc.

Đại tá Đặng Văn Quang Tư Lệnh Sư Đoàn 21 Bộ Binh có đọc nhiều phóng sự chiến trường của Nguyên Vũ, ông rất thích và có vẽ hăm mộ cảm mến Nguyên Vũ. Khi Đại tá Quang thăng Chuẩn Tướng, Thiếu Tướng, ông được thuyên chuyển về Cần Thơ thay Trung Tướng Nguyễn Văn Thiệu trong chức vụ Tư Lệnh QĐ IV và Vùng IV Chiến Thuật và vinh thăng Trung Tướng.

Trong một chuyến công tác, tôi theo Trung Tướng Quang, ông có hỏi tôi sao lâu quá không thấy Nguyên Vũ viết phóng sự về Vùng IV. Ông Tướng ra lệnh tôi tìm coi Nguyên Vũ bây giờ ở đâu?.

Thiếu Tá Trưởng Ban Pháo Binh Quân Đoàn IV bảo tôi ngồi chờ ông hỏi tiểu đoàn Pháo Binh của Khu 42 chiến thuật. Tôi ngồi đợi một chốc, ông đi ra cho tôi biết, Thiếu uý Vũ Ngự Chiêu bị phạt nhiều lần và tiểu đoàn xin hoàn trả về Bộ Chỉ Huy Pháo Binh và Chiêu bị hay được đổi lên vùng Cao nguyên nên anh không còn viết phóng sự chiến trường miền Tây nữa.

Trung Tướng Quang rất mến mộ tài viết phóng sự chiến trường của Nguyên Vũ, ông ra lệnh:

- Ngày mai, tôi đi về Sài Gòn mang thư tay của ông gởi cho Thiếu Tướng Xuân Trang Tham Mưu Phó Nhân Viên

Bộ Tổng Tham Mưu, sẽ đưa Nguyên Vũ về Quân Đoàn IV phục vụ trong Ban TTBC. Thiếu tá Hoàng chánh văn phòng lo máy bay cho tôi đi về Sài Gòn có xe của hậu trạm đón và đưa tôi đến văn phòng Thiếu tướng Trang. Thiếu Tướng nhận thơ tay của Tướng Quang, bảo tôi về trình lại là ông sẽ lam ngay ngày hôm nay. Thế là ba hay bốn ngày sau, Thiếu uý Vũ Ngự Chiêu từ vùng đất đỏ về trình diện khẩn Bộ Tư Lệnh QĐ IV.

Phục vụ tại đơn vị lớn làm việc phải đúng giờ, giày, mũ, quân áo phải đàng hoàng tươm tất, không được lè phè nghĩa là phãi giữ kỹ luật tác phong của người lính không trực tiếp chiến đấu và luôn gần "mặt trời"- cấp chỉ huy.

Vũ Ngự Chiêu nói riêng với tôi, anh tìm đường đi ra khỏi BTL/QĐ IV, kỹ luật chặt chẽ quá, anh chịu không nổi và cũng có thể anh vận động về Pháo binh của Sư Đoàn Dù, chỉ hơn một tháng sau, anh âm thầm ra đi không từ giả bạn bè, cũng có thể sợ bị giữ lại...

Sau này, sang Mỹ, tôi nghe bạn bè nói Nguyên Vũ, đơn vị phục vụ sau cùng của anh trong một đơn vị tại Quân Khu I và di tản về Sài Gòn trước 30.4.75 bị kẹt ở đảo Côn Sơn và nhờ thế mà anh sang định cư ở Mỹ sớm.

Nguyên Vũ làm lại cuộc đời, cái tật nát rượu ở Việt Nam, sang Mỹ, anh dứt bỏ được chứng nghiện rượu, tôi rất khâm phục anh có ý chí cao. Anh có quyết tâm cố học lấy được bằng tiến sĩ sử học thế giới, và một thời gian sau anh lấy thêm bằng tiến sĩ luật. Với hai bằng tiến sĩ của một cựu chiến binh thua cuộc bỏ nước ra đi, mà cũng vào hàng U40, có thể nói là vô tiền khoán hậu, khó có người thứ hai, tôi xin chào ngưỡng mộ và chúc mừng anh. Tôi nghe nói anh đậu "bo" hành nghề luật sư ở Minnesota, hình như anh không làm luật sư vì gia đình anh có cơ sở làm ăn và nhà xuất bản Văn Hoá ở Houston và anh chuyên viết sách...anh ở Houston cho đến ngày ra đi về cát bụi. (19.4.2024)

Năm 2005 hay 2007 tôi có đi Houston đến chỗ anh làm việc thăm - nhà sách Văn Hoá. Nguyên Vũ mời tôi ăn cơm trưa và nói:

- Nguyên Vũ gọi nhà thơ Tô Thuỳ Yên đến cùng ăn cơm cho vui.

Cả hai bạn Tô Thuỳ Yên và Nguyên Vũ đều có phục vụ tại Ban TTBC-QĐIV khi tôi giữ chức Trưởng Ban. Nguyên Vũ chỉ làm chung với tôi trên một tháng, còn nhà thơ Tô Thuỳ Yên làm việc chung trên một năm. Tôi và bạn Tô Thuỳ Yên có khoảng sáu tháng, chúng tôi phải xuống đóng chốt cạnh đài Phát Thanh Ba Xuyên vì lệnh Trung Tướng Quang muốn như vậy. Khi Trung Tướng Quang rời chức vụ ở Cần Thơ, Trung tướng nhận chức vụ mới trong Nội Các Chiến Tranh. Khối Chiến Tranh Chánh Trị rút chúng tôi trở về cách làm việc cũ. Một thời gian ngắn sau khi về lại Cần Thơ, Tô Thuỳ Yên có lệnh thuyên chuyển về Cục Tâm Lý Chiến, giữ chức Trưởng Phòng Văn Nghệ. Sau, anh vinh thăng Thiếu tá.

(H: nhà thơ Tô Thuỳ Yên - Đinh Thành Tiên 1938 - 2019)

Bạn Tô Thuỳ Yên và tôi có nhiều thâm tình và khi cả hai Trưởng và Phó Ban làm việc ở Ba Xuyên, chúng tôi cùng làm việc và ở chung một chỗ. Lúc bấy giờ là thời gian "vàng son" nhứt, không mặc quân phục muốn đi đâu tự ý "dù" không có cấp trên kiểm soát, chúng tôi có nhiều thời gian về gia đình, mỗi tháng Tô Thuỳ Yên về Sài Gòn tối thiểu một tuần. Còn tôi, hàng tuần có hai tối dạy học tại trường Văn Hoá Quân Đội Quân Đoàn IV và có 8 giờ dạy tại một trường tư cũng ở Cần Thơ gần chùa Miên.

Ba người bạn cùng làm chung ngành truyền thông báo chí, nay có dịp gặp lại nhau rất vui sau những ngày nghiệt ngã lầm than dưới chế độ lao tù khổ sai của cộng sản. Nguyên Vũ may mắn thoát cảnh lao tù đi sang Mỹ sớm, năm 1975. Anh cho biết, anh phải quyết tâm cố gắng tối đa bỏ được cái bịnh "nát rượu" từng làm khổ anh với nhiều ngày tù trong đơn vị và bị đổi đơn vị phục vụ liên miên từ Vùng 4 lên Vùng 2 và sau cùng ở đơn vị tác chiến Vùng 1... Tôi bắt tay Nguyên Vũ tại bàn ăn và chân tình nói:

- Tôi rất khâm phục Nguyên Vũ bỏ được cái thói nghiện rượu từng làm khổ bạn, nay bạn còn cố gắng học lấy bằng Tiến sĩ Sử Học Thế Giới (lúc bấy giờ Nguyên Vũ chưa lấy bằng Tiến sĩ Luật), bạn làm gương tốt tuyệt vời trên cả tuyệt vời cho thế hệ kế thừa noi theo gương của bạn.

Còn bạn Tô Thuỳ Yên tâm sự, bạn được thả ra về nhà và lại tìm đường vượt biên, không thoát, tìm cách tự tử dùng lưỡi lam cắt mạch máu tay, nằm trên bãi biển ở vùng Quảng Xuyên của tỉnh Gia Định, cả buổi, máu ra nhuộm đỏ chỗ anh đang nằm trên cát, mê mang bất tỉnh mà không chết.

Bị bắt lại, vào tù và sau này gia đình Tô Thuỳ Yên cũng được đi Mỹ, định cư ở tiểu bang Minnesota. Nhà thơ Tô Thuỳ Yên cho biết:

- Không chịu nổi cái lạnh của Minnesota, ở được vài năm, cả gia đình anh di dời về Houston cũng có đông người Việt sinh sống và anh mất năm 2019.

Tính sổ đoạn trường của Ban Thông Tin Báo Chí Quân Đoàn IV kể cả Ban Phát Thanh và nguyệt san Chiến Sĩ Miền Tây của chúng tôi. Người ra đi sớm nhứt là thiếu uý Lê Văn Tấn (giáo sư Triết trường TH Long An), anh Tấn được biệt phái về dạy học lại, gặp tai nạn trên cầu Bến Lức khi trở về nhà ở Tân An sau khi chấm thi tú tài 2 ở Sài Gòn. Trời mưa trơn trợt, anh té bị thương sọ não mấy ngày sau chết. Luật sư Dân Biểu Đàm Quang Đôn vượt biên sau năm 1975 bị mất tích. Phóng viên chiến trường khá nổi tiếng Mai Hoà cũng đã mất tại Việt Nam cách nay mười lăm năm.

Còn mất ở Hoa Kỳ, cách nay gần 20 năm, đại uý Trần Huynh Điệp phụ trách tờ báo Chiến Sĩ Miền Tây (bút danh Vương Vũ - nhà thơ), anh mất tại Nam Cali. Kế tiếp là Đại Uý Âu Minh Trị, Phó Ban TTBC ra đi ở Missouri cũng bị bịnh siêu vi gan C như anh Điệp. Anh Phan Thông Hảo cũng ra đi tại một tiểu bang Miền Đông, tôi có điện thoại với anh thăm hỏi nhau vài lần trước khi anh mất, còn nhiều bạn sĩ quan hay hạ sĩ quan tôi không có tin tức. Còn các ông sếp cấp Quân Đoàn, tôi phục vụ trực tiếp với bảy vị tướng, có đến sáu trung tướng đã thuyên chuyển về Vùng V Chiến Thuật (TrT: Có, Đức, Thiệu, Quang, Mạnh, Thanh). Nay chỉ con Trung Tướng Nguyễn Đức Thắng (sanh 1930). Tham Mưu Trưởng Quân Đoàn IV ra đi gần hết, còn Trung Tá Phạm Quốc Thuần (sau lên Trung Tướng) Đại tá Huỳnh Văn Lạc (sau lên Chuẩn Tướng Tư Lệnh Sư Đoàn 9 BB - 97 tuổi, hiện định cư tại Sacramento).

Các vị Tham Mưu Trưởng đã mất: Đại tá Phạm Đăng Tấn, Đại tá Trần Bá Di (sau lên Thiếu Tướng), đại tá Nguyễn Hữu Hạnh (Chuẩn tướng lại theo VC chết nhục). Còn Cấp Trưởng khối sếp trực tiếp của Ban TTBC hay còn gọi là Tham Mưu Phó CTCT Quân Đoàn ra đi gần hết, đại tá Phúc "khàn", đại tá Hồ Văn Phàng, đại tá Hồ Hồng Nam, đại tá Đỗ Văn Sáu, còn đại tá Nguyễn Văn Lộc, định cư ở Đức, không rõ ra sao...

Đời người quá ngắn ngủi, buồn nhiều vui ít, chúng ta nên sống vì tình nghĩa, đạo đức, lương thiện cho phải đạo làm người và cho xứng danh một cựu chiến sĩ Quân Lực Việt Nam Cộng Hoà bất khuất với tâm nguyện: TỔ QUỐC - DANH DỰ - TRÁCH NHIỆM.

Cuộc đời chỉ là cõi tạm, cát bụi của trần gian - "Hỏi có ai không bao giờ trở về cát bụi đâu"!?

VÀI KỶ NIỆM VỚI NHÀ BÁO NHÀ VĂN
NGUYỄN ĐẠT THỊNH

ANH PHƯƠNG Trần Văn Ngà

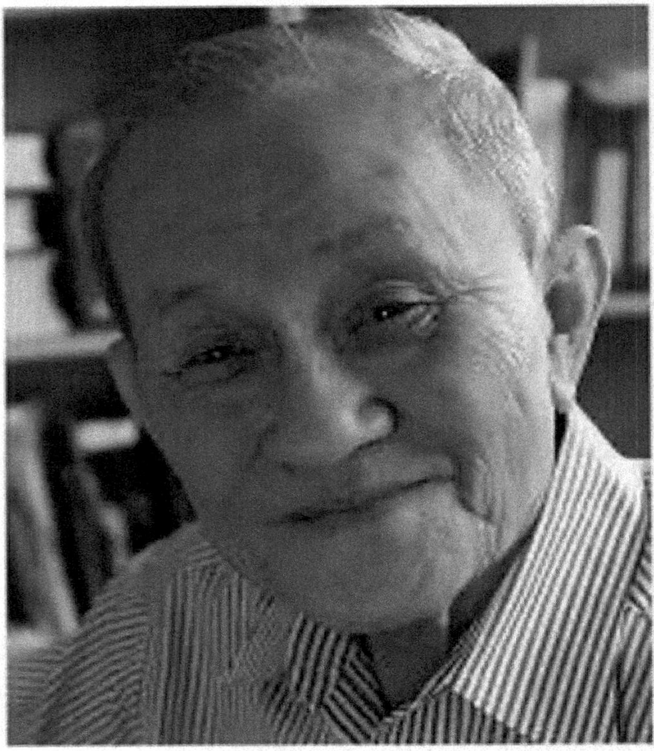

Nguyễn Đạt Thịnh

Trong Quân Đội - Quân Lực Việt Nam Cộng Hoà, từ thập niên 1950 trở về sau này, hầu như từ lính tới cấp chỉ huy đơn vị đều nghe danh biết tiếng nhà báo Quân Đội Nguyễn Đạt Thịnh xông xáo yêu nghề thường đi đến các đơn vị tìm chất liệu viết tin, điều tra, viết phóng sự... dù dưới quyền ông cũng có nhiều nhân viên là phóng viên.

Thời còn hiếm phóng viên chiến trường, Nguyễn Đạt Thịnh có thể nói là nhà báo lớn trong Quân Đội vốn rất ít nhà báo có tay nghề mà là sĩ quan chuyên nghiệp, hiện dịch (Khoá 6 Trường Võ Bị Quốc Gia - Đà Lạt - Hầu hết phóng viên chiến trường là hạ sĩ quan hoặc sĩ quan trừ bị vì ngoài đời thường, họ đã từng phục vụ về báo chí).

Nhà báo Nguyễn Đạt Thịnh mà tôi rất hâm mộ từ những năm 1958, 59 khi tôi còn đang vật lộn với bằng tú tài sau hơn ba năm dạy học, nay đi học lại.

Những năm đầu của thập niên 50 phương tiện truyền thông, tin chiến sự của các nhật báo Việt Ngữ thu nhận rất hạn chế. Nếu có đăng tin, tường thuật những trận đánh lớn giữa quân đội Pháp và Việt Minh cộng sản

thường là những bài báo dịch lại từ thông tấn xã Pháp, báo Pháp và thỉnh thoảng cũng có báo Mỹ, Nhật...Những cuộc hành quân quy mô thường có các phóng viên chiến trường quốc tế theo đơn vị nóng tường thuật, đa số là các ký giả Pháp. Thời bấy giờ, trước năm 1954, ba nước Đông Dương Việt Miên Lào còn là thuộc địa của Pháp, tiếng Pháp chữ Pháp còn rất thông dụng như là ngôn ngữ chính.

Tôi rất thích đọc báo hàng ngày và khoảng năm 1958, 59 khi biết tin có một phái đoàn của chính phủ từ đất liền ra hải đảo Côn Sơn. Nhằm mục đích thăm viếng và tìm hiểu cuộc sống những tù nhân chính trị bị lưu đày ra đây. Sau khi chánh phủ Đệ Nhất Việt Nam Cộng Hoà, từ cuối năm 1955, đã bình định hoàn toàn miền Nam, dẹp tan những giáo phái có tổ chức quân sự kể cả Bình

Xuyên ở Sài Gòn. Những nhân vật chính trị sừng sõ của Bình Xuyên như Trần Văn Ân, Hồ Hữu Tường...đang bị giam tại đây.

Nếu tôi nhớ không lầm, trong phái đoàn đi thăm viếng Côn Đảo, có rất ít ký giả được phép tháp tùng. Trong số nhà báo hiếm hoi đó có nhà báo Quân Đội Nguyễn Đạt Thịnh (Trung Uý) và cũng là nhà báo chịu chơi không sợ an ninh phe ta theo dõi hay làm khó dễ. Ký giả Nguyễn Đạt Thịnh nhận một tập bản thảo bộ tiểu thuyết ba tập hàng mấy ngàn trang viết tay "THUỐC TRƯỜNG SANH" của học giả Hồ Hữu Tường. Bộ tiểu thuyết vừa triết lý nhân sinh vừa giả tưởng của tác giả đã nói lên tư chất thông minh, biết nhiều, hiểu rộng của học giả Hồ Hữu Tường.

Một thời gian sau, Thuốc Trường Sanh được in và có buổi Ra Mắt Sách, tôi vô cùng thích thú tham dự buổi ra mắt bộ tiểu thuyết Thuốc Trường Sanh này, hình như tổ chức tại Trường Quốc Gia Âm Nhạc Sài Gòn.

Tôi quý kính nhà báo Nguyễn Đạt Thịnh từ ngày biết ông ta dám nhận bộ trường thiên tiểu thuyết và buổi ra mắt Thuốc Trường Sanh mà công khó do nhà báo Quân Đội Nguyễn Đạt Thịnh với gương can đảm và lòng dũng cảm yêu nghề truyền thông bất chấp hiểm nguy.

Thời còn là học sinh, giáo chức, chưa vào Quân Đội tôi đã hăm mộ nhà báo Quân Đội Nguyễn Đạt Thịnh vì ông yêu nghề cầm bút, quý trọng giới văn thi sĩ dù đang trong tù với án đại hình, ông không sợ an ninh của chế độ bắt bớ hoặc theo dõi vì ông "dám tiếp xúc" với một nhà trí thức đối tượng cực kỳ khắc tinh với chính phủ Ngô Đình Diệm.

Tôi nghĩ, ký giả Nguyễn Đạt Thịnh thế nào cũng phải trình ngay tập bản thảo Thuốc Trường Sanh khi phái đoàn trở về đến Sài gòn, cơ quan an ninh kiểm duyệt cẩn thận kỹ lưỡng trước khi cho phép in thành sách. Nếu chậm trễ dễ gây sự hiểu lầm, nghi ngờ và ông có thể sẽ chuốc hoạ vào thân...

Tôi "mê" nhà báo Nguyễn Đạt Thịnh từ ngày ông mang tập truyện Thuốc Trường Sanh từ Côn Sơn về Sài Gòn là như vậy.

Sáu bảy năm sau, năm 1964, tôi đã thi hành lệnh tổng động viên nhập ngũ (1962) và phục vụ tại một đơn vị tác chiến đang trú đóng tại vùng cửa ngõ (Chà Là - sông Bảy Háp, Cà Mau) ngăn chặn Việt cộng vận chuyển vũ khí, tiếp liệu từ miền Bắc bằng đường biển vào mật khu U Minh Hạ. Trung Đoàn 33 thuộc Sư đoàn 21 Bộ Binh còn có nhiệm vụ bảo vệ diện địa một vùng an ninh rộng lớn từ mũi Cà mau cho đến hai quận Đầm Dơi, Cái Nước và cả quận Sông Ông Đốc, Thới Bình xung quanh U Minh Hạ.

Một cái may là tôi thoát chết trong một cuộc phục kích giựt mìn đoàn xe ba chiếc GMC, cách quận lỵ Châu Thành Tắc Vân - Cà Mau chừng hơn một cây số, tôi hướng dẫn đoàn xe đi về Bạc Liêu đón Đoàn Văn Nghệ Tinh Hoa Miền Tây của Phòng V Quân Đoàn IV.

Sau khi trình diễn ở Bạc Liêu ba đêm, Đoàn Văn Nghệ có lệnh đi xuống Cà mau trình diễn tiếp thêm ba buổi do Trung Đoàn 33 sắp xếp. Khi Đoàn Văn Nghệ Tinh Hoa Miền Tây hoàn thành công tác trở về Cần Thơ, tôi cũng hướng dẫn ba chiếc GMC hộ tống Đoàn Văn Nghệ về đến Bạc Liêu và từ Bạc Liêu về Cần Thơ, Quốc lộ 4 khá an ninh nên xe Đoàn Văn Nghệ không cần xe Quân đội hộ tống nữa.

Về đến Cần Thơ, Đoàn Văn Nghệ có tổ chức một buổi tổng kết công tác trình cho Phòng V và Ban Cố Vấn Mỹ của ngành dân sự vụ vì toàn chi phí cho Đoàn Văn Nghệ Tinh Hoa do Ban Cố Vấn tài trợ.

Trưởng Đoàn, báo cáo công tác và hết lời ca tụng tôi lo chu đáo mọi thứ cho Đoàn và cũng suýt mất mạng vì mìn mà có một trung sĩ I Trưởng toán an ninh, trung đội trừ theo xe, anh thay ngồi chỗ tôi đã ngồi trước, mìn nổ anh hy sinh sau vài giờ về Y xá Trung đoàn.

Cả Phòng V biết tên tôi và bạn cùng khoá 13 Thủ Đức Nguyễn Văn Lộc đang phục vụ tại Phòng V nói thêm là tôi cũng từng viết báo khi còn dạy học và anh đề nghị xin tôi về Phòng V thay thế Thiếu uý Nguyễn Triệu Nam cũng có lệnh thuyên chuyển về Sài Gòn như Đại Uý Nguyễn Đạt Thịnh mà chưa tìm được người thay Thiếu Uý Nam.

Từ ngày anh Lộc giới thiệu tôi với Đại Úy Thịnh và Đại Úy Chánh, Phó Phòng V. Đại uý Thịnh chỉ thị văn phòng làm phiếu trình thượng cấp xin tôi thuyên chuyển về phòng V, phòng Tổng Quản Trị Trung đoàn giấu nhẹm tin này vì Trung tá Trung Đoàn Trưởng luôn quý mến tôi, chuẩn bị rời đơn vị đi nhận chức Tỉnh Trưởng kiêm Tiểu Khu Trưởng Vĩnh Bình. Nay, ông trung uý Đại đội trưởng Công vụ và Trung uý Trưởng Ban Tổng Quản Trị Trung Đoàn 33 có dịp "đì" tôi chơi cho bỏ ghét.

Tình cờ, trước khi đi đáo nhậm đơn vị mới, Trung Tá Trung Đoàn Trưởng cho tôi bốn ngày phép về thăm gia đình ở Châu Đốc. Tôi có ghé lại Cần Thơ thăm anh Lộc vì là người bạn chí thân cùng trung đội 47, đại đội 12 Khoá 13 Thủ Đức và vài bạn cùng khoá đang phục vụ tại Bộ Tư Lệnh Quân Đoàn IV.

Nhân có buổi họp chuẩn bị bàn giao chức Trưởng Phòng V từ Đại Uý Thịnh cho Đại uý Chánh, anh Lộc hướng dẫn tôi vào gặp tất cả nhân viên làm việc tại phòng còn đang họp. Anh Lộc bốc thơm, Thiếu uý Ngà, người hùng suýt chết đi đón Đoàn Văn Nghệ Tinh Hoa và tiếp Đoàn văn nghệ của chúng ta vô cùng chu đáo. Mọi người vỗ tay chào mừng tôi. Tôi đứng nghiêm chào hai Đại uý và chào mọi người tại phòng làm việc của Ban Phát Thanh Tiếng Nói Vùng IV Chiến Thuật có máy điều hoà không khí, trong khi đó phòng làm việc của Trưởng và Phó phòng lại không có máy lạnh.

Phòng V là phòng cuối cùng của một dãy nhà dài các Phòng Ban của Bộ Tư Lệnh, ngoài cùng là phòng Cố vấn Mỹ và ra cổng chánh Bộ Tư Lệnh Quân Đoàn IV (trại Lê Lợi - đại lộ Hoà Bình -

Cần Thơ). Lúc bấy giờ, tôi lên một mai vàng rồi, còn nhà báo Nguyễn Đạt Thịnh với cấp bậc Đại Uý. Cái lon Trung uý của ông đã quá mòn tám hay mười năm mới lên Đại uý. Với chức vụ Trưởng Phòng 5 Quân Đoàn IV tại Cần Thơ, Đại uý Nguyễn Đạt Thịnh được lệnh thuyên chuyển về Cục Tâm Lý Chiến, trực thuộc Tổng Cục Chiến Tranh Chính Trị cũng mới thành lập không lâu.

Anh Lộc, cũng đã hết lời giới thiệu sếp mới của anh là Đại Uý Võ Văn Chánh thay nhà báo Nguyễn Đạt Thịnh Trưởng Phòng V (Chiến Tranh Tâm Lý) Quân Đoàn IV tại Tây Đô Cần Thơ. Đại uý Võ Văn Chánh (Khoá 4 Thủ Đức, bút danh Minh Chánh vừa là nhà thơ và cũng là nhạc sĩ) Phó Phòng V.

Sau khi cả phòng V biết mặt mũi tôi, không còn "văn kỳ thinh", chỉ nghe tiếng, anh Thịnh bảo tôi gọi anh hơn gọi cấp bậc vì anh chưa trực tiếp làm sếp tôi. Thế là sự ngưỡng mộ của tôi lại tăng thêm với anh Nguyễn Đạt Thịnh. Anh gọi bảo nhân viên văn phòng làm phiếu trình thượng cấp xin tôi về phụ trách Ban Phát Thanh Tiếng Nói Vùng IV Chiến Thuật do Thiếu uý Nguyễn Triệu Nam (nhà văn nhà thơ) cũng có lệnh thuyên chuyển về Đài phát thanh Quân Đội mà cũng phải có người thay thế.

Thiếu uý Nguyễn Văn Lộc, thấy sao Phòng V Quân Đoàn IV gởi hai công điện mà tôi lại chưa về, anh cảm nhận tình trạng tôi được thuyên chuyển về đại đơn vị ở Cần Thơ, đã bị ai đó "đấp mô".

Lại một tình cờ khác nữa, tôi đến thăm anh Lộc tại phòng V, và lần này, anh Lộc giới thiệu nhiệt tình tôi với đại uý Võ Văn Chánh đã thay thế anh Thịnh hơn hai tuần rồi. Anh Lộc trình với Đại uý Chánh, tôi rất thích hợp với chức vụ thay thế Thiếu uý Nam, tôi cũng có viết báo lai rai "nghiệp dư" vì tôi đang dạy học và giữ chức vụ Giám Học Ban Việt Ngữ của trường trung tiểu học Phước Kiến (sau đổi tên thành Phước Đức ở số 222 Đại lộ Khổng Tử - Chợ Lớn do Giáo sư Tiến sĩ Luật Tăng Kim Đông làm Hiệu Trưởng). Anh Lộc lại thúc hối, Đại úy Chánh làm tiếp phiếu trình công điện xin tôi về Quân Đoàn. Anh Lộc có điện thoại cho tôi biết, phải tìm cách về Cần Thơ, chỗ làm tốt, an ninh...

Thay vì, tôi phải vào căn cứ đóng quân ở Chà Là, tôi lại "dù" đi về Cần Thơ ngay chiều hôm đó. Anh Lộc và anh Nam ở chung phòng - cư xá sĩ quan độc thân, cũng may phòng còn dư một ghế bố xếp. Buổi tối hôm đó, ba anh em chúng tôi bàn kế hoạch, sáng mai, anh Lộc dẫn tôi đến phòng Tổng Quản Trị Quân Đoàn xin gặp Thiếu tá Trưởng phòng. Ông bảo tôi:

- Nếu em không sợ Sư Đoàn 21 phạt tù vì không chờ đơn vị chấp thuận cho thuyên chuyển về đơn vị mới. Tư Lệnh Sư Đoàn chỉ có thẩm quyền phạt tối đa 30 ngày trọng cấm ghi vào quân bạ, phòng Quản Trị Quân Đoàn làm công điện gởi Sư Đoàn 21 là em đã trình diện Quân Đoàn và đã nhận nhiệm vụ mới.

Thiếu tá Trưởng phòng Tổng Quản Trị, còn nói với tôi một câu quá dễ thương, đúng là tình chiến hữu - huynh đệ chi binh cao quý:

- Em giả biệt xứ muỗi Cà Mau, chưa nói là chỗ đóng quân nguy hiểm dễ nhận đạn pháo kích của VC. Em về Cần Thơ, gạo trắng nước trong và hoàn toàn an ninh. Cái giá em phải trả là 30 ngày trọng cấm. Nếu em đồng ý, tôi nói với văn phòng làm công điện ngay gởi Sư Đoàn 21, ngày mai hay ngày mốt em phải đi làm tại phòng V.

Tôi đứng nghiêm chào và nói lời cám ơn, và xin Thiếu tá cho tôi đổi về Cần Thơ.

Năm 1964, đơn vị Trung Đoàn 33 Bộ Binh (Bộ Chỉ Huy hành quân) trú đóng tại căn cứ Chà Là - Giá Ngựa (Cà Mau), gần bờ sông Bảy Háp, đường thuỷ giao thông chính từ Tỉnh lỵ An Xuyên (Cà Mau) đến quận cuối cùng Năm Căn. Bên trái con sông hướng ra biển, bên phải xa xa là Rừng U Minh Hạ. Nơi đây là cái nôi của Việt Minh cộng sản "nằm vùng", không tập kết ra Bắc sau Hiệp Định Genève 1954. Trong thời gian tôi phục vụ ở đây với chức vụ Trưởng Ban Chiến Tranh Tâm Lý kiêm Trưởng Ban An Ninh

Trung Đoàn 33. Từ Cà Mau đi Bạc Liêu, đoàn xe GMC tôi đi bị VC giựt mìn gần quận Châu Thành của tỉnh An Xuyên (quận Tắc Vân), tôi may mắn không bị thương, Trung sĩ I Nguyễn văn Sáu hy sinh. Một lần khác, tôi theo Bộ Chỉ Huy Trung Đoàn di chuyển từ Cà Mau vào Chà Là, tàu tôi đi bị hai trái thuỷ lôi nổ hai bên tàu trước sau chừng vài giây, làm tàu vừa nghiêng bên này, lại có trái thuỷ lôi nổ tiếp nghiêng trở lại, chỉ lo sợ chúng phục kích tấn công. Tàu tấp vô bờ nổ súng bắn hai tên VC đang chạy vào rừng dừa bên kia bờ sông. Sau chừng 10 phút, tàu tiếp tục di chuyển bình an.

Cái Tết Nguyên Đán cuối tháng Giêng 1964, căn cứ Chà Là bị VC pháo kích khoảng 30 quả súng cối 81 ly.

Bạn Lộc ở Cần Thơ biết tin đơn vị tôi bị pháo kích, bị phục kích giựt mìn đường bộ, đường sông anh cũng lo cho tôi nên anh hết lòng giúp tôi được đổi về Cần Thơ. Còn Thiếu uý Nguyễn Triệu Nam cũng có ba bốn công điện từ Đài Phát Thanh Quân Đội xin cho anh thuyên chuyển về phục vụ. Vì vậy, anh Nguyễn Triệu Nam cũng muốn tôi về Cần Thơ gấp, anh mới về Sài Gòn được.

Khi tôi đến phòng V thăm anh Lộc và anh Nam, anh giới thiệu tôi với cô Đặng Mỹ Dung (dân chính) đang là giọng nữ cùng anh Nam phụ trách phát thanh Tiếng Nói Vùng IV Chiến Thuật hàng ngày trên Đài phát thanh Ba Xuyên. Cô Đặng Mỹ Dung cuối tháng đó cũng về Sài Gòn không còn làm việc phát thanh với tôi.

Qua Mỹ, cô Đặng Mỹ Dung (Dung Krall) rất nổi tiếng với tác phẩm tình báo gián điệp "Ngàn Giọt Lệ Rơi" và tôi có giúp cô Ra Mắt Sách tại Sacramento.

Đại uý Thịnh và Đại uý Chánh nghe anh Lộc nói tôi khi dạy học có viết báo lai rai nên cũng hiểu cách viết tin cho báo và cho cả phát thanh. Trong lúc đó, Đại uý Thịnh cũng có công điện gọi về trình diện Nha Chiến Tranh Tâm Lý (sau này đổi thành Cục Tâm Lý Chiến). Đại uý Thịnh về Sài Gòn rất dễ vì có Đại uý

Chánh lên thay. Còn anh Nguyễn Triệu Nam tìm người có kinh nghiệm viết tin thay anh mới là khó tìm.

May mắn cho tôi, Đại uý Chánh kể cả Đại uý Thinh rất tán thành đồng ý xin tôi về thay thế Thiếu uý Nguyễn Triệu Nam dù xin tôi về thay anh Nam cũng rất khó khăn, tôi phải "chịu đấm ăn xôi" lãnh một lần 30 ngày trọng cấm "tội vô kỷ luật" không chờ Đại tá Đặng Văn Quang Tư Lệnh Sư Đoàn 21 ký mới được thuyên chuyển về Cần Thơ.

Đến năm 1970, từ Cần Thơ tôi cũng được thuyên chuyển về Sài Gòn, tôi cũng có đến thăm Thiếu tá Nguyễn Đạt Thịnh Trưởng phòng Báo Chí đang phụ trách hai tờ báo Quân Đội là Tiền Phong, đối tượng là sĩ quan và Chiến sĩ Cộng Hoà, đối tượng độc giả là hạ sĩ quan và binh sĩ. Anh Thịnh lại càng quý mến tôi, anh lớn hơn tôi ba tuổi. Lúc bấy giờ tôi lại biết thêm hai sĩ quan có cấp cao cũng tương đương với anh Thịnh là Phạm Huấn, Phó phòng báo chí và anh Đặng Trần Huân và cả Huy Phương...

Khi cầm bút, anh Nguyễn Đạt Thịnh vẫn là một người lính luôn binh vực quyền lợi của lính và gia đình lính nên anh phải chủ trương một tờ báo hoàn toàn tư nhân - Diều Hâu, không có dính líu gì với phòng báo chí chuyên phụ trách hai tờ báo Chiến Sĩ Công Hoà (tuần báo) và Tiền Phong (nguyệt san). Không ai hùng biện hơn anh trong những lập luận bênh vực vai trò của người lính VNCH, và vạch trần dã tâm của cộng sản, hoặc nói lên những bất nhất của người bạn đồng minh Hoa Kỳ...

Tờ báo Diều Hâu của anh Thịnh gióng lên tiếng nói của người lính mà hai tờ báo Chiến Sĩ Cộng Hoà và Tiền Phong còn vướng vòng kim cô kỷ luật của Quân Đội, không thể vượt hệ thống quân giai tố giác cấp chỉ huy sai phạm hay sự bất công trong Quân Đội. Vì vậy, mà tờ tuần báo Diều Hâu của Nguyễn Đạt Thịnh năm ngoài khuôn viên phòng báo chí và Cục Tâm Lý Chiến nên anh tha hồ múa bút như các pháo thủ bắn trực xạ vào Quỹ Tiết Kiệm Quân Đội. Tờ Diều Hâu cũng là gai nhọn châm chích vào một số cấp chỉ huy đơn vị được đại chúng nhứt là các chiến sĩ rất mê đọc.

Nhưng, có nhiều cấp chỉ huy cũng nhột phải giải quyết nhiều vấn đề quan trọng của đơn vị. Đặc biệt nhứt, Quỹ Tiết Kiệm Quân Đội, Diều Hâu phân tích tỉ mỉ chỗ đúng chỗ chưa đúng cần thay đổi hay phải trả lại tiền đóng góp của toàn quân và đã thành công mà tờ Diều Hâu cũng phải tắt thở...

Để có cái nhìn toàn diện của nhà báo nhà văn Quân Đội Nguyễn Đạt Thịnh, xin mời quý vị đọc tóm lược cuộc đời và sự nghiệp văn chương của nhà báo nhà văn Nguyễn Đạt Thịnh, tác giả Nguyễn Khánh Văn tóm lược dưới đây. Và phần cuối, để bài viết có chút "ướt át", tôi viết về tình chiến hữu, tình đồng nghiệp của anh Thịnh và tôi từng "cứu bồ" một bàn thua trông thấy vì tính đào hoa của anh Thịnh, hai người đẹp suýt chạm trán nhau tại Đà Lạt mà tôi đóng vai Quan Công "phò Nhị Tẩu" (Truyện Tam Quốc Chí - Quan Công phò hai bà vợ của Lưu Bị).

Nguyễn Khánh Văn viết:

Nhà văn Nguyễn Đạt Thịnh gốc Quân Đội: ông xuất thân khóa 6 Trường Võ Bị Quốc Gia Đà Lạt, chức vụ sau cùng là Trung tá Trưởng Phòng Báo Chí, thuộc Cục Tâm Lý Chiến, tổng cục Chiến Tranh Chính Trị. Sau 04/75, ông tạm cư Hawaii, chạy Taxi. Hiện ông định cư tại Houston, TX (Trung tá Nguyễn Đạt Thịnh đã qua đời ngày 6.11.2024 tại Houston Texas, hưởng đại thọ 93 tuổi).*
Tác phẩm: Mộng Xuân (1963). Dường Như Mùi Hương (1968). Tương Khúc Dậy Thì (1968). Di Sản (1976). Đôi Mắt Phượng (1987). Chân Dung Tên Khủng Bố (1997). Mua Vợ (2004).

Trước 1975, ông chủ trương Tuần Báo Diều Hâu và Chương trình Vành Khăn Sô. Ông viết nhiều bài Chính Trị Giả Tưởng khả dĩ giúp các nhà Lãnh đạo bấy giờ có cái nhìn sâu rộng hơn về thực trạng cuộc chiến ý thức hệ.

Sau 1975, ông tốt nghiệp Đại Học Báo Chí Hoa Kỳ, tại viện đại học Hawaii, vẫn viết nghị luận thường xuyên cho các Nhật báo tại Cali và Texas.... Hiện ông là chủ bút Thời Báo Houston.

Nhà văn Nguyễn Đạt Thịnh gửi cho Phố Núi Pleiku hai truyện ngắn và ông hứa là sẵn sàng cộng tác với Nhóm Chủ trương trong khả năng của ông, (chỉ cần sống thêm 20 năm nữa là ông đại thọ 100!).

Năm 1973, tôi đã thăng cấp Thiếu tá và phải đi học Khoá Cao Cấp Chiến Tranh Chánh Trị cũng như là khoá "điều chỉnh cấp bậc" đối với ngành chiến tranh chánh trị. Trong danh sách theo học Khoá 3 Cao Cấp Chiến Tranh Chánh Trị có tên Trung Tá Nguyễn Đạt Thịnh, tôi vội gọi hỏi:

- Anh đi học ở Đà Lạt, đi phương tiện gì? Anh cho biết:

- "Moa" lái xe nhà đi Đà Lạt. Tôi hỏi tiếp:

- Anh đi với ai, anh nói anh đi một mình. Thế là tôi xin "tháp tùng" theo anh, tôi còn hỏi tiếp:

- Anh dự định ngủ trong trại hay ở khách sạn. Anh Thịnh nói:

- Trong trại chỗ ngủ chật hẹp, tắm lại không có nước nóng, anh sẽ ở khách sạn. Tôi đề nghị liền:

- Hai anh em mình ở chung, ăn chung sẽ tiết kiệm được một nửa chi phí. Anh Thịnh ồ lên:

- Thế thì quá hay, tuyệt vời.

Đến ngày đi Đà Lạt, tôi đến phòng báo chí ở đường Hồng Thập Tự, hai chúng tôi khởi hành khoảng hơn 9 giờ sáng. Chiếc xe du lịch của anh Thịnh thuộc loại xe cũ mèm, tuổi đời cũng trên dưới ba thập niên, hiệu xe Anglia của Anh, tay lái bên phải. Anh sợ tôi lo xe bị "ban" dọc đường, anh trấn an:

- "Moa" có nhờ Ban Quân Xa của Cục Tâm Lý Chiến kiểm tra lại toàn bộ, thay vài bộ phận nhỏ hư hỏng, vỏ xe còn tốt cũng như bơm mỡ, thay nhớt, đổ thêm nước...

Trong đời tôi, lần đầu tiên đi xe do Anh sản xuất, tay lái bên phải, chạy cặp lề phải, tôi ngồi bên trái, sao cứ thấy xe chạy ngược chiều đâm thẳng vào người, thỉnh thoảng tôi cứ né, anh Thịnh cười và nói:

- Các cô đào của anh ngồi trước cũng né như "toi - toa", rồi sẽ quen. Anh lái xe cả tiếng, tôi mới quen ít sợ bị xe ngược chiều đâm vào người.

Đến Đà Lạt cũng gần tối, chúng tôi đi tìm khách sạn, phòng có hai giường mà ở Việt Nam, năm xưa, khách sạn phòng có hai giường cũng rất hiếm vì giá hơi nhích lên một chút so với phòng một giường. Tiền ăn, tiền thuê khách sạn đều có receipt, tôi cộng lại, chia cho hai. Thế là chúng tôi sòng phẳng và vui vẻ, kể cả đi chơi xa như Phan Rang, dù có bạn cùng khoá đi theo, hai chúng tôi cũng gánh tiền xăng, còn ăn chung phải chia đều theo kiểu Mỹ, không ai bao gì hết.

Tôi quen biết anh Thịnh, biết nhà và bà vợ cả của anh cùng đứa con trai lai Mỹ (hay Đức?) vì hai vợ chồng chưa có con.

Anh Thịnh có ông anh và em ruột cùng cấp bậc Trung tá như anh - Ông anh là Trung tá Nguyễn Đạt Sinh, Chỉ Huy Trưởng Pháo Binh Biệt Khu Thủ Đô, tôi quen biết anh vì tôi cũng phục vụ tại Bộ Tư Lệnh Biệt Khu Thủ Đô như anh. Người em của anh Thịnh là Trung Tá An Ninh Quân Đội Nguyễn Đạt Phong cở tuổi tôi hay lớn hơn tôi một tuổi. Tôi quen biết anh Phong khi anh còn là Trung Uý (1964) Trưởng Ty An Ninh Quân Đội tỉnh Ba Xuyên (Sóc Trăng) trú đóng cùng địa điểm với Bộ Chỉ Huy Trung đoàn 33. Hơn nữa, làm Phó Ty dưới quyền anh Phong là Thiếu uý Trần Nhựt Sô, bạn cùng khoá 13 với tôi nên tôi thường qua ty an ninh thăm hỏi bạn Sô và quen biết anh Phong từ lúc đó.

Tôi không những quen thân với anh Thịnh từ khi tôi sắp sửa được thuyên chuyển về Phòng V ở Cần Thơ và còn quen gia đình anh và hai ông anh và em ruột anh Thịnh.

Khi đi thụ huấn chung Khoá 3 Cao Cấp Chiến Tranh Chánh Trị tại trường Đại học Chiến Tranh Chánh Trị Đà lạt, anh Thịnh và tôi lại là đồng nghiệp phục vụ ngành báo chí Quân Đội, nay lại ở chung ăn chung, thật là vui, hợp tình, hợp lý.

Chúng tôi đến Đà Lạt chiều thứ bảy, có một ngày chủ nhựt nghỉ ngơi, thứ hai đi học. Đến trưa thứ bảy tuần sau, anh Thịnh có một bạn gái (sinh viên Văn khoa) đột xuất đến thăm. Trước đó anh có hẹn một cô bạn gái cũng là sinh viên đi xe đò, trưa chủ nhựt sẽ đến thăm anh và anh ra bến xe đón.

Thế là Trung tá hào hoa kẹt quá, hai cô sinh viên sẽ "đụng độ" cùng thời điểm đến thăm anh. Nếu một cô biết là anh có "đào" bên cạnh thì sẽ là chuyện khó giải quyết cho anh. Anh bàn với tôi:

- Khi anh đón đào 1 dưa về 'dinh' hotel, phòng chúng tôi thuê. Anh sẽ đóng chốt tại hotel và ăn ở khu vục đó không đi ra ngoài phố. Anh giao xe cho tôi đi đón đào 2 và lo giúp cho cô ta ăn ở tối chủ nhựt và thứ hai đưa cô ta ra bến xe trở về Sài Gòn. Tôi nói giúp anh với cô đào 2:

- Anh được nhà trường cử đi công tác một tuần ở Nha Trang, tuần tới anh mới trở về Đà lạt...

Thế là tôi đóng vai Quan Công phò nhứt tẩu (không phải phò nhị tẩu). Tôi có công tác do ông anh giao tôi thuê phòng ngủ, chở cô ta đi ăn và đón đưa cô ta ra bến xe... Anh còn phụ nhỉ, moa kẹt không thể bắt cá hai tay cùng một lúc, anh bật đèn xanh, tuỳ toa muốn giải quyết cách nào cũng được.

Cô bạn gái của anh Thịnh biết tôi và anh Thịnh ở chung phòng, cô ta hỏi tôi:

- Tối anh ở lại đây phải không? Tôi hơi ấp úng:

- Để cô ngủ một mình, tôi sẽ tìm chỗ ngủ khác. Cô ta có vẽ cảm động, mắt cụp xuống.

Thế là tôi giải quyết một cách khá suôn sẻ tốt đẹp.

Khi mãn khoá học, về Sài Gòn, cô ta có hẹn gặp và dẫn tôi đi ăn ở nhà hàng, cô nói cám ơn tôi quá tốt đối với cô.

Chuyện đời cũng khá ngộ nghĩnh, tôi lại có duyên kỳ ngộ gặp lại người đẹp năm xưa, bạn gái của anh Thịnh tại Hoa Kỳ.

Anh Nguyễn Đạt Thịnh cùng vợ từ Houston sang thăm bạn bè, đàn em ở San Jose và anh biết gia đình tôi ở Sacramento, anh nhờ bạn hẹn gặp tôi ở Sacramento.

Tôi thật bất ngờ, ngỡ ngàng mà cũng vui gặp lại người bạn gái của anh Thịnh năm xưa mà tôi đóng vai Quan Công phò nhứt tẩu một cách tốt đẹp vuông tròn. Nay vợ chồng anh hình như có ba con, còn vợ cả ở Việt Nam chỉ có con nuôi.

Khoá 6 Trường Võ Bị Đà Lạt và các khoá sau đã có nhiều sĩ quan cấp Đại tá thâm niên và Tướng một hai ba sao. Kể cả Khoá 10 Võ Bị Đà Lạt có Thiếu Tướng Lê Minh Đảo và Khoá 12 Võ Bị có Chuẩn Tướng Mạch Văn Trường cựu Tư Lệnh Sư Đoàn 21 Bộ Binh. Còn anh Nguyễn Đạt Thịnh mang một cấp bậc, bông mai mòn lẵn, hình như anh thăng cấp Trung Tá đầu năm 1973 (hay năm 1972?) và còn phải đi học Khoá 3 Cao Cấp Chiến Tranh Chánh trị nữa.

Nay anh Nguyễn Đạt Thịnh đã về cát bụi, chuyện trần ai cũng như là một giấc mơ rồi cũng vội qua.

Anh Phương Trần Văn Ngà ***(Sacramento 20.12.2024)***

VÀI DÒNG VỀ TÁC GIẢ
ANH PHƯƠNG Trần Văn Ngà

Sanh năm 1935 tại ấp Bà Bài - Vĩnh Nguơn, Châu Phú - Châu Đốc

Bút hiệu thường sử dụng tại Việt Nam & Hoa Kỳ:

Trần Văn - Năm Voi - Bảo Bình - Thiên Lôi - Anh Phương

--------oOo--------

1999

Nhà giáo thi hành lệnh tổng động viên nhập ngũ

Khoá 13 Ấp Chiến Lược - Liên Trường Võ Khoa Thủ Đức 1962

Phục vụ ngành Chiến Tranh Chánh Trị - Thông Tin Báo Chí:

Trung Đoàn 33 - Sư Đoàn 21 Bộ Binh Bộ Tư Lệnh Quân Đoàn IV & Vùng IV Chiến Thuật

Tổng Cục Chiến Tranh Chính Trị - Khối Thông Tin Giao Tế Dân Sự

Trưởng Phòng TLC Biệt Khu Thủ Đô

Cộng tác với nhiều nhựt báo Việt Ngữ & nhựt báo Nhật Bản

Tù cộng sản từ năm 1975 đến 1985 từ Nam ra Bắc trở về Nam

Định cư tại Hoa Kỳ diện HO từ năm 1993

TÁC PHẨM XUẤT BẢN TẠI HOA KỲ:

* Chuyện Đồng Quê I - 1999 * Chuyện Đồng Quê II - 2014
* Theo Chân Binh Đoàn 692 - 2011* Theo chân Binh Đoàn 2021
* Trung Tướng Đặng Văn Quang Vinh Quang & Đau Khổ - 2012 * Trung Tướng Đặng Văn Quang Vinh Quang & Đau Khổ 2013 * Thế Giới Quanh Ta - 2019 * Thế Giới Quanh Ta - 2021
* Hồi Ký - Công Tử Nhà Quê Bà Bài - 2020

Chuyện Tình Trên Đỉnh Núi trọn bộ ba tập

* Tập I: Tiếng Gọi Tình Yêu - 2022
* Tập II: Đường Tình Khúc Khuỷu - 2022
* Tập III: Tình Yêu Muôn Thuở - 2023
* Bút Ký - Nhớ Lại Chiến Trường Xưa

SẼ XUẤT BẢN: Tuyển Tập Truyện Ngắn

Chủ nhiệm Chủ Bút tạp chí Tiếng Vang USA tại Sacramento (2000 -2007)

Chủ trương nhà xuất bản Tiếng Vang USA (1999 - 2023)

Tái bản tác phẩm bất hủ Chú Tư Cầu của Lê Xuyên (2005)

www.ingramcontent.com/pod-product-compliance
Lightning Source LLC
LaVergne TN
LVHW020038081026
849580LV00013B/1490

* 9 7 9 8 3 4 8 5 1 4 3 6 5 *